ಹಲವು ಕನಸುಗಳ ಹುಡುಗಿ

ಜೋಗಿ ಕರೆ ಮಾಡಿ ರಂಜನಿ ರಾಘವನ್ ಕಥೆಗಳನ್ನು ಬರೆಯಲು ಶುರು ಮಾಡಿದ್ದಾರೆ ಎಂದಾಗ ನಮಗೆ ಆಶ್ಚರ್ಯ ಆಗಲಿಲ್ಲ. ಯಾಕೆಂದರೆ ಆ ವೇಳೆಗೆ 'ಸಪ್ನಾ ಬುಕ್ ಹೌಸ್'ನಲ್ಲಿ ರಂಜನಿ ಅವರ ಮಾತುಗಳನ್ನು ಕೇಳಿದ್ದೆವು. ಹೊಸ ಪುಸ್ತಕಗಳ ಬಿಡುಗಡೆ ಸಮಾರಂಭದಲ್ಲಿ ಆಕೆಯ ಮುಗುಳ್ನಗೆ, ಉತ್ಸಾಹ ಜೊತೆಜೊತೆಗೇ ಪುಸ್ತಕಗಳ ಲೋಕಕ್ಕೆ ತೆರೆದುಕೊಂಡಿದ್ದಾರೆ ಎನ್ನುವ ಗುಟ್ಟನ್ನು ಅವರ ಮಾತುಗಳು ಬಿಟ್ಟುಕೊಟ್ಟಿದ್ದವು.

'ಪುಟ್ಟಗೌರಿ ಮದುವೆ' ಮೂಲಕ ಸಿಕ್ಕಾಪಟ್ಟೆ ಹಿಟ್ ಆಗಿದ್ದ ರಂಜನಿ ರಾಘವನ್ ಗ್ರಾಫ್ ಇನ್ನು ಕೆಳಗಿಳಿಯಲಾರೆ ಎನ್ನುವಷ್ಟು ಎತ್ತರಕ್ಕೆ ಏರಿದ್ದು 'ಕನ್ನಡತಿ' ಮೂಲಕ. ಶೇಷಾದ್ರಿಪುರಂ ಕಾಲೇಜಿನಲ್ಲಿ ಡಿಗ್ರಿ ಓದುತ್ತಿದ್ದ ಹುಡುಗಿ ಮನೆಗೆ ಹೋಗಲು ಬಸ್ ಸ್ಟಾಪ್ ಬಳಿ ಬರುವ ದಾರಿಯಲ್ಲಿದ್ದದ್ದು ವರದಾಚಾರ್ ಕಲಾಕ್ಷೇತ್ರ, ಅಲ್ಲಿ ಸಿನೆಮಾ

'ಕನ್ನಡತಿ' ರಂಜನಿ ರಾಘವನ್
'ಬಹುರೂಪಿ ಬುಕ್ ಹಬ್'ನಲ್ಲಿ

ಒಂದಕ್ಕೆ ಆಡಿಷನ್ ನಡೆಯುತ್ತಿತ್ತು. ಕಾಲೇಜಿನಲ್ಲಿ ಉತ್ಸಾಹದ ಬುಗ್ಗೆ ಎನಿಸಿಕೊಂಡಿದ್ದ ಹುಡುಗಿಗೆ ಆ ಕ್ಷಣಕ್ಕೆ ನಾನು ಇನ್ನೆರಡು ಬಸ್ ಮಿಸ್ ಮಾಡಿಕೊಂಡರೂ ಪರವಾಗಿಲ್ಲ ಅನಿಸಿತು. ಆಡಿಷನ್ ಕೊಡಲು ಕಲಾಕ್ಷೇತ್ರ ಹೊಕ್ಕೇಬಿಟ್ಟರು.

ಮ್ಯಾಜಿಕ್ ಆಗಿ ಹೋಯಿತು. ಮನೆಗೆ ಹೋಗಲು ಎರಡು ಬಸ್ ಮಿಸ್ ಮಾಡಿಕೊಂಡರೂ ಕಲಾ ಲೋಕದ ಬಸ್ ಶಾಶ್ವತವಾಗಿ ಸಿಕ್ಕಿಬಿಟ್ಟಿತ್ತು. ಒಂದು ಪ್ಲಸ್ ಒಂದು ಹನ್ನೊಂದಾಗಿ ಹೋಯಿತು. ರಂಜನಿ ಸಿನೆಮಾ, ವೆಬ್ ಸೀರೀಸ್, ಧಾರಾವಾಹಿ ಹೀಗೆ ಒಂದೊಂದೇ ಏಣಿಯ ಮೆಟ್ಟಿಲು ಏರುತ್ತಾ ಸಾಗಿದ್ದಾರೆ.

ಈ ಮಧ್ಯೆ ಡಿಗ್ರಿ ಮುಗಿಸಿ, ಎಂಬಿಎ ಸಹಾ ಮಾಡಿಕೊಂಡು ಜೊತೆಯಲ್ಲಿ ಶಾಸ್ತ್ರೀಯ ಸಂಗೀತ ಮರೆಯದಂತೆ ಜೊತೆಯಲ್ಲಿಟ್ಟುಕೊಂಡು ಸಾಗಿದ್ದಾರೆ.

ಠಕ್ಕರ್, ರಾಗ ಹಂಸ, ಕ್ಷಮಿಸಿ ನಿಮ್ಮ ಖಾತೆಯಲ್ಲಿ ಹಣವಿಲ್ಲ ಸಿನೆಮಾಗಳು ಹಕೂನ ಮಟಾಟ ವೆಬ್ ಸೀರೀಸ್ ಇವರ ಗರಿಗಳು. ಪುಟ್ಟಗೌರಿ ಮದುವೆಯ ಗೌರಿ, ಕನ್ನಡತಿಯ ಭುವಿ ಇವರಿಗೆ ಜನಪ್ರಿಯತೆಯನ್ನು ತಂದುಕೊಟ್ಟಿದೆ. ಜೊತೆಗೆ ಇಷ್ಟ ದೇವತೆ ಧಾರಾವಾಹಿಗೆ ಚಿತ್ರಕಥೆ ಕೂಡಾ ಬರೆದಿದ್ದಾರೆ.

'ಏನಾದರೂ ಮಾಡುತಿರು.. ನೀ ಸುಮ್ಮನಿರಬೇಡ' ಎನ್ನುವುದು ತುಂಬಾ ಚೆನ್ನಾಗಿ ಅನ್ವಯಿಸುವುದು ರಂಜನಿ ರಾಘವನ್ ಅವರಿಗೇ ಇರಬೇಕು. ಸದಾ ಒಂದಿಲ್ಲೊಂದು ಕನಸಿನತ್ತ ಜೀಕುವ ಇವರು ಈಗ ಕತೆಗಳ ಕಣಜಕ್ಕೆ ಕೈ ಹಾಕಿದ್ದಾರೆ. 'ಅವಧಿ' ವೆಬ್ ಮ್ಯಾಗಜಿನ್‌ನಲ್ಲಿ (avadhimag.in) ಸತತವಾಗಿ 15 ವಾರ ಕಥೆಗಳನ್ನು ಬರೆದು ಓದುಗರ ಮನಸ್ಸು ಗೆದ್ದಿದ್ದಾರೆ.

ರಂಜನಿ ಅವರ ಈ 'ಕತೆ ಡಬ್ಬಿ' ಮತ್ತೆ ಮತ್ತೆ ಮರಿ ಹಾಕುತ್ತದೆ ಎನ್ನುವ ವಿಶ್ವಾಸ ನಮಗಿದೆ

ಬಹುರೂಪಿ

ರಂಜನಿ ರಾಘವನ್

ಬಹುರೂಪಿ
ಎಂಬೆಸಿ ಸೆಂಟರ್, 111, ಮೊದಲನೇ ಮಹಡಿ, ಕ್ರೆಸೆಂಟ್ ರಸ್ತೆ,
ಕುಮಾರಪಾರ್ಕ್ ಈಸ್ಟ್, ಬೆಂಗಳೂರು 560 001.
ದೂರವಾಣಿ: 70191 82729.

42

KATHE DABBI-
Collection of short stories
By **Ranjani Raghavan**
iranju29@gmail.com

Published By **Bahuroopi**
Embassy Centre, 111, First Floor, Crescent Road,
Kumarapark East, Bangalore 560001

editor@bahuroopi.in | Mobile: 70191 82729

online book store: **bahuroopi.in**

Whats App Bookstore: **70191 82729**

First Edition: September 2021

Produced by
Bahuroopi Designs and Prints
Bangalore
99454 40841

ನನ್ನ
ಓದುಗರಿಗೆ

ನನ್ನೊಳಗೊಂದು ಕನಸಿತ್ತು...

ನಾಲ್ಕನೇ ತರಗತಿಯ ಬೇಸಿಗೆಯ ರಜೆಯಲ್ಲಿ, ಅಪ್ಪ ನನಗೆ ತಂದುಕೊಟ್ಟ ಅನುಪಮಾ ನಿರಂಜನ ಅವರ 'ದಿನಕ್ಕೊಂದು ಕತೆ'ಯಿಂದ ಶುರುವಾದದ್ದು ನನ್ನ ಓದು. ಒಂದು ದಿನ ನಾನೂ ಪುಸ್ತಕ ಬರೆಯಬೇಕು ಅನ್ನೋ ಕನಸು, ಮನಸ್ಸಿನ ಮೂಲೆಯಲ್ಲಿ ಇಷ್ಟು ವರ್ಷ ಎಲ್ಲೋ ಅಡಗಿ ಕುಳಿತಿತ್ತು. ಇಂದು ಅದು ಸಾಕಾರಗೊಳ್ಳುತ್ತಿದೆ.

ಎರಡನೇ ಲಾಕ್‌ಡೌನ್‌ನ ಸಮಯದಲ್ಲಿ 'ಅವಧಿ' ವೆಬ್ ಪತ್ರಿಕೆಯಲ್ಲಿ ವಾರಕ್ಕೊಂದು ಸಣ್ಣ ಕತೆ ಬರೆಯುವ ಅವಕಾಶ ಒದಗಿ ಬಂದಾಗ ಬರವಣಿಯನ್ನು ಅಭ್ಯಸಿಸಿದಂತಾಗುತ್ತದೆ ಅನ್ನೋ ಕಾರಣದಿಂದ ಕೈಗೆತ್ತಿಕೊಂಡೆ. ಆದರೆ ವಾರ ವಾರಕ್ಕು ಹೆಚ್ಚುತ್ತಿದ್ದ ಪ್ರತಿಕ್ರಿಯೆಗಳು ನನ್ನಲ್ಲಿ ಜವಾಬ್ದಾರಿಯನ್ನು ಹೆಚ್ಚಿಸಿದವು. ಇನ್ನೂ ಒಳ್ಳೊಳ್ಳೆ ಕತೆಗಳನ್ನು ಬರೆದು ಓದುಗರಿಗೆ ಉಣಬಡಿಸಬೇಕನ್ನೋ ಹಸಿವು ಹೆಚ್ಚುತ್ತಲೇ ಬಂತು. ಅಲ್ಲಿ ಹುಟ್ಟಿಕೊಂಡ ಕತೆಗಳು ಈಗ ಪುಸ್ತಕವಾಗೋ ಭಾಗ್ಯ ಕಾಣುತ್ತಿವೆ.

'ಅವಧಿ'ಗೆ ನನ್ನನ್ನು ಪರಿಚಯಿಸಿದ್ದಕ್ಕಾಗಿ ಮೊದಲು ನಾನು ಧನ್ಯವಾದ ಹೇಳಬೇಕಾದದ್ದು ಜೋಗಿ ಸರ್‌ಗೆ. 'ಅವಧಿ'ಯ ಪ್ರಧಾನ ಸಂಪಾದಕರು ಮತ್ತು 'ಬಹುರೂಪಿ' ಪ್ರಕಾಶಕನದ ರೂವಾರಿಗಳಾದ ಜಿ.ಎನ್. ಮೋಹನ್ ಸರ್‌ಗೆ ನನ್ನ ಕೃತಜ್ಞತೆಗಳು.

ಚೇತನಾ ತೀರ್ಥಹಳ್ಳಿಯವರು ನನ್ನ ಕತೆಗಳನ್ನು ಓದುವ ಜೊತೆಗೆ ನನ್ನ ಮಾರ್ಗದರ್ಶಕರಾಗಿದ್ದಾರೆ. ನಿರ್ದೇಶಕರಾದ ಜಯತೀರ್ಥ ಸರ್, ನನ್ನ ಕತೆಗಳನ್ನು ಓದಿ ಅವರ ಅಭಿಪ್ರಾಯಗಳನ್ನು ಹಂಚಿಕೊಂಡಿದ್ದಾರೆ. ಮುಖ್ಯವಾಗಿ, 'ಅವಧಿ' ವೆಬ್‌ಸೈಟ್‌ನಲ್ಲಿ ಪ್ರತಿ ವಾರ ಕತೆಗಳನ್ನು ಓದಿ ಸಾಮಾಜಿಕ ಜಾಲತಾಣಗಳಲ್ಲಿ ಪ್ರಾಮಾಣಿಕವಾದ ಕಮೆಂಟ್‌ಗಳನ್ನು ಬರೆಯುತ್ತಾ, ನನ್ನನ್ನು ಮುನ್ನಡೆಸಿದ ನನ್ನ ಪ್ರಿಯ ಓದುಗರಿಗೆ ದೊಡ್ಡ ಥ್ಯಾಂಕ್ಸ್ ಹೇಳಲೇಬೇಕು.

ಹಾಗೆಯೇ, ಪ್ರತಿ ವಾರ ನನ್ನ ಕತೆಯ ಕೊನೆಯ ಅಕ್ಷರ ಬರೆದ ತಕ್ಷಣ ಅವಕ್ಕೆ ಮೊದಲು ಕಿವಿಯಾಗುತ್ತಿದ್ದದ್ದು ನನ್ನ ಕುಟುಂಬ. ಇವರೆಲ್ಲರ ಪ್ರೀತಿ, ಸಹಕಾರದಿಂದ ಈ ಸಣ್ಣ ಕಥಾ ಸಂಕಲನ "ಕತೆ ಡಬ್ಬಿ" ಹೊರಬರುತ್ತಿದೆ.

ಕನ್ನಡ ಸಾಹಿತ್ಯಲೋಕದಲ್ಲಿ ಇದು ನನ್ನ ಮೊದಲನೇ ಹೆಜ್ಜೆ. ಚೆನ್ನಾಗಿ ಕಲಿತು ಶುರುಮಾಡಿರುವ ದಾರಿ ನನ್ನದಲ್ಲ. ತಪ್ಪುಗಳನ್ನು ಸರಿಮಾಡಿಕೊಳ್ಳುತ್ತಾ, ಅಲ್ಲಲ್ಲೇ ಕಲಿಯುತ್ತಾ ಮುಂದೆ ಸಾಗುವ ದಾರಿಯಲ್ಲಿದ್ದೇನೆ. ಅರೇ! ಈಕೆ ಇನ್ನಷ್ಟು ಬರೆಯಬಲ್ಲಳು ಅಂತ ನಿಮಗನಿಸಿದರೆ ಅದೇ ನನ್ನ ಗೆಲುವು.

ಪ್ರೀತಿಯಿಂದ,
ರಂಜನಿ ರಾಘವನ್

ಕಥೆಗಳಾ
ಮಾರಾಣಿ...

ಪುಟ್ಟ ಗೆಳತಿ ರಂಜನಿ ಉಡಿ ತುಂಬ ಕಥೆಗಳನ್ನು ಕಟ್ಟಿಕೊಂಡು ಓಡಾಡುವ ಹುಡುಗಿ. ಮುಂದಿನ ಸೀನ್ ಹೇಗಿದ್ದರೆ ಚೆಂದ ಅಂತ ಮಾತಿಗೆ ಕೂತರೆ ಚಕಚಕನೆ ಹತ್ತು ಆಯ್ಕೆ ಮುಂದಿಡುವಷ್ಟು ವೇಗಿ.

ಬೆಂಗಳೂರಲ್ಲೆ ಹುಟ್ಟಿ ಬೆಳೆದ ಅಪ್ಪಟ ನಗರಗನ್ನಡ ಇವರ ಬಲವೂ ಹೌದು. ಇವರ ಬರಹವೂ ಈ ಕನ್ನಡದಲ್ಲೆ, ನಗರದ ಗಲ್ಲಿ, ಚೌಕಗಳುದ್ದಕ್ಕೂ ಸಾಗಿ ಯಾವುದೋ ತಿರುವಿನಲ್ಲಿ ಛಕ್ಕನೆ ನಿಲ್ಲಿಸಿ ಪೆಟ್ರೋಲ್ ಆಗೋಯ್ತು ಅನ್ನುವ ಆಟೋದವರಂತೆ ನಿಂತುಬಿಡ್ತವೆ. ಕೊನೆಗೂ, ಓದಲು ಶುರು ಮಾಡಿದ ನಾವು ತಲುಪಬೇಕಾದಲ್ಲಿಗೆ ತಲುಪಿದೆವಾ, ಅವರು ಕೊಂಡೊಯ್ಯಬೇಕಾದಲ್ಲಿಗೆ ಕೊಂಡೊಯ್ದರಾ ಅನ್ನುವ ಪ್ರಶ್ನೋತ್ತರಗಳೇ ಮಬ್ಬಾಗುವಂತೆ ಸಾಗುವಷ್ಟೂ ದೂರ ಸಿಗುವ ಪ್ರಯಾಣದ ಅನುಭವ ಏನಿದೆ, ಅದೇ ಇವರ ಕಥೆಗಳ ಜೀವಾಳ. ಹಾಗೇ ಇವರು ಅಂಕಣವಾಗಿ ಪ್ರಕಟಿಸಿದ ಅಷ್ಟೂ ಕಥೆಗಳು ವಸ್ತು ವಿಷಯದಲ್ಲಿ ಭಿನ್ನವಾಗಿರುವುದು, ಇವರ ಸೃಜನಶೀಲತೆಗೆ ಕನ್ನಡಿ.

ರಂಜನಿಯ ಕಥಾ ಬರಹದ ಓಟಕ್ಕೆ ಇದು ಇನ್ನೂ ಶುರುವಾತು ಅಷ್ಟೇ. ಇವರು ಇನ್ನಷ್ಟು ಬರೆಯಬೇಕು. ಬರೆಯುತ್ತ ಮತ್ತಷ್ಟು ಹದಗೊಳ್ಳಬೇಕು. ಸಾಕಷ್ಟು ಓದು, ಅನುಭವ, ಜನಗಳ ಜೊತೆ ಒಡನಾಟ ಎಲ್ಲವನ್ನೂ ಹೊಂದಿರುವ ರಂಜನಿ, ತಮ್ಮ ಕಥೆ ಕಟ್ಟುವ ಕಸುವನ್ನು ಮತ್ತಷ್ಟು ದುಡಿಸಿಕೊಂಡರೆ ನಟನೆ, ಹಾಡುವಿಕೆ, ನೃತ್ಯ, ಬರಹ ಎಲ್ಲವೂ ಸೇರಿದ ಸೃಜನಶೀಲತೆಯ ಸಂಪೂರ್ಣ ಪ್ಯಾಕೇಜ್ ಆಗುವುದರಲ್ಲಿ ಅನುಮಾನವೇ ಇಲ್ಲ. ಈ ಸಂಕಲನ, ರಂಜನಿಯ ಮತ್ತಷ್ಟು ಪುಸ್ತಕಗಳಿಗೆ ಮುನ್ನುಡಿಯಾಗಲಿ.

ಚೇತನಾ ತೀರ್ಥಹಳ್ಳಿ

ಪಟ್ಟ ಪಾಡೇ ಹಾಡಾಗಿ..

- ನಿಜವಾದ ಪ್ರೀತಿಗೆ ತಾಳ್ಮೆ ಇರುತ್ತೆ. ಇನ್ನೊಬ್ಬರಿಗೋಸ್ಕರ ನಿರ್ಧಾರಾನ ಬದಲಾಯಿಸಬೇಡಿ.
- ಹೊಟ್ಟೆಪಾಡಿಗೆ ಅಂತ ಪಟ್ಟಣ ಹುಡ್ಕೊಂಡ್ ಹೋಗಿ ಬೇರು ಬಿಟ್ಟ ಗಿಡದ್ ತರ ಆಗ್ತೀವಿ.
- ಮನುಷ್ಯ ಸಮರ್ಥನೆಗಳನ್ನು ಕೊಟ್ಟುಕೊಳ್ಳದೇ ಬದುಕಲಾರ. ಕಳ್ಳನೂ, ಕೊಲೆಗಾರನೂ ತನ್ನ ತಪ್ಪಿಗೆ ಬಲವಾದ ಕಾರಣವಿದೆ ಅಂದುಕೊಂಡಾಗಲೇ ನಿದ್ರೆ ಮಾಡಲು ಸಾಧ್ಯ.

ರಂಜನಿ ರಾಘವನ್ ಬರೆದಿರುವ ಕತೆಗಳಲ್ಲಿ ವ್ಯಕ್ತವಾಗುವ ಈ ಮೂರೂ ಸಾಲುಗಳು ಅವರು ಲೇಖಕಿಯಾಗಿ ಸಾಗುತ್ತಿರುವ ಏರು ಗತಿಯನ್ನು ತೋರುತ್ತದೆ. ಸಾಮಾನ್ಯವಾಗಿ ಲೇಖಕರು ಕತೆಗಳನ್ನು ಬರೆಯಲು ಮುಂದಾದಾಗ ಕ್ರಮೇಣ ಸಂಪ್ರದಾಯದ ಹೊರೆ ಕಳಚಿ ಸತ್ಯಕ್ಕೆ ಹತ್ತಿರವಾಗುವ ಪ್ರಾಮಾಣಿಕ ಪ್ರಯತ್ನ ಪಡುತ್ತಾರೆ. ಆ ನಿಟ್ಟಿನಲ್ಲಿ ರಂಜನಿ ರಾಘವನ್ ಬಹಳ ವೇಗವಾಗಿ ಚಲಿಸುತ್ತಿದ್ದಾರೆ.

ಅವರ ಕತೆಗಳಲ್ಲಿ ಸಂಬಂಧಗಳ ಸಂಕೀರ್ಣತೆ, ಮನುಷ್ಯನ ಸ್ವಾರ್ಥ, ಪ್ರಕೃತಿಯ ನಿರ್ಮಲತೆ, ಪ್ರಾಣಿಗಳ ಮೇಲಿನ ಲೇಖಕಿಯ ಪ್ರೀತಿ ಮತ್ತು ಅಪಾರ ಜೀವನ ಪ್ರೀತಿ ವ್ಯಕ್ತವಾಗುತ್ತದೆ. ಪಟ್ಟ ಪಾಡೇ ಹಾಡಾಗಿ ಪಲ್ಲವಿಸಬೇಕು.. ಎಂಬಂತೆ ಅವರ ಸಾಮಾಜಿಕ ಗ್ರಹಿಕೆಗಳು ಓದುಗರಲ್ಲಿ ಪ್ರಶ್ನೆಗಳ ಮೂಡಿಸುವುದರ ಜೊತೆಗೆ ಅಚಾನಕ್ಕಾಗಿ ಕೊನೆಗೊಳ್ಳುವ ಮುದ್ದಾದ ಅಂತ್ಯಗಳು ಮುದವನ್ನೂ ನೀಡುತ್ತವೆ. ಸರಳ ಭಾಷೆ ಸರಳ ನಿರೂಪಣೆಯಲ್ಲಿ ಅಭಿವ್ಯಕ್ತಿಸುವ ಅವಳ ಕುಶಲಗಾರಿಕೆ ಮೆಚ್ಚತಕ್ಕದ್ದು.

ಜಯತೀರ್ಥ
ಚಿತ್ರ ನಿರ್ದೇಶಕರು

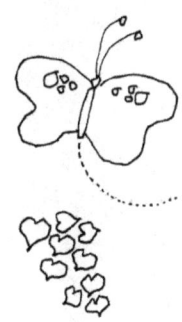

ಡಬ್ಬಿಯೊಳಗೆ..

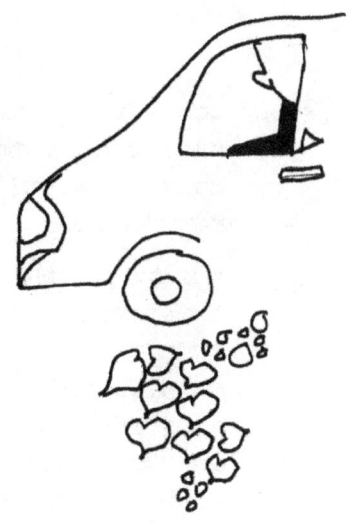

'ಕ್ಯಾಬ್ *we met*'

ಬೆಂಗಳೂರಿನ ಶ್ರೀರಾಂಪುರದ ಗಲ್ಲಿಯಲ್ಲಿ ಮಳೆ ಸುರೀತಿತ್ತು. ಒಂದು ರೂಮ್ ಮತ್ತು ಬಾತ್ರೂಮ್ ಮಾತ್ರ ಇರೋ ಸಣ್ಣ ಮನೇಲಿ ವಾಸವಾಗಿದ್ದ ತಿಮ್ಮೇಶನಿಗೆ ಎಚ್ಚರವಾಗಿ ಸಮಯ ನೋಡಿದಾಗ ಏಳು ಗಂಟೆಯಾಗಿತ್ತು. ಯಾಕೋ ಕೆಲ್ಸ ಮಾಡೋ ಮನಸ್ಸಿರಲಿಲ್ಲ. ನೆಲದ ಮೇಲೆ ಹಾಸಿದ್ದ ಹಾಸಿಗೆ ಮೇಲೇ ಹೊರಳಾಡಿದ. ಕೆಲ್ಸ ಮಾಡಿಯಾದ್ರೂ ಯಾರನ್ನ ಸಾಕ್ಬೇಕು? 27 ವರ್ಷದ ಹಿಂದೆ ಹೆಂಡತಿ ಡೆಲಿವರಿ ಸಮಯದಲ್ಲಿ ಗಂಡುಮಗುವನ್ನ ಕೈಗಿತ್ತು ತೀರಿಕೊಂಡಿದ್ದಳು.

ಮಗ ದೊಡ್ಡವನಾದ ಸ್ನೇಹಿತರ ಜೊತೆ ಸೇರಿ ಏನೋ ಬಿಜಿನೆಸ್ ಮಾಡ್ತೀನಿ ಅಂತ ಮುಂಬೈ ಸೇರಿದ. ತಾನೊಬ್ಬಂಟಿ ಅನ್ನಿಸ್ತು. 'ಮುಂದಿನ ಜೀವನ ಏನು? ಇನ್ನೊಂದು ವರ್ಷಕ್ಕೆ ಐವತ್ತೈದಾಗುತ್ತೆ. ವಯಸ್ಸಾಗ್ತಾ

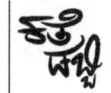

ಇದ್ದಂಗೆ ಯಾರು ನನ್ನ ನೋಡ್ಕೋತಾರೆ? ಆರೋಗ್ಯ ಕೆಟ್ರೆ ಏನ್ ಗತಿ ಅನ್ನೋ ಯೋಚ್ನೆಗಳು ತುಂಬಿಕೊಂಡವು. ಕೈಲಿ ದುಡ್ಡಿದ್ರೆ ಸಹಾಯಕ್ಕೆ ಜನ ಸಿಕ್ತಾರೆ, ಕೈಲಾದಷ್ಟು ದುಡಿದಿಟ್ಟುಕೊಳ್ಬೇಕು' ಅಂದುಕೊಂಡು ಹಾಸಿಗೆ ಬಿಟ್ಟು ಎದ್ದ.

ಸ್ನಾನ ಮಾಡಿ ರೆಡಿಯಾಗಿ, ಖಾಕಿ ಡ್ರೈವರ್ ಯೂನಿಫಾರ್ಮ್‌ನ ತೊಟ್ಟು ಮೈಸೂರು ಚಾಮುಂಡಿಯ ಪಟಕ್ಕೆ ಕೈಮುಗಿದು, ಮನೆಯ ಬಾಗಿಲಿಗೆ ಬೀಗ ಹಾಕಲು ಬಂದಾಗ ಮಳೆ ಇನ್ನೂ ನಿಂತಿರಲಿಲ್ಲ. ಕಿಟಕಿಗೆ ಸಿಕ್ಕಿಸಿದ ಕವರ್‌ನ ತಲೆ ಮೇಲೆ ಹಾಕಿಕೊಂಡು, ಚಪ್ಪಲಿ ಮೆಟ್ಟಿ ಹತ್ತಿರದಲ್ಲೇ ನಿಲ್ಲಿಸಿದ್ದ ಹಳೇ ಟಾಟಾ ಇಂಡಿಗೋ ಕಾರ್ ಕಡೆಗೆ ಓಡಿದ. 'ನಾನ್ ಹೇಗ್ ನನ್ಯಾರೂ ನೋಡ್ಕೊಳ್ಳಲ್ಲ ಅಂದ್ಕೊಂಡೆ? ಈ ಕಾರ್ ತಾನೇ ನನ್ನ ನೋಡ್ಕೋತಿರೋದು'. ಹೈಕೋರ್ಟ್ ಜಡ್ಜ್‌ನ ಪರ್ಸನಲ್ ಡ್ರೈವರ್ ಆಗಿ, 12 ವರ್ಷ ಕೆಲ್ಸ ಮಾಡಿದ್ದಕ್ಕೆ ಸಿಕ್ಕ ಫಲ ಇದು. ರಿಟೈರ್ ಆದ್ಮೇಲೆ ಆ ಕಾರ್‌ನ ತಿಮ್ಮೇಶನಿಗೇ ಕೊಟ್ಟಿದ್ರು. 'ಹೈಕೋರ್ಟ್ ಜಡ್ಜ್ ಆದ್ರೇನು, ಕಾರ್ ಡ್ರೈವರ್ ಆದ್ರೇನು, ವಯಸ್ಸಾದ್ಮೇಲೆ ಎಲ್ಲರೂ ಬೇಡವಾದೋರೇ.. ಈ ಕಾರ್‌ಗೂ ನನ್ ತರಾನೇ ಇಳೀ ವಯಸ್ಸಾಗ್ತಾ ಬಂತು' ಅಂತ ತನ್ನಷ್ಟಕ್ಕೆ ನಕ್ಕ.

ಡ್ರೈವರ್ ಸೀಟ್ ಮುಂದೆ ಸಿಕ್ಕಿಸಿದ್ದ ಕಂಪನಿಯ ಮೊಬೈಲ್ ಆಪ್‌ನಲ್ಲಿ ಲಾಗ್ ಇನ್ ಆಗಿ ಕಾಯುತ್ತಾ ಕೂತ. 'ಮಿಸ್ಟರ್ ತಿಮ್ಮೇಶ್ ಯುವರ್ ರೈಡ್ ಇಸ್ ಬುಕ್ಡ್' ಎರಡೇ ನಿಮಿಷದಲ್ಲಿ ನೋಟಿಫಿಕೇಶನ್ ಬಂದಿತ್ತು. ಮಂತ್ರಿ ಮಾಲ್ ಹತ್ರ ಪಿಕಪ್ ಲೊಕೇಶನ್ ತೋರಿಸ್ತಿತ್ತು, ಏರ್‌ಪೋರ್ಟ್ ಡ್ರಾಪ್ ಲೊಕೇಶನ್. ಕಣ್ಣು ಸಣ್ಣ ಮಾಡಿ ಓದಿಕೊಂಡು, 'ದಾರೀಲಿ ಡೀಸಲ್ ಹಾಕಿಸಬೇಕು' ಅಂದುಕೊಂಡ. ಕಾರ್ ಚಲಿಸುತ್ತಿದ್ದಂತೆ ಮಳೆ ಕಮ್ಮಿಯಾಯಿತು.

'ಹಲೋ ಲೊಕೇಶನ್ ಹತ್ರ ಬಂದಿದ್ದೀನಿ.. ಎಲ್ಲಿದಿರಾ ಮೇಡಂ' ಹಲೋ ಎಂದ ಹೆಣ್ಣು ಧ್ವನಿಗೆ ಪ್ರತಿಕ್ರಿಯಿಸಿದ್ದ. 'ಅಲ್ಲಿಂದ ಲೆಫ್ಟ್ ತೊಗೊಂಡ್ ಬನ್ನಿ, ಹತ್ರದಲ್ಲೇ ಅಪಾರ್ಟ್ಮೆಂಟ್ ಇರೋದು ಮನೆ ಮುಂದೆ ನಿಂತಿದ್ದೀನಿ'.

ಸರಿಯಾದ್ ಲೊಕೇಶನ್ ಹಾಕೋಕಾಗಲ್ವ, ಇನ್ನು ಎಷ್ಟ್ ತಿರುಗ್ಬೇಕೋ ಅಂದುಕೊಂಡು ಕಾರ್ ತಿರುಗಿಸಿದ. ಒಳರಸ್ತೆಯಲ್ಲಿ ಹೋಗ್ತಿರುವಾಗ ಮತ್ತೆ ಕಾಲ್ ಬಂತು. 'ಮುಂದೆ ಹೋಗ್ಬಿಟ್ರಿ ನಾನ್ ಇಲ್ಲೇ ಇದ್ದೀನಿ ರಿವರ್ಸ್ ತಗೊಳ್ಳಿ'. ರೇರ್‌ವ್ಯೂ ಮಿರರ್ ನೋಡಿ ರಿವರ್ಸ್ ಗೇರ್ ಹಾಕಿದ. ಎರಡು ದೊಡ್ಡ ಸೂಟ್‌ಕೇಸ್, ಒಂದು ಕ್ಯಾಬಿನ್ ಬ್ಯಾಗೇಜ್ ಜೊತೆ ಒಂದು ಹ್ಯಾಂಡ್ ಬ್ಯಾಗ್ ಅನ್ನು ಹಿಡಿದುಕೊಂಡು ನಿಂತಿದ್ದನ್ನು ನೋಡಿ ಲಗೇಜ್ ಡಿಕ್ಕಿಗೆ ಇಡಲು ತಿಮ್ಮೇಶ್ ಕಾರ್‌ನಿಂದ ಇಳಿದು, ಅವಳ ಸಹಾಯಕ್ಕೆ ಮುಂದಾದ. ಹುಡುಗಿ ಕಾರ್ ಹತ್ತಿ ಓಟಿಪಿ ಹೇಳಿದಳು. ಯುವರ್ ರೈಡ್ ಹ್ಯಾಸ್ ಸ್ಟಾರ್ಟೆಡ್. ಟ್ರಾವಲ್ ಟೈಮ್ ಒಂದು ಗಂಟೆ ಹತ್ತು ನಿಮಿಷ ತೋರಿಸಿತು.

'ಓ ಇವತ್ ನಿಮ್ ಬರ್ತ್‌ಡೇನಾ..? ಹ್ಯಾಪಿ ಬರ್ತಡೇ' ತಿಮ್ಮೇಶ್‌ಗೆ ಈ ಮಾತು ಕೇಳಿಸಿ ಫೋನ್‌ನಲ್ಲಿ ಮಾತಾಡ್ತಿರ್ಬೋದಾ ಅಂತ ಮಿರರ್‌ನಲ್ಲಿ ನೋಡಿದಾಗ ಆ ಹುಡುಗಿ ಅವನನ್ನೇ ನೋಡ್ತಾ ಇದ್ಲು. ಮುಖದಲ್ಲಿ ನಗು ಇತ್ತು, ವಯಸ್ಸು 24–25 ಇರಬಹುದು, ಬಣ್ಣ ಕಮ್ಮಿ ಇದ್ರೂ ಲಕ್ಷಣವಾಗಿದ್ದಳು. ಇವತ್ತಿನ ಹೆಣ್ಣು ಮಕ್ಕಳ ಹಾಗೆ ಜೀನ್ಸ್ ಪ್ಯಾಂಟ್ ಮೇಲೆ ಶರ್ಟ್ ತರ ಏನೋ ಹಾಕೊಂಡು ಅದರ ಮೇಲೊಂದು ಕರೀ ಜ್ಯಾಕೆಟ್ ಹಾಕಿದ್ಲು. ತಿಮ್ಮೇಶ್ ದಿನಾಂಕವನ್ನು ನೆನಪು ಮಾಡಿಕೊಂಡ. 'ಹೇಗ್ ಗೊತ್ತಾಯ್ತು ಮೇಡಂ' ಒಂದು ಸಣ್ಣ ಮಟ್ಟದ ಉತ್ಸಾಹದಲ್ಲಿ ಕೇಳಿದ. 'ಇಲ್ಲೇ ಇದ್ಯಲ್ಲ ಸೀಟ್ ಹಿಂದುಗಡೆ ಡ್ರೈವರ್ ಡೀಟೈಲ್ಸ್, ಮ್ಯಾಟ್ರಿಮೋನಿಗೆ ಹಾಕ್ಬೋದಾದ್ ಫಿಫ್ಟಿ ಪರ್ಸೆಂಟ್ ವಿಷಯ, ಇದ್ರಲ್ಲೇ ಇದೆ' ಅವಳು ನಗ್ತಾ ಹೇಳಿದ್ದನ್ನು ಕೇಳಿ ಅಪಹಾಸ್ಯ ಮಾಡ್ತಿದ್ದಾಳ ಅಂತ ಒಂದು ಕ್ಷಣ ನೋಡಿದ. ಅವಳ ಮುಖದಲ್ಲಿ ಅಂಥಾ ಭಾವನೆಯೇನೂ ಕಾಣಿಸಲಿಲ್ಲ. ನಿಜವಾಗಿಯೂ ವಿಶ್ ಮಾಡಿದ್ಲು. 'ಥ್ಯಾಂಕ್ಯೂ ಮೇಡಮ್'. 'ಇವತ್ ಇಷ್ಟ್ ಬೆಳಗ್ಗೆನೇ ಡ್ಯೂಟಿ ಮಾಡ್ತಿದ್ದೀರಾ.. ಏನೂ ಸೆಲೆಬ್ರೇಶನ್ ಇಲ್ವಾ?'. 'ಹಾ.. ಆ ತರ ಏನಿಲ್ಲ ಮೇಡಮ್'. ಒಬ್ಬನೇ ಇದ್ದು ಹೊಸಬರ ಜೊತೆ ಮಾತು ಅದರಲ್ಲೂ ಹುಡುಗಿಯ ಜೊತೆ ಮಾತು ಕಷ್ಟ ಅನ್ನಿಸ್ತು. ಎಫ್ ಎಂ ಹಾಕಿದ.

ಆಕೆ ಬ್ಯಾಗನ್ನ ಹುಡುಕಿ 'ತೊಗೊಳ್ಳಿ' ಅಂತ ಡೈರಿ ಮಿಲ್ಕ್ ಚಾಕಲೇಟ್‌ನ ಹಿಂದಿನ ಸೀಟ್‌ನಿಂದ ಕೊಟ್ಟಾಗ ಅದನ್ನ ತಗೊಳ್ಳೋಕೆ ತಿಮ್ಮೇಶ್ ಮುಜುಗರಪಟ್ಟ. 'ತೊಗೊಳ್ಳಿ ಸರ್ ನಿಮ್ ಹುಟ್ಟಿದ ಹಬ್ಬ, ಬಾಯಿ ಸಿಹಿ ಮಾಡ್ಕೊಳ್ಳಿ' ಎರಡನೇ ಸಲ ಹೇಳಿದಾಗ ಅದನ್ನ ತಗೊಂಡು ಪಕ್ಕದ ಸೀಟ್ ಮೇಲಿಟ್ಟ. ಅಷ್ಟರಲ್ಲಿ ಆಕೆಗೆ ಫೋನ್ ಬಂತು. ಯಾರ ಜೊತೆಗೋ ಜಗಳ ಮಾಡ್ತಿದ್ದಾಳೆ ಅನ್ನಿಸ್ತು. ಎಫ್ ಎಂ ಸೌಂಡ್‌ನ ಕಮ್ಮಿ ಮಾಡಿ ಅವರ ಮಾತಿಗೆ ತೊಂದರೆಯಾಗದಂತೆ ಮಾಡ್ಬೇಕೋ ಅಥವಾ ಸೌಂಡ್ ಜಾಸ್ತಿ ಮಾಡಿ ಅವರ ಮಾತನ್ನ ತಾನು ಕೇಳಿಸಿಕೊಳ್ತಿಲ್ಲ ಅನ್ನೋದನ್ನ ಅವಳಿಗೆ ಖಚಿತಪಡಿಸಬೇಕೋ ತಿಳಿಯದೇ ಸುಮ್ಮನಾದ. ಮಳೆ ಹನಿ ಮತ್ತೆ ಶುರುವಾಗಿ ವೈಪರ್ ಆನ್ ಮಾಡಿದ.

'ಸರ್ ಒಂದ್ ಹತ್ ನಿಮಿಷ ಕಾಯ್ತೋದಾ? ನನ್ ಫ್ರೆಂಡ್ ಬರ್ತಾರೆ' ಅಸಮಾಧಾನದಲ್ಲಿ ಹೇಳಿದಳು. 'ವೇಟಿಂಗ್ ಚಾರ್ಜಸ್ ಆಗುತ್ತೆ. ಅವ್ರೂ ಏರ್ಪೋರ್ಟ್‌ಗೆ ಬರ್ತಾರಾ?', 'ಇಲ್ಲ ಮೀಟ್ ಆಗಿ ಹೋಗ್ತಾರೆ. ನಾನು ಬೇರೆ ದೇಶಕ್ ಹೋಗ್ತಿದ್ದೀನಲ್ಲ'. ತಿಮ್ಮೇಶ್ ತಲೆಯಾಡಿಸಿ ಮುಂದೆ ರಸ್ತೆ ಬದಿಯಲ್ಲಿ ಕಾರ್ ನಿಲ್ಲಿಸಿದ. ಆಕೆ ಯಾರಿಗೋ ಫೋನ್ ಮಾಡಿ, 'ಎಲ್ಲಿದ್ದೀಯಾ, ಎಷ್ಟೊತ್ತಾಗುತ್ತೆ?' ಅಂತ ವಿಚಾರಿಸುತ್ತಿದ್ಲು. ತಿಮ್ಮೇಶ್ ಕಾರ್‌ನಿಂದ ಇಳಿದು ಕಾಯುತ್ತಾ ನಿಂತ. ಕೆಲ ಸಮಯದ ನಂತರ ಮಳೆ ಜೋರಾದ್ದರಿಂದ ಓಡಿ ಬಂದು ಕಾರ್ ಒಳಗೆ ಕೂತ. ಸಮಯ ನೋಡಿ 'ಮೇಡಮ್ ಅರ್ಧ ಗಂಟೆಯಾಯ್ತು?' ಆ ಹುಡುಗಿ ಇನ್ನೂ ಫೋನ್‌ಗೆ ಪ್ರಯತ್ನ ಮಾಡ್ತಿದ್ಲು, ಈ ಸಲ ಆ ಕಡೆಯಿಂದ ಕರೆ ಸ್ವೀಕರಿಸ್ತಿಲ್ಲ ಅಂತ ಗೊತ್ತಾಗುತ್ತಿತ್ತು.

'ಮೇಡಮ್ ಲೇಟ್ ಆಯ್ತು' ಹುಡುಗಿ ಅದರ ಬಗ್ಗೆ ಗಮನ ಕೊಡದೇ ಅಳೋಕೆ ಶುರು ಮಾಡಿದ್ಲು. ಅವಳು ಬಿಕ್ಕಳಿಸುತ್ತಿರಲಿಲ್ಲ. ಆದ್ರೆ ಕಣ್ಣಿಂದ ನೀರು ಪ್ರಯತ್ನವಿಲ್ದೇ ಹರೀತಿತ್ತು. ಡ್ರೈವರ್ ನೋಡ್ತಿದ್ದಾರೆ ಅನ್ನೋದು ಅರಿವಿಗೆ ಬಂದಾಗ ಕಣ್ಣು ಒರೆಸಿ ಮುಖವನ್ನ ಕಿಟಕಿಯ ಕಡೆ ಮಾಡಿ. 'ಸಾರಿ ಸರ್, ಹೊರಡಿ'. ತಿಮ್ಮೇಶನಿಗೆ, 'ಅವಳಿಗೆ ಏನು ಕಷ್ಟವೋ ಏನೋ, ಪಾಪ ಅಳ್ತಿದ್ದಾಳೆ' ಅನ್ನಿಸ್ತು. ಗೇರ್ ಮೇಲಿದ್ದ ಕೈ ತೆಗೆದು

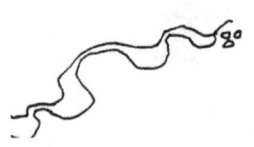

‘ಬೇಕಿದ್ರೇ.. ಇನ್ನೊಂದ್ ಸ್ವಲ್ಪ ಹೊತ್ತು ಕಾಯ್ಬೋದು ಮೇಡಮ್’. ‘ಇಲ್ಲ ಬಿಡಿ ಸರ್, ಪ್ರಯೋಜನ ಇಲ್ಲ ಹೊರಡಿ’. ನಿಟ್ಟುಸಿರು ಬಿಟ್ಟಳು.

ತಿಮ್ಮೇಶ್ ಅವಳನ್ನ ಆಗಾಗ ಗಮನಿಸುತ್ತಾ ಕಾರ್ ಚಲಾಯಿಸಿದ. ಇನ್ನೂ ಅಳ್ತಿದ್ದಾಳೆ, ಆಗಾಗ ಕಣ್ಣೀರು ಒರೆಸಿಕೊಳ್ತಿದ್ದಾಳೆ. ಸ್ವಲ್ಪ ಹೊತ್ತಿನ ಮುಂಚೆ ನಗುನಗುತ್ತಾ ನನ್ನ ಹುಟ್ಟುಹಬ್ಬಕ್ಕೆ ಶುಭಾಶಯ ಹೇಳಿ, ಚಾಕಲೇಟ್ ಕೊಟ್ಟ ಹುಡುಗಿಯನ್ನ ಹೀಗೆ ಅಳೋ ಹಾಗೆ ಮಾಡಿದವರ ಬಗ್ಗೆ ಕೋಪ ಬಂತು. ತನ್ನರಿವಿಗೇ ಬಾರದೆ ಅವಳ ಬಗ್ಗೆ ಹುಟ್ಟಿದ ಕಾಳಜಿಯ ಬಗ್ಗೆ ಆಶ್ಚರ್ಯವೂ ಆಯಿತು.

ಸಮಯ 8:30 ದಾಟಿತ್ತು. ಜೊತೆಗೆ ಮಳೆ ಜೋರಾದ ಕಾರಣ ಮೇಖ್ರಿ ಸರ್ಕಲ್‌ನಿಂದ ಏರ್ಪೋರ್ಟ್ ರೋಡ್ ಪೂರ್ತಿಯಾಗಿ ಜ್ಯಾಮ್ ಆಗಿದೆ ಅನ್ನೋದನ್ನ ಗೂಗಲ್ ಮ್ಯಾಪಲ್ಲಿ ಕೆಂಪಾದ ರಸ್ತೆಗಳು ಹೇಳ್ತಿತ್ತು. ‘ಅಯ್ಯೋ ಇನ್ನೂ ಐವತ್ತೇಳು ನಿಮಿಷ ತೋರಿಸ್ತಿದೆಯಲ್ಲ’. ಗಾಬರಿಯಲ್ಲಿ ಕೇಳಿದಳು. ಈಗ ಕಣ್ಣೀರು ಹಾಕುತ್ತಿಲ್ಲವಾದರೂ ಮೊದಲು ಅವಳು ಅತ್ತಿದ್ದನ್ನ ಅವಳ ಕಣ್ಣುಗಳು ಸಾರುತ್ತಿದ್ದವು. ‘ಪೀಕ್ ಅವರ್ ಅಲ್ವ ಮೇಡಮ್, ಮಳೆ ಬೇರೆ. ಟೋಲ್ ಹತ್ರ ಕ್ಯೂ ಜಾಸ್ತಿ ಇದ್ರೆ ಇನ್ನೂ ಲೇಟ್ ಆಗ್ಬೋದು’. ಆಕೆ ಇನ್ನಷ್ಟು ಗಾಬರಿಯಾದಳು.

‘ಅಯ್ಯೋ ನನ್ ಫ್ಲೈಟ್ ಇರೋದು ಹನ್ನೊಂದು ಗಂಟೆಗೆ. ಇಂಟರ್ನ್ಯಾಷನಲ್ ಫ್ಲೈಟ್ ಎರಡ್ ಗಂಟೆ ಮೊದ್ಲು ಅಲ್ಲಿರ್ಬೇಕು, ಇಲ್ಲಾಂದ್ರೆ ಚೆಕಿನ್ ಕ್ಲೋಸ್ ಮಾಡ್ತಾರೆ. ಬೇಗ ಹೋಗಿ ಒಂಬತ್ತುವರೆಗಾದ್ರೂ ಅಲ್ಲಿರ್ಬೇಕು’. ‘ಟ್ರೈ ಮಾಡ್ತೀನಿ ಮೇಡಮ್. ಕಷ್ಟ’.

ಆತ ಹೇಳಿದಂತೆ ಟ್ರಾಫಿಕ್‌ನಲ್ಲಿ ಕಾರು ಹೆಜ್ಜೆ ನಮಸ್ಕಾರ ಮಾಡಿಕೊಂಡು ಹೋಗ್ತಿತ್ತು. 'ಅಯ್ಯೋ ಬೇಗ ಹೋಗಿ, ಸರ್. ನೀವ್ ಇಷ್ಟ್ ಸ್ಲೋ ಹೋದ್ರೆ ಆಗಲ್ಲ. ಇದು ನನ್ ಫ್ಯೂಚರ್ ಪ್ರಶ್ನೆ. ನಾನ್ ಎಂ.ಎಸ್. ಮಾಡೋಕೆ ಅಂತ ನ್ಯೂಜರ್ಸಿಗೆ ಹೋಗ್ತಿದ್ದೀನಿ. ಐ ಕಾಂಟ್ ಮಿಸ್ ದಿಸ್'. 'ನಿಮ್ಮಿಂದಲೇ ತಡ ಆಗಿದ್ದಲ್ವಾ, ಯಾಕೆ ನನ್ ಮೇಲೆ ಪ್ರೆಶರ್ ಹಾಕ್ತಿದ್ದೀರಾ' ಅಂತ ಹೇಳಬೇಕೆನಿಸಿತು. ವಾದ ಮಾಡಿ ಪ್ರಯೋಜನ ಇಲ್ಲ ಅಂದುಕೊಂಡು ಸುಮ್ಮನಾದ. ಅವಳು ಗೊಣಗೋದನ್ನ ನಿಲ್ಲಿಸಲಿಲ್ಲ.

ಯಲಹಂಕ ಹತ್ರ ಬರೋಷ್ಟ್ರಲ್ಲಾಗಲೇ ಗಂಟೆ 9:30 ತೋರಿಸುತಿತ್ತು. ತಲುಪೋಕೆ ಇನ್ನೂ ಮೂವತ್ತೈದು ನಿಮಿಷ ಅಂತ ಜಿಪಿಎಸ್ ಅಲ್ಲಿ ನೋಡಿ ತನ್ನ ಕನಸು ನುಚ್ಚುನೂರಾಯಿತು ಅಂದುಕೊಂಡ್ಳು. ತಿಮ್ಮೇಶ್ ಬೀಪ್ ಆಗ್ತಿದ್ದ ಫ್ಯುಯಲ್ ಇಂಡಿಕೇಟರ್‌ನ ನೋಡಿದ. 'ಮೇಡಮ್ ಒಂದೇ ನಿಮಿಷ, ಡೀಸಲ್ ಫಿಲ್ ಮಾಡಿಬಿಡ್ತೀನಿ' ಅವಳೇನಾದರೂ ರೇಗುತ್ತಾಳಾ ಅನ್ನೋ ಭಯದಲ್ಲಿ ನೋಡ್ತಾ ಕಾರ್ ಸ್ಲೋ ಮಾಡಿದ. ಆಕೆ ಏನೂ ಹೇಳಲಿಲ್ಲ.

ಸಾವಿರ ರುಪಾಯಿಗೆ ಡೀಸಲ್ ಹಾಕಿಸಿ ಕಾರ್ ಏರ್ಪೋರ್ಟ್ ಕಡೆ ಚಲಿಸಿತು. 'ನನ್ ಡೆಸ್ಟಿನೇಶನ್ ಬದ್ಲಾಯ್ಸಿದ್ರೆ ನೀವೇ ಬರ್ತೋದಾ ಅಥವಾ ಬೇರೆ ಕ್ಯಾಬ್ ಬುಕ್ ಮಾಡ್ಬೇಕಾ?' 'ಯಾಕೆ ಮೇಡಮ್ ಏರ್ಪೋರ್ಟ್ಗೆ ಹೋಗಲ್ವಾ', 'ಇಲ್ಲ ಟೈಮ್ ಆಯ್ತು', 'ಅಲ್ಲಿ ಹೋಗಿ ಪ್ರಯತ್ನ ಮಾಡ್ಬೋದಲ್ವಾ, ಇನ್ನು 10 ನಿಮಿಷದಲ್ಲಿ ತಲುಪಿಸ್ತೀನಿ'. 'ಪರ್ವಾಗಿಲ್ಲ ನಾನ್ ಅಲ್ಲಿಗೆ ಹೋಗೋದು ತುಂಬಾ ಜನಕ್ ಇಷ್ಟ ಇರ್ಲಿಲ್ಲ, ಅದಿಕ್ಕೆ ಹೀಗೆಲ್ಲಾ ಆಯ್ತು ಅನ್ಸತ್ತೆ'. ತಿಮ್ಮೇಶ್ ಮರು ಮಾತನಾಡದೆ ಕಾರ್ ತಿರುಗಿಸಿದ. ಹೋಗುವಾಗ ಇದ್ದ ಧಾವಂತ ಈಗಿರ್ಲಿಲ್ಲ.

'ಇವತ್ತು ನನ್ ಹುಟ್ಟುಹಬ್ಬ ಅಂತ ನನಗೇ ಗೊತ್ತಿರ್ಲಿಲ್ಲ ಮೇಡಮ್. ನಿಜ ಹೇಳ್ಬೇಕು ಅಂದ್ರೆ ನೀವ್ ನಂಗೆ ವಿಶ್ ಮಾಡಿರ್ಲಿಲ್ಲ ಅಂದ್ರೆ

ನಂಗ್ ಗೊತ್ತಿಲ್ದೇ ಈ ದಿನ ಕಳೆದುಹೋಗ್ತಿತ್ತು. ಹಾಗಂತ ಇದೇನ್ ನಂಗೆ ಹೊಸದಲ್ಲ, ನನ್ ಜೀವನ್ದಲ್ಲಿ ನಂಗೆ ನೆನಪಿಲ್ದೇ ಕಳೆದುಹೋದ ಹುಟ್ಟುಹಬ್ಬಗಳೇ ಜಾಸ್ತಿ'. ಸೀಟ್‌ಗೆ ಒರಗಿಕೊಂಡು ಕಣ್ಣು ಮುಚ್ಚಿ ಯೋಚ್ನೆ ಮಾಡ್ತಿದ್ದವಳು, ತಿಮ್ಮೇಶನ ಮಾತಿಂದ ವಿಚಲಿತಳಾಗಿ ಪ್ರಶ್ನಾರ್ಥಕವಾಗಿ ಅವನನ್ನೇ ನೋಡಿದಳು.

'ನನ್ನೋರು ಅಂತ ಹತ್ರದಲ್ಲಿ ಯಾರು ಇಲ್ಲ ಮೇಡಮ್, ತುಂಬಾ ವರ್ಷ ಈ ವಿಷ್ಯ ಇಟ್ಕೊಂಡು ಕೊರಗ್ತಿದ್ದೆ. ಈಗಿಲ್ಲ. ಒಂದ್ ಒಂದ್ ಸಲ ಒಂಟಿ ಅನ್ಸುತ್ತೆ ಆದ್ರೆ ಯಾರಿಲ್ದೇ ಇದ್ರೂ ನಮ್ ಜೀವ್ನ ನಡಿಯುತ್ತೆ ಅಂತ ಅರ್ಥ ಆಗೋಗಿದೆ'. 'ಎಷ್ಟ್ ವರ್ಷದಿಂದ ಒಬ್ರೇ ಇದ್ದೀರಿ? ಮದ್ವೆ ಆಗಿಲ್ವಾ?' ಆಸಕ್ತಿಯಿಂದ ಕೇಳಿದಳು. 'ಆಗಿತ್ತು, ಹೆಂಡತಿ ತೀರ್ಕೊಂಡ್ ಸುಮಾರ್ ವರ್ಷ ಆಯ್ತು, ಮಗ ಕೆಲ್ಸ ಅಂತ ದೂರ ಇದ್ದಾನೆ, ಮೇಡಮ್ ನೀವು ಬೇರೆಯವ್ರಿಗೋಸ್ಕರ ನಿಮ್ ನಿರ್ಧಾರನ ಬದ್ಲಾಯ್ಸಿದ್ರೆ, ಅದ್ರಿಂದ ಮುಂದೆ ನಿಮ್ಗೇ ಬೇಜಾರಾಗುತ್ತೆ ನೋಡಿ. ಆಗ್ಲೆ ಹೋಗುವಾಗ ನಿಮ್ ಭವಿಷ್ಯ ಆ ದೇಶದಲ್ಲಿತ್ತು ಅಂದ್ರಿ. ಈಗ ಅದನ್ನೆಲ್ಲಾ ಮರ್ತು ವಾಪಸ್ ಹೋಗ್ತಿದ್ದೀರ' ಕಾಳಜಿಯಿಂದ ಹೇಳಿದ. ಅವಳು ಉತ್ತರಿಸಲಿಲ್ಲ. 'ತಿಮ್ಮೇಶ್ ಸರ್, ಒಂದ್ ಎರಡ್ ನಿಮಿಷ ನಿಲ್ಲಿಸ್ತೀರಾ? ತಲೆ ನೋವ್ತಿದೆ ಕಾಫಿ ಕುಡೀಬೇಕು' ಸರಿ ಎಂದು ರಸ್ತೆ ಬದಿಯಲ್ಲಿದ್ದ ಸಾಗರ್ ಸಾಮ್ರಾಟ್ ಹೋಟೆಲ್ ಮುಂದೆ ಕಾರ್ ನಿಲ್ಲಿಸಿದ. ತಿಮ್ಮೇಶ ಇನ್ನೂ ತಿಂಡಿ ತಿಂದಿಲ್ಲವೆಂದು ತಿಳಿದುಕೊಂಡು ಅವನನ್ನೂ ಹೋಟೆಲ್‌ಗೆ ಕರೆದುಕೊಂಡು ಹೋದಳು.

'ಒಂದು ಕಾಫಿ, ನಿಮ್ಗೆ? 'ಮಸಾಲೆ ದೋಸೆ, ಕಾಫಿ' ಅವಳು ಹಣವನ್ನು ಪಾವತಿಸಿದಳು. ತಿಮ್ಮೇಶ ಚೀಟಿ ತೆಗೆದುಕೊಂಡು ಹೋಗಿ ಅವಳಿಗೆ ಕಾಫಿ ತಂದು ಕೊಟ್ಟು, ದೋಸೆ ಪ್ಲೇಟ್ ಹಿಡಿದುಕೊಂಡು ಸುತ್ತ ಮುತ್ತ ನೋಡಿದ. ಬೇರೆ ಟೇಬಲ್‌ಗಳು ಖಾಲಿ ಇರಲಿಲ್ಲ. 'ಇಲ್ಲೇ ಬನ್ನಿ' ಎಂದು ಸ್ಪಂದನ ಕರೆದಳು. ತಿಮ್ಮೇಶ ಎದುರು ಕುಳಿತುಕೊಂಡ. 'ನಾನಿವತ್ತು ಹೊರಟಿದ್ರೆ ಮತ್ತೆ ಯಾವಾಗ್ ಇಂಡಿಯಾಗೆ ಬರ್ತಿದ್ನೋ

ಗೊತ್ತಿಲ್ಲ. ನಿಮ್ಗೆ ವಿಶ್ ಮಾಡೋರ್ ಯಾರೂ ಇಲ್ಲ. ನಂಗೆ ವಿಶ್ ಮಾಡೋರಿದ್ದಾರೆ, ಆದ್ರೆ ಬರ್ಲಿಲ್ಲ'. 'ನಿಮ್ ಪರ್ಸನಲ್ ವಿಷ್ಯದ್ ಬಗ್ಗೆ ಹೆಚ್ ಕೇಳ್ಬಾರ್ದು ಅನ್ಸತ್ತೆ, ನಂಗೆ ಮಗಳಿದ್ದಿದ್ರೆ ನಿಮ್ ವಯಸ್ಸೇ ಆಗಿರ್ತಿತ್ತು ಮೇಡಮ್. ಅವಳು ನಿಮ್ ಪರಿಸ್ಥಿತಿಯಲ್ಲಿದ್ದಿದ್ರೆ ನಾನು ಅವಳ ಕನ್ಸನ್ನ ಅರ್ಧ ಆಗೋಕೆ ಬಿಡ್ತಿರ್ಲಿಲ್ಲ' ಅವಳು ಕಣ್ತುಂಬಿಕೊಂಡಳು. 'ನಮ್ಮಪ್ಪ ಇದ್ದಿದ್ರೆ ಹೀಗೇ ಹೇಳ್ತಿದ್ರೇನೋ. ನಾನ್ ಎಂ.ಎಸ್. ಮಾಡ್ಬೇಕು ಅಂತ ಹೇಳಿದಾಗ ಅಮ್ಮನೇ ತುಂಬಾ ಸಪೋರ್ಟ್ ಮಾಡಿದ್ದು. ಅವ್ಳೂ ತೀರಿಕೊಂಡು ಇವತ್ತಿಗೆ 25 ದಿನ ಆಯ್ತು. ನನ್ ಅಣ್ಣ ಕೂಡ ಸಪೋರ್ಟ್ ಮಾಡ್ತಿದ್ದ ಆದ್ರೆ ಅದು ಬರೀ ಬಾಯಿಮಾತ್ನಲ್ಲಿ ಅಂತ ಇತ್ತೀಚೆಗಷ್ಟೇ ಗೊತ್ತಾಗಿದ್ದು'. 'ನಾನು ಸ್ಪಂದನಾ ಅಂತ..' ಮೂರು ಗಂಟೆಗಳ ಹಿಂದೆಯಷ್ಟೇ ಭೇಟಿಯಾದ ತಿಮ್ಮೇಶನ ಹತ್ರ, ಸ್ಪಂದನಾಗೆ ಯಾಕೋ ತನ್ನ ಬಗ್ಗೆ ಹೇಳಿಕೊಳ್ಬೇಕು ಅನ್ನಿಸ್ತು.

ಸ್ಪಂದನಾ ಎಲೆಕ್ಟ್ರಾನಿಕ್ಸ್ ಮತ್ತು ಕಮ್ಯುನಿಕೇಶನ್ ವಿಭಾಗದಲ್ಲಿ ಇಂಜಿನಿಯರಿಂಗ್ ಮಾಡಿರೋ ಹುಡುಗಿ. ಮನೆಯಲ್ಲಿ ಹಣದ ಸಮಸ್ಯೆ ಏನಿರಲಿಲ್ಲ. ಆದ್ರೆ ವಿದೇಶದಲ್ಲಿ ಎಂ.ಎಸ್. ಮಾಡ್ಬೇಕು ಅಂದ್ರೆ, 40–50 ಲಕ್ಷ ಬೇಕಾಗಿದ್ದರಿಂದ ಆ ಹಣ ಅವರಿಗೆ ದೊಡ್ಡದ್ದೇ ಆಗಿತ್ತು. ಗೋಲ್ಡ್

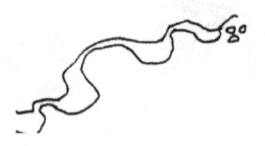

ಮೆಡಲಿಸ್ಟ್ ಆಗಿರೋಳ ಕನಸನ್ನ ಪ್ರೋತ್ಸಾಹಿಸೋಕೆ ಅವಳ ತಾಯಿ ಮಲ್ಲೇಶ್ವರಮ್‌ನಲ್ಲಿದ್ದ ಅವರ ಫ್ಲಾಟ್ ಅನ್ನ ಸ್ಪಂದನಾಳ ಹೆಸರಿಗೆ ಮಾಡಿದ್ದರು. ಅಲ್ಲಿಂದ ಅವಳ ಅಣ್ಣನ ನಡವಳಿಕೆಯಲ್ಲಿ ಬದಲಾವಣೆ ಕಂಡಿತ್ತು. ತಂಗಿಯನ್ನ ಎಲ್ಲದಕ್ಕೂ ಪ್ರೋತ್ಸಾಹಿಸುತ್ತಿದ್ದನಾದರೂ, ಅವಳು ಈಗ ಮನೆ ಮೇಲೆ ಸಾಲ ತಗೊಂಡು ಬೇರೆ ದೇಶಕ್ಕೆ ಹೋಗೋದು ಇಷ್ಟವಿರಲಿಲ್ಲ. ಅಮ್ಮ ಇದ್ದಷ್ಟೂ ದಿನ ಸ್ಪಂದನಾ ಪರವಾಗಿ ಮಾತಾಡಿದ್ಲು, ಆಮೇಲೆ ಗಂಟಲಿಗೆ ಕ್ಯಾನ್ಸರ್ ಆಗಿ ಅವಳ ಮಾತೇ ನಿಂತುಹೋಯಿತು. ಸ್ಪಂದನಾ ತಾನು ಓದು ಮುಗಿಸಿ ಕೆಲಸ ಸಿಕ್ಕ ಮೇಲೆ ಮನೆಯ ಮೊತ್ತವನ್ನ ಅಣ್ಣನಿಗೆ ಕೊಡುವುದಾಗಿ ಹೇಳಿದರೂ ಅವನಿಗೆ ನಂಬಿಕೆ ಬರಲಿಲ್ಲ. ಅಂದುಕೊಂಡದ್ದನ್ನು ಮಾಡದೇ ಇದ್ದರೆ ಅಮ್ಮ ಇಟ್ಟ ನಂಬಿಕೆಗೆ ಬೆಲೆ ಇಲ್ಲದಂತಾಗುತ್ತೆ ಅನ್ನಿಸಿ ಯು.ಎಸ್.ಗೆ ಹೊರಡುವ ನಿರ್ಧಾರ ಮಾಡಿದ್ದಳು.

'ಅಣ್ಣ ಬರ್ಲಿ ಅಂತ ದಾರಿ ಮಧ್ಯ ಅಷ್ಟು ಹೊತ್ತು ಕಾದ್ರಾ?' 'ಇಲ್ಲಾ ಅವ್ರು ನನ್ ಫ್ರೆಂಡ್. ನನ್ನ ಬಿಡೋಕೆ ಏರ್ಪೋರ್ಟ್‌ಗೆ ಬರ್ತೀನಿ ಅಂದಿದ್ರು, ನೆನ್ನೆ ಅವ್ರ್ ಜೊತೇನೂ ಯುಎಸ್‌ಗೆ ಹೋಗೋದ್ರು ಬಗ್ಗೆ ವಾದ ಆಗಿತ್ತು'. ತಿಮ್ಮೇಶ್ ಮುಂದೆ ವಿಷಯವನ್ನ ಕೆದಕೋದು ಬೇಡ ಅಂತ ಸುಮ್ಮನಾದ. ಅವಳೇ ಮುಂದುವರೆಸಿದಳು.

'ಪ್ರಜ್ವಲ್ ಅಂತ ನನ್ ಕ್ಲಾಸ್‌ಮೇಟ್, ಆ್ಯಕ್ಚುಲಿ ನಮ್ಮಮ್ಮನ ಸ್ಟೂಡೆಂಟ್. ಸೆಕಂಡ್ ಪಿಯುಸಿ ಟ್ಯೂಶನ್‌ಗೆ ಅಂತ ನಮ್ಮನೇಗೆ ಬರ್ತಿದ್ದ. ಆಗ್ಲಿಂದ ಪರಿಚಯ. ಇಂಜಿನಿಯರಿಂಗ್ ಒಟ್ಟಿಗೆ ಓದಿದ್ವಿ, ಅಮ್ಮನಿಗೂ ಅವನ ಬಗ್ಗೆ ಗೊತ್ತಿತ್ತು, ಅಮ್ಮ ನನ್ ಬೆಸ್ಟ್ ಫ್ರೆಂಡ್ ತರ, ಅವಳ ಹತ್ರ ಎಲ್ಲಾ ಹೇಳಿಕೊಳ್ತೋದಿತ್ತು. ಸ್ಕೂಲಲ್ಲಿ ಟೀಚರ್ ಮೇಲೆ ಕ್ರಶ್ ಆಯ್ತು ಅಂತ ಕೂಡ ಹೇಳ್ಕೊಳ್ತಿದ್ದೆ'. ಮುಂದೆ ಮಾತನಾಡಲಾಗದಂತೆ ಗಂಟಲು ಹಿಡಿದುಕೊಂಡಿತು. ದುಃಖವನ್ನ ತಡೆಹಿಡಿಯಲು ತಣ್ಣಗಾಗಿರೋ ಕಾಫಿಯನ್ನೇ ಕುಡಿದಳು.

'ಮುಂದಿನ ಫ್ಲೈಟ್ ಬುಕ್ ಮಾಡ್ಬೋದಲ್ವಾ?'. 'ನನ್ ಅಣ್ಣಂಗೆ ಮಾತ್ರ ಅಲ್ಲ, ಪ್ರಜ್ವಲ್‌ಗೂ ನಾನು ಹೋಗೋದು ಇಷ್ಟ ಇಲ್ಲ. ಅಲ್ಲಿಗೆ ಹೋದ್ರೆ ನಾನು ಬದಲಾಗ್ತೀನಂತೆ, ಇಲ್ಲ ಆ ದೇಶವೇ ನನ್ನ ಬದಲಾಯಿಸುತ್ತಂತೆ. ನಾವು ಮದ್ವೆ ಆಗೋಕಾಗಲ್ಲ ಅನ್ನೋದನ್ನ ಇಲ್ಲೇ ಖಚಿತಪಡಿಸಿಕೊಂಡು ಹೋಗು ಅಂತಾನೆ, ಇಷ್ಟೆಲ್ಲಾ ಇದ್ಕೊಂಡು ನಾನು ಹೋಗೋಣ ಅಂತಾನೇ ಹೊರಟೆ. ಅಣ್ಣ ಅಂತು ಮುಖ ಕೊಟ್ಟು ಮಾತಾಡ್ಲಿಲ್ಲ, ದಾರಿ ಮಧ್ಯ ಪ್ರಜ್ವಲ್‌ನ ಕಂಡು ಹೋಗೋಣ ಅಂದ್ಕೊಂಡೆ, ಅವ್ನೂ ಬರ್ಲಿಲ್ಲ' ನಿರಾಸೆಯಿಂದ ಹೇಳಿದಳು. 'ನಿಮ್ ಕೆಲ್ಸಕ್ಕೆ ತೊಂದರೆ ಮಾಡಿದೆ. ಸಾರಿ. ಹೊರಡೋಣ' ಎಚ್ಚೆತ್ತುಕೊಂಡು ಹೇಳಿದ್ಲು.

ಕಾರಲ್ಲಿ ಕೂತಾಗ ಮಳೆ ನಿಂತಿತ್ತು. ಮೆಸೇಜ್ ಟೋನ್ ಕೇಳಿಸಿ ಸ್ಪಂದನಾ ಫೋನ್ ನೋಡಿದಳು. 'ಈಗ ವಾಪಸ್ ಅದೇ ಲೊಕೇಶನ್ನಾ ಮೇಡಮ್?' ಅವಳು ಆಶ್ಚರ್ಯದಿಂದ ಫೋನ್‌ನನ್ನೇ ನೋಡ್ತಿದ್ದಳು. 'ಮೇಡಮ್'? 'ಮಳೆಯಿಂದ ಫ್ಲೈಟ್ ಮೂರು ಗಂಟೆ ಡಿಲೇ ಆಗಿದೆ' ಗೊಂದಲದಲ್ಲಿ ಹೇಳಿದಳು. 'ನೋಡಿದ್ರಾ? ದೇವರೇ ನಿಮ್ಗೆ ಇನ್ನೊಂದ್ ಅವಕಾಶ ಕೊಟ್ಟಿದ್ದಾನೆ. ಕಳ್ಕೊಳ್ಬೇಡಿ. ನೀವು ಓದಿ ನಿಮ್ ಕಾಲ್ ಮೇಲೆ ನಿಂತ್ಕೊಂಡ್ರೆ ನಿಮ್ ಅಣ್ಣನ್ ದುಡ್ಡನ್ನೂ ವಾಪಸ್ ಕೊಡ್ಬೋದು, ಮತ್ತೆ ನಿಮ್ಗೆ ಸರಿಯಾದ ಸಂಗಾತಿ ಆಯ್ಕೆ ಮಾಡಿಕೊಳ್ಳೋಕೆ ಇನ್ನೂ ಸಮಯ ಇದೆ. ನಿಜವಾದ ಪ್ರೀತಿಗೆ ತಾಳ್ಮೆ ಇರುತ್ತೆ. ಇನ್ನೊಬ್ಬರಿಗೋಸ್ಕರ ನಿರ್ಧಾರಾನ ಬದಲಾಯ್ಸಬೇಡಿ'. ತಿಮ್ಮೇಶ ಅವಳನ್ನ ಓದೋಕೆ ಕಳಿಸೋದ್ರಲ್ಲೇ ತನ್ನ ಜೀವನದ ಸಾರ್ಥಕತೆ ಅಡಗಿದೆ ಅನ್ನೋ ರೀತಿಯಲ್ಲಿ ಹೇಳಿದ.

ಸ್ಪಂದನಾ ಇನ್ನೂ ಗೊಂದಲದಲ್ಲಿದ್ದಳು. 'ಬೇಡ ನಾನ್ ಮನೇಗ್ ಹೋಗ್ತೀನಿ'. 'ನನ್ ಅನುಭವದಲ್ಲಿ ಒಂದ್ ಮಾತ್ ಹೇಳ್ತೀನಿ ಮೇಡಮ್. ಈಗ ನೀವು ಯಾವ್ದೋ ಬೇಜಾರ್‌ನಲ್ಲಿ ವಾಪಸ್ ಹೋದ್ರೆ ಮನೇಗ್ ಹೋದ್ಮೇಲೆ ಹಾಗ್ ಮಾಡ್ಬಾರ್ದಿತ್ತು ಅಂತ ಖಂಡಿತ ಕೊರಗ್ತೀರ, ಮನ್ಸನ್ನ ಬದಲಾಯಿಸಿಕೊಳ್ಳೋಕೆ ಈಗ ಅವಕಾಶ ಇದೆ.

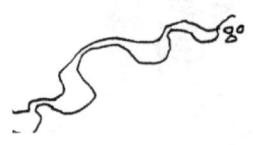

ಆಮೇಲ್ ಇರಲ್ಲ. ನಾವು ಏರ್ಪೋರ್ಟ್ ತಂಕ ಹೋಗೋಣ. ಅಲ್ಲಿಗೆ ಹೋದ್ಮೇಲೂ ನಿಮ್ಗೆ ವಾಪಸ್ ಹೋಗ್ಬೇಕು ಅನ್ನಿಸಿದ್ರೆ ಹೋಗಿ'. ಉತ್ತರಕ್ಕೆ ಕಾಯದೆ ತಿಮ್ಮೇಶ ಕಾರನ್ನ ಏರ್ಪೋರ್ಟಿನ ಕಡೆಗೆ ತಿರುಗಿಸಿದ.

ಮಳೆ ಕಮ್ಮಿಯಾಗುತ್ತಿದ್ದಂತೆ ಕಾರು ವೇಗ ಹೆಚ್ಚಿಸಿಕೊಳ್ತು. ಸ್ಪಂದನಾ ಮನಸ್ಸಿನಲ್ಲಿ ಕವಿದ ಮೋಡವೂ ಸರಿದಂತಿತ್ತು. ಹದಿನೈದು ನಿಮಿಷದಲ್ಲಿ ಏರ್ಪೋರ್ಟ್ ತಲುಪಿದರು. ಕಿಟಕಿಯಿಂದಾಚೆ ನೋಡುತ್ತಿದ್ದ ಸ್ಪಂದನಾಗೆ ಆಗಷ್ಟೇ ಟೇಕ್ ಆಫ್ ಆದ ವಿಮಾನ ಆಕಾಶದೆತ್ತರಕ್ಕೆ ಹಾರುತ್ತಾ, ನೀನೂ ನಿನ್ನ ಕನಸಿನ ಕುದುರೆಯನ್ನೇರಿ ಆಕಾಶಕ್ಕೆ ಹಾರು ಅಂತ ಹೇಳಿದಂತೆ ಭಾಸವಾಯಿತು. 'ಅಮ್ಮ, ನಾನು ಓದಿ ಕೆಲ್ಸಕ್ಕೆ ಸೇರಿದ ಮೇಲೆ ನಿನ್ನನ್ನ ನಯಾಗರಾ ಫಾಲ್ಸ್‌ಗೆ ಕರೆದುಕೊಂಡು ಹೋಗ್ತೀನಿ ನೋಡ್ತಿರು' ಅಂತ ಹೇಳಿದ್ದು ನೆನಪಾಗಿ ಪರ್ಸ್‌ನಲ್ಲಿದ್ದ ಅಮ್ಮನ ಫೋಟೋ ತೆಗೆದು ಭಾವುಕಳಾಗಿ ನೋಡಿದಳು. ಅವಳ ಮುಖದ ಭಾವವನ್ನು ಕನ್ನಡಿಯಲ್ಲಿ ನೋಡಿ ಕ್ಯಾಬ್‌ಗಳು ಹೋಗೋ ದಾರಿಯನ್ನ ಬಿಟ್ಟು ಪಾರ್ಕಿಂಗ್ ಕಡೆ ಕಾರನ್ನು ನಡೆಸಿದ ತಿಮ್ಮೇಶ.

‘ಪಾರ್ಕಿಂಗ್‌ನಲ್ಲಿ ಯಾಕೆ ನಿಲ್ಲಿಸ್ತಿದ್ದೀರಾ?’ ‘ಲಗೇಜ್ ತುಂಬಾ ಇದ್ಯಲ್ಲಾ, ಅಲ್ಲಿ ತನಕ ತಂದುಕೊಡ್ತೀನಿ ನಡೀರಿ. ನೀವು ಹೊರಡುತ್ತೀರಲ್ವಾ?’. ಸ್ಪಂದನಾ ಅರ್ಥಪೂರ್ಣವಾಗಿ ನಕ್ಕು ಹೌದು ಅಂತ ತಲೆಯಾಡಿಸಿದಳು. ಡಿಕ್ಕಿ ತೆಗೆದು ಲಗೇಜ್ ಇಳಿಸಿದ. ‘ವ್ಯಾಲೆಟ್ ಇಂದ ದುಡ್ಡು ಕಳಿಸಿದ್ದೀನಿ ನೋಡಿ, ನಾನು ಬರ್ತೀನಿ’ ತಿಮ್ಮೇಶ್ ಲಗೇಜ್‌ಗಳನ್ನು ಟ್ರಾಲಿ ಒಳಗೆ ಇರಿಸಿದ. ‘ಹ್ಯಾಪಿ ಜರ್ನಿ ಮೇಡಮ್. ಫೈವ್ ಸ್ಟಾರ್ ರೇಟಿಂಗ್ ಕೊಡೋದು ಮರೀಬೇಡಿ’ ನಗುತ್ತಾ ಹೇಳಿದ. ಸ್ಪಂದನಾ ಅವನಿಗೆ ಬೈ ಹೇಳಿ ಹೊರಟಳು.

ಡಿಪಾರ್ಚರ್ ಹತ್ರ ಪ್ರಯಾಣಿಕರನ್ನು ಅವರವರ ಕುಟುಂಬದವರು, ಸ್ನೇಹಿತರು ಅಪ್ಪಿ, ಕೈ ಕುಲುಕಿ, ಕೆಲವರು ಅಳ್ತಾ ಬೀಳ್ಕೊಡುತ್ತಿರೋದನ್ನ ಸ್ಪಂದನಾ ನೋಡ್ತಾ ನಿಂತಳು. ತನ್ನನ್ನ ಕಳಿಸಿಕೊಡೋಕೆ ನನ್ನೋರು ಯಾರೂ ಬರ್ತಿಲ್ವಲ್ಲ ಅಂತ ಬೇಜಾಯಿತು. ತಿರುಗಿ ನೋಡಿದಳು, ತಿಮ್ಮೇಶ್ ಅವಳು ಹೋಗೋದನ್ನೇ ನೋಡುತ್ತಾ ನಿಂತಿದ್ದ. ಸ್ಪಂದನಾ ‘ತುಂಬಾ ಥ್ಯಾಂಕ್ಸ್’ ಖುಷಿಯಿಂದ ಜೋರಾಗಿ ಹೇಳಿ ಕೈ ಬೀಸಿದಳು.

ಮಾರನೇ ದಿನ ಹೋಟೆಲ್‌ನಲ್ಲಿ ತಿಮ್ಮೇಶ ಕಾಫಿ ಕುಡೀತಾ ನಿಂತಿದ್ದಾಗ ಅವನ ವಾಟ್ಸ್ ಆಪ್‌ನಿಂದ ಕಾಲ್ ಬಂದಿದ್ದನ್ನ ನೋಡಿ ರಿಸೀವ್ ಮಾಡಿದ. ‘ಈಗ್ ತಾನೇ ಲ್ಯಾಂಡ್ ಆದೆ, ಏರ್‌ಪೋರ್ಟ್ ವೈಫೈ ನಿಂದ ಕಾಲ್ ಮಾಡ್ತಿದ್ದೀನಿ’ ಸ್ಪಂದನಾ ಧ್ವನಿಯಲ್ಲಿ ಅವಳ ಸಂತೋಷ ಗೊತ್ತಾಗುತ್ತಿತ್ತು.

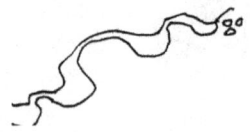

‘ಅಪ್ಪನ ಮನೆ ಮಾರಾಟಕ್ಕಿದೆ’

ಬಿಳೀ ಬಣ್ಣದ ಹುಂಡೈ ಕ್ರೇಟಾ ಕಾರು ನಂಜುಂಡಯ್ಯನ ಮನೆ ಮುಂದೆ ಬಂದು ನಿಂತಿತು. ಟಯರಿಗೆ ಅಂಟಿದ್ದ ಮಣ್ಣು ಉದಯವಾರದ ಡಾಂಬರಿನ ಸ್ಥಿತಿಯನ್ನು ಸಾರುತ್ತಿತ್ತು. ಧರ್ಮಸ್ಥಳಕ್ಕೆ ಹೋಗೋ ರಸ್ತೆಯಾದ್ದರಿಂದ ಪ್ರವಾಸಿಗಳು ಯಾರಾದರೂ ಬಂದಿರಬಹುದಾ ಅಂತ ರಸ್ತೆ ಬದಿಯಲ್ಲಿ ಜೂಸು, ಕಬ್ಬಿನಹಾಲಿನ ಅಂಗಡಿಯವರು ಇಣುಕಿ ನೋಡಿದರು. ‘ಓ ನಮ್ ನಂಜುಂಡಯ್ಯನ್ ಮಗ, ಮನೆ ಮಾರಿ ಅಪ್ಪನ್ ಕರ್ಕೊಂಡ್ ಹೋಗೊಕ್ ಬಂದವ್ನೆ’ ‘ಇನ್ನು ನಂಜುಂಡಣ್ಣಂಗೂ ಈ ಊರಿಗೂ ಋಣ ಹರೀತು’. ಉದಯವಾರಕ್ಕೆ ಅಚ್ಚುಮೆಚ್ಚಾಗಿದ್ದ ನಂಜುಂಡ್ ಮೇಷ್ಟರನ್ನ ಕಳಿಸಿಕೊಡೋಕೆ

ಎಲ್ರಿಗೂ ಬೇಸರವಿತ್ತು. ಸೀಟ್ ಬೆಲ್ಟ್ ತೆಗೆದ ಮನೋಜ್ ಇಳಿದ ತಕ್ಷಣ ಕಾರಿನ ಚಕ್ರಕ್ಕಂಟಿದ ಮಣ್ಣನ್ನು ನೋಡಿ ಹುಬ್ಬು ಗಂಟಿಕ್ಕಿದ.

ಹೊಸ ಗಾಡಿ ಕೊಂಡ ಮೇಲೆ ಮೊದಲ ಬಾರಿ ಹುಟ್ಟೂರಿಗೆ ತಂದಿದ್ದ. ಪ್ರತಿ ಬಾರಿ ಮನೆಗೆ ಬಂದಾಗ ಇದ್ದ ಸಂಭ್ರಮ ಈಗಿಲ್ಲ. ಅಮ್ಮ ಹೋದ ಮೇಲೆ ಆ ಸಂಭ್ರಮದ ನಿರೀಕ್ಷೆ ಎಲ್ಲಿ? ಮನೆಯನ್ನು ಹೋಮ್ ಸ್ಟೇ ನಡೆಸೋರಿಗೆ ಮಾರಿ, ಅಪ್ಪನನ್ನು ಕರೆದುಕೊಂಡು ವಾಪಸ್ ಮುಂಬಯಿಗೆ ಹೋದ್ರೆ ಈ ಕೊಂಪೆಯ ಸಹವಾಸ ಮುಗೀತು ಅನ್ನೋದು ಇವನ ಲೆಕ್ಕಾಚಾರ.

'ಕಿಶನ್? ಗೆಟ್ ಡೌನ್' ಮನೋಜ್ ಕಾರಿನ ಡೋರ್ ತೆಗೆದ. 'ಪಾಪಾ! ರೂಬಿ ಇಸ್ ನಾಟ್ ಕಮಿಂಗ್' ಐದು ವರ್ಷದ ಕಿಶನ್ ಅಪ್ಪನಿಗೆ ಹೇಳಿದ. ಮಗನ ಹುಟ್ಟುಹಬ್ಬಕ್ಕೆ ಮೂರು ದಿನಗಳ ಹಿಂದೆ ತಂದಿದ್ದ ಗೋಲ್ಡನ್ ರಿಟ್ರೀವರ್ ನಾಯಿಮರಿ ಕಾರಿನ ಪ್ರಯಾಣದಿಂದ ಹೆದರಿ ಸೀಟಿನ ಮೂಲೆ ಸೇರಿತ್ತು. 'ಎಳೀಬೇಡ ಕಿಶ್ ಅದಕ್ಕೆ ನೋವಾಗುತ್ತಲ್ವಾ? ನಿಧಾನ್ವಾಗ್ ಕರ್ಕೊಂಡು ಬಾ'.

ಇದ್ದಿದ್ದು ಅಪ್ಪ ಅಮ್ಮ ಇಬ್ಬರೇ. ಬಾಳೆ, ತೆಂಗಿನ ಮರಗಳಿಂದ ಸುತ್ತುವರೆದ ಸುಮಾರು ಐವತ್ತು ವರ್ಷ ಹಳೆದಾದ ಮನೆ. ದೊಡ್ಡ ಕಾಂಪೌಂಡ್‌ಗೆ ಚಿಕ್ಕ ಗೇಟು, ಒಳಗೆ ನಡೆದು ಹೋದರೆ ಕಾಲುದಾರಿಯ ಅಕ್ಕಪಕ್ಕ ಹೂ ಗಿಡಗಳು. ಮನೆಗೆ ಮಂಗಳೂರಿನ ಹಂಚು ಹೊದೆಸಿತ್ತು. ಕಾರ್ ಸೆಂಟರ್ ಲಾಕ್ ಕ್ಲಿಕ್ಕಿಸುತ್ತಾ ಮನೆ ನೋಡ್ತಾ ಬಂದ ಮನೋಜ್. 'ನೋಡೋಕೆ ಪರ್ಫೆಕ್ಟ್ ಹೋಮ್ ಸ್ಟೇ ತರಾನೇ ಇದೆ, ಕ್ಲೀನ್ ಮಾಡ್ಸಿ ಒಂದ್ ಕೋಟ್ ಪೈಂಟ್ ಮಾಡಿಸಿದ್ರೆ ಆಯ್ತು. ನನ್ ಮದ್ವೇಗೆ ಅಂತ ಬಣ್ಣ ಹೊಡೆಸಿದ್ದು ಹಾಗೆ ಇದೆ'.

ಈಗ ಮೂರು ತಿಂಗಳ ಹಿಂದೆ ಅಮ್ಮ ಕಿಡ್ನಿ ಫೇಲ್ಯೂರ್ ಆಗಿ ತೀರಿಕೊಂಡ್ಳು, ಹೋಗೋ ವಯಸ್ಸಾಗಿರಲಿಲ್ಲ, 54 ಅಷ್ಟೇ. ಗಟ್ಟಿಯಾಗಿದ್ದಳು, ಒಂದೇ ಸಲಕ್ಕೆ 25 ತೆಂಗಿನಕಾಯಿ ಸುಲೀತಿದ್ಲು, ಸಕ್ಕರೆ

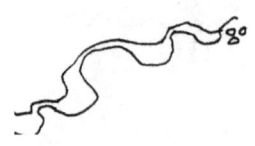

ಖಾಯಿಲೆ ಇದೆ ಅಂತ ಡಾಕ್ಟರ್ ಹೇಳಿದ್ರು, ಆದ್ರೆ ಒಂದು ದಿನವೂ ಮಾತ್ರೆ ತೊಗೊಳ್ಳದೇ, ಪಥ್ಯ ಮಾಡದೇ ಹೋಗೇಬಿಟ್ಳು. ಇಲ್ಲದಿದ್ರೇ ನಾನು ಬರೋದಿನ ಕತ್ತು ಉದ್ದ ಮಾಡಿ ರಸ್ತೆಯನ್ನೇ ನೋಡ್ತಾ ನಿಂತಿರುತ್ತಿದ್ದಳು. ಅಪ್ಪನಾದ್ರೂ ಜಗಲಿ ಮೇಲೆ ಕೂತಿರುತ್ತಿದ್ದರು, ಆದ್ರೆ ಇವತ್ತು ಅವರ ಸುಳಿವೂ ಇಲ್ಲ. ಕಾಲಿನಿಂದಲೇ ಶೂ ತೆಗೆದು ಸಾಕ್ಸ್ ತೆಗೆಯುವ ಗೋಜಿಗೆ ಹೋಗದೇ ಒಳಗೆ ಹೋದ.

'ಹೇ ಈಗ್ಲು ಅದನ್ನೇ ಮಾಡ್ತೀಯಲ್ಲೋ ಮಲ್ಲಿ.. ಮನೆಯೆಲ್ಲಾ ಒರೆಸಿಟ್ಟಿದೆ, ಅವ್ಳಷ್ಟು ಚಂದ ಇಟ್ಟುಕೊಂಡಿಲ್ಲ. ಆದ್ರೂ ಧೂಳು ಧುಸಿ ತುಂಬಿಕೊಳ್ಳೋಕೆ ಬಿಟ್ಟಿಲ್ಲ'. ಮನೆಯೊಳಗೆ ಕಾಲಿಡುತ್ತಿದ್ದಂತೆ ನಂಜುಂಡಪ್ಪ ಕನ್ನಡಕ ಹಾಕಿಕೊಳ್ತಾ ಗದರಿಸುತ್ತಾ ಬಂದರು. ಅರವತ್ತೈದು ದಾಟಿದರೂ ಧ್ವನಿಯಲ್ಲಿ ಅದೇ ಗಟ್ಟಿತನವಿತ್ತು. ಮನೆಯೊಳಗೆ ಚಪ್ಪಲಿ, ಶೂ ಇರ್ಲಿ ಸಾಕ್ಸ್ ಕೂಡ ಹಾಕಿಕೊಂಡು ಬರುವಂತಿಲ್ಲ ಅಂತ ಗೊತ್ತಿತ್ತು, ಆದ್ರೆ ಇವನ ತಲೆಯಲ್ಲಿ ಇದು ಮನೆಯಾಗಿ ಉಳಿದಿರದೆ ಹೋಮ್ ಸ್ಟೇ ಆಗಲಿರುವ ಕಮರ್ಶಿಯಲ್ ಜಾಗವಾಗಿದ್ದರಿಂದ ನಿಯಮ ನೆನಪಾಗಲಿಲ್ಲ.

'ಇನ್ನೂ ಎಲ್ಲಾ ಹಾಗೇ ಇದ್ಯಲ್ಲಪ್ಪ. ಇವತ್ತೇ ವಾಪಸ್ ಹೊರಡ್ಬೇಕು ಅಂತ ಹೇಳಿರ್ಲಿಲ್ವ?' ಅಸಮಾಧಾನದಲ್ಲಿ ನುಡಿದ. 'ಕಾಲಿಗ್ ಚಕ್ರ ಕಟ್ಕೊಂಡೇ ಬಂದಿದೀಯಲ್ಲ, ಎಲ್ಲಾ ಆಗುತ್ತೆ. ಕೂತ್ಕೋ'. ಅಷ್ಟರಲ್ಲಿ ಕಿಶನ್ ಶೂ ಸಮೇತ ತನ್ನ ನಾಯಿಮರಿಯನ್ನು ಓಡಿಸಿಕೊಂಡು ಮನೆಯೊಳಗೆ ಬಂದ. ನಂಜುಂಡ ಕಣ್ಣು ಬಾಯಿ ಬಿಟ್ಟು ನೋಡಿದ. 'ಪಾಪಾ, ಎಷ್ಟ್ ದೊಡ್ ಮನೆ' ಮುಂಬಯಿಯ ಅಪಾರ್ಟ್ಮೆಂಟ್‌ನಲ್ಲಿ ನೂರಾರು ಫ್ಲಾಟ್‌ಗಳ ನಡುವೆ ವಾಸವಾಗಿದ್ದ ಮಗೂಗೆ ಇಷ್ಟು ದೊಡ್ಡ ಮನೆಯೂ ಇರಬಹುದು ಅನ್ನೋ ಊಹೆ ಕೂಡ ಇರಲಿಲ್ಲ. ತಾತ ಮೊಮ್ಮಗನನ್ನು ಎತ್ತಿಕೊಂಡು ಹೋಗಿ ತಾವೇ ಶೂ ತೆಗೆದು ಒಳಗೆ ಕರೆದುಕೊಂಡು ಬಂದ್ರು.

ನಂಜುಂಡಪ್ಪ ಮೊಮ್ಮಗ ಹುಟ್ಟಿದಾಗ್ಲಿಂದ ಅವನನ್ನು ಮೂರ್ನಾಲ್ಕು ಸಲಕ್ಕಿಂತ ಹೆಚ್ಚು ನೋಡಿರ್ಲಿಲ್ಲ. ಸೊಸೆ ಕನ್ನಡದವಳಾದ್ರೂ

ಮುಂಬಯಿಯಲ್ಲಿ ಬೆಳೆದವಳು, ನಮ್ಮ ಕಡೆ ಬಾಣಂತನ ಮಾಡೋ ಹಾಗೆ ಬೇರೆಯವರಿಗೆ ಬರಲ್ಲ ಅಂತ ಹಟ ಮಾಡಿ ಊರಿಗೆ ಕರೆಸಿಕೊಂಡು ನಿಂಗಮ್ಮ ಸಂಭ್ರಮದಲ್ಲಿ ಬಾಣಂತನ ಮಾಡಿದ್ದಳು. ಎಳೇ ಮಗೂಗೆ ನೀರು ಹಾಕೋದು ಜಗತ್ತಿನ ಅತೀ ನಾಜೂಕಿನ ಕೆಲ್ಸ. ಮೊಮ್ಮಗನ ಮೈಕೈಗಳಿಗೆ ಹರಳೆಣ್ಣೆ ಹಚ್ಚಿ, ಕೈ ಕಾಲು ಎಳೆದು, ಮೂಗಿನ ಕಂಬವನ್ನ ತೀಡಿದ್ದಳು. 'ಮಗ ಅತ್ರೂ ಅಳಲಿ ಪರ್ವಾಗಿಲ್ಲ ಈಗ್ ಕಂಬ ಎತ್ಲಿಲ್ಲ ಅಂದ್ರೆ ಮೊಂಡ ಮೂಗು ಬರುತ್ತೆ. ಸೊಸೆ, ಮಗ ಅಳ್ತಿದ್ದಾನೆ' ಅಂತ ಭಯಪಟ್ಟಾಗ ನಿಂಗಮ್ಮ ಕಾಳಜಿಯಿಂದ ಹೇಳಿದ್ದಳು.

ನಂಜುಂಡಪ್ಪ ಕಿಶನ್‌ನ ಮುದ್ದು ಮುಖವನ್ನು ದಿಟ್ಟಿಸಿ ನೋಡ್ತಿದ್ದಾಗ ಅವನ ನೀಳವಾದ ಮೂಗು ಹೆಂಡತಿಯನ್ನು ಕಣ್ಣಪಾಪೆಗಳ ಮುಂದೆ ತಂದಿರಿಸಿತು. ಅವಳಿದ್ದಿದ್ದರೆ? ಮಗ ಮನೆಮಾರೋಕೆ ಬಿಡ್ತಿರ್ಲಿಲ್ಲ ಅನ್ನಿಸಿ ಮನಸ್ಸು ಕೊರಗಿತು.

'ಲೇ ಮಲ್ಲಿ, ಯಾವಾಗ್ ಬಂದ್ಯೋ?' ಲಕ್ಷ್ಮೀಶ ಹೆಗಲ ಮೇಲೆ ಹಲಸಿನ ಹಣ್ಣನ್ನು ಹೊತ್ತು ಕೂಗುತ್ತಾ ಬಂದ. 'ಈಗ್ ತಾನೇ ಬಂದೆ'. 'ಮಧ್ಯಾಹ್ನ ಊಟಕ್ಕೆ ನಮ್ಮನೇಗೇ ಬನ್ನಿ. 'ಇಲ್ಲಪ್ಪಾ ತಡ ಆಗುತ್ತೆ ಇವತ್ತೇ ಹೊರಡ್ಬೇಕು ರಜೆ ತಗೊಂಡಿಲ್ಲ'. 'ಅದೆಲ್ಲಾ ಬೇಡ ಈಗ ಹಲಸಿನ ಹಣ್ಣು ಬಿಡಿಸ್ತೀನಿ ಸ್ವಲ್ಪ ತಿಂದಿರಿ, ಸ್ವಲ್ಪಹೊತ್ತು ಕಳೆದ ಮೇಲೆ ಊಟ ಮಾಡಿ' ಹಲಸಿನ ಘಮ ಮನೆ ತುಂಬಾ ಹರಡಿತು.

ಲಕ್ಷ್ಮೀಶ ಮನೋಜ್‌ನ ಬಾಲ್ಯ ಸ್ನೇಹಿತ. ಸಣ್ಣ ಹೋಟೆಲ್ ನಡೆಸುತ್ತಾನೆ, ಧರ್ಮಸ್ಥಳಕ್ಕೆ ಹೋಗೋ ದಾರಿಯಲ್ಲಿರೋದರಿಂದ ಅವನ ವ್ಯಾಪಾರ ಚೆನ್ನಾಗೇ ಇದೆ, ಜೊತೆಗೆ ಅಪ್ಪನ ತೋಟದಿಂದಲೂ ವರಮಾನ ಬರುತ್ತೆ. ದೊಡ್ಡಮಗ ಆದ್ದರಿಂದ ತಾನೇ ಮುಂದೆ ನಿಂತು ಇಬ್ಬರು ತಂಗಿಯರ ಮದುವೆ ಮಾಡಿದ್ದಾನೆ, ಹೆಂಡತಿ ಮಕ್ಕಳನ್ನು ಬಿಟ್ಟು ಹದಿನೈದು ದಿನ ತಂದೆ ತಾಯಿಯರನ್ನ ಉತ್ತರ ಭಾರತ ಪ್ರವಾಸಕ್ಕೆ ಕರೆದುಕೊಂಡು ಹೋಗಿ ಬಂದಿದ್ದ.

ಕಾಶಿಯಿಂದ ಅವನು ತಂದುಕೊಟ್ಟ ಗಂಗಾಜಲವನ್ನೇ ನಿಂಗಿಯ

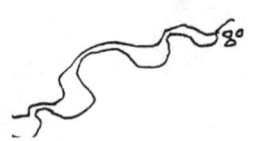

ಬಾಯಿಗೆ ಕಡೇದಾಗಿ ಬಿಟ್ಟಿದ್ದು. ತನ್ನ ಮಗ ಯಾಕೆ ಲಕ್ಷ್ಮೀಶನ ಹಾಗಿಲ್ಲ..? ಕಾರಣದ ಜಾಡು ಹಿಡಿದಾಗ ನಂಜುಂಡಪ್ಪನಿಗೆ ಸಿಕ್ಕ ಉತ್ತರ, ಅವನು ನನ್ನ ಮಗನ ಹಾಗೆ ಹೆಚ್ಚು ಓದಿಲ್ಲ. ಮಗ ಸಿಟಿಗೆ ಹೋಗಿ ಓದಲಿ ಅಂತ ಆಸೆ ಪಟ್ಟು ತಪ್ಪು ಮಾಡಿದ್ನಾ? ಹೆಚ್ಚು ಓದಿಸದೇ ಇದ್ದಿದ್ದರೆ ಇವತ್ತು ಅವನೂ ಲಕ್ಷ್ಮೀಶನ ಹಾಗೆ ಜೊತೆಗಿರುತ್ತಿದ್ನಾ? ನನ್ನ ಅಸ್ತಿತ್ವದ ಗುರುತಾಗಿರೋ ಮನೆಯನ್ನ ಶಾಶ್ವತವಾಗಿ ಬಿಟ್ಟು ಹೋಗೋದು ತಪ್ಪುತ್ತಿತ್ತಾ ಅಂತ ನಂಜುಂಡಪ್ಪನಿಗೆ ಅನ್ನಿಸದೇ ಇರಲಿಲ್ಲ. ಯುವಕರೆಲ್ಲಾ ಪೇಟೆಗೆ ಹೋಗಿ ಹಳ್ಳಿಗಳೆಲ್ಲಾ ವೃದ್ಧಾಶ್ರಮವಾಗ್ತಿರುವಾಗ ನಂಜುಂಡಪ್ಪನ ಕಣ್ಣಿಗೆ ಲಕ್ಷ್ಮೀಶ ವಿಶೇಷವಾಗಿ ಕಾಣುತ್ತಿದ್ದ.

‘ಇಲ್ಲಿ ರಿಸೆಪ್ಶನ್ ಬರುತ್ತೆ, ಮೂರು ಕೋಣೆಗಳು ಇದೆ, ಹಜಾರದಲ್ಲಿ ಬೆಡ್ ಹಾಕ್ಬೋದು, ಒಳಮನೇಲಿ ಡೈನಿಂಗ್ ಟೇಬಲ್‌ಗಳನ್ನ ಜೋಡಿಸ್ಬೋದು, ಇಲ್ಲಾಂದ್ರೆ ಇಲ್ಲೂ ಮಂಚಗಳನ್ನ ಹಾಕಿ ಫ್ಯಾಮಿಲಿ ರೂಮ್ ತರ ಮಾಡಿಕೊಳ್ಬೋದು ಅಂತ ಮನೆ ತೋರಿಸಿದ್ ತಕ್ಷಣ ಗಿರಾಕಿ ಪ್ಲಾನಿಂಗ್ ಶುರು ಮಾಡ್ಕೊಂಡ್ರು ಲಕ್ಷ್ಮೀ. ಧರ್ಮಸ್ಥಳ, ಬೆಳ್ತಂಗಡಿ ಅಂತ ಟ್ರಿಪ್ ಬಂದೋರಿಗೆ ಉಳ್ಕೊಳ್ಳೋಕೆ ಹತ್ತಿರದಲ್ಲೇ ಒಳ್ಳೆ ಜಾಗ ಆಗುತ್ತೆ ಅಂತಾನೇ ನಾನ್ ಹೇಳಿದ್ ಅಷ್ಟ್ ದುಡ್ಡಿಗೆ ಮನೆ ಕೊಂಡುಕೊಳ್ತಿದ್ದಾರೆ ಕಣೋ’ ಸ್ನೇಹಿತನ ಉತ್ಸಾಹವನ್ನು ಲಕ್ಷ್ಮೀಶ ಗಮನಿಸದೇ ಇರ್ಲಿಲ್ಲ. ಇವ್ನು ಪಕ್ಕದ ಮನೆಯ ನಂಜುಂಡಪ್ಪ-ನಿಂಗಮ್ಮ ದಂಪತಿಯನ್ನ ಹುಟ್ಟಿದಾಗ್ಲಿಂದ ನೋಡಿಕೊಂಡು ಬಂದವನು, ಉದಯವಾರದ ನಂಜುಂಡಪ್ಪ ಮೇಷ್ಟ್ರಿಂದ ಗಣಿತ ಕಲಿತವರು ಪರೀಕ್ಷೆ ಮುಗಿದರೂ ಪಾಠವನ್ನ ಮರೀತಿರ್ಲಿಲ್ಲ. ಇವರ ಕ್ಲಾಸ್ ಶುರುವಾಗೋ ಮುನ್ನ ಹುಡುಗರು ಪ್ರತಿದಿನವೂ ಒಂದರಿಂದ ಇಪ್ಪತ್ತೈದರವರೆಗೂ ಮಗ್ಗಿ ಹೇಳಬೇಕಿತ್ತು.

ಹಾಗಾಗಿ ಇವತ್ತಿಗೂ ಲಕ್ಷ್ಮೀಶ ಒಂದು ದಿನವೂ ಹೋಟೆಲ್‌ನಲ್ಲಿ ಬಿಲ್ ಮಾಡುವಾಗ ಕ್ಯಾಲ್ಕುಲೇಟರ್ ಬಳಸಿಲ್ಲ. ಶಿಷ್ಯರಿಗೆ ಲೆಕ್ಕ ತಪ್ಪಾಗದಂತೆ ಕಲಿಸಿದ್ದ ಗುರುಗಳ ಜೀವನದ ಲೆಕ್ಕಾಚಾರವೇ ತಪ್ಪಿದಂತಿತ್ತು. ತಮ್ಮ ಕೊನೆಯುಸಿರಿರೋ ತನಕ ಇದೇ ಮನೇಲಿರ್ಬೇಕು ಅಂದುಕೊಂಡಿದ್ದು

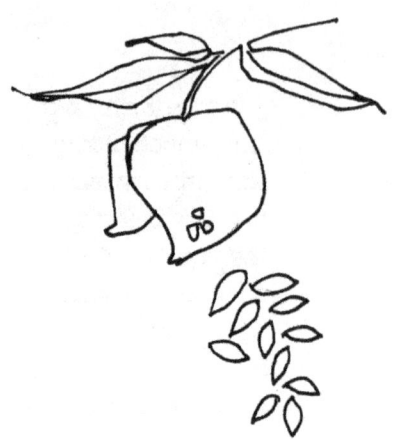

ಕೈಗೂಡುತ್ತಿಲ್ಲ. ಮಲ್ಲಿ, ನಿಮ್ಮಪ್ಪನ್ನ ಆಸೆಗೆ ಯಾಕೆ ಅಡ್ಡಿ ಆಗ್ತಿದ್ಯಾ ಅಂತ ಸ್ನೇಹಿತ ಅನ್ನೋ ಸಲಿಗೆಯಿಂದ ಕೇಳಬೇಕು ಅಂದುಕೊಂಡ. ನಂಜುಂಡಪ್ಪ ಮುಂಬೈಗೆ ಹೊರಡುತ್ತಿರುವುರ ಬಗ್ಗೆ ಊರಲ್ಲೆಲ್ಲಾ ಸುದ್ದಿಯಾಗಿದೆ ಅಂದ್ರೆ ಅಪ್ಪ ಮಗನ ಸಮಾಲೋಚನೆಗೆ ಮುಕ್ತಾಯ ಹಾಡಿದಂತಿದೆ, ಮಲ್ಲಿಯ ವಿಶ್ವಾಸ ನೋಡುತ್ತಿದ್ದರೆ ಅವನು ಹೋಮ್ ಸ್ಟೇ ಅವರ ಕಡೆಯಿಂದ ಮುಂಗಡವನ್ನೂ ಪಡೆದಿರಬಹುದು, ಕಾಲ ಮಿಂಚಿದೆ ಅನ್ನಿಸಿ ಸುಮ್ಮನಾದ.

'ನನ್ ತಂಗಿ ಗಂಡಾನೂ ಅದೇ ಕಂಪನೀಲಿ ಕೆಲ್ಸ ಮಾಡೋದು, ಬೆಂಗಳೂರಿನಲ್ಲಿ ಅದೇನೋ ಮಾನ್ಯತಾ ಟೆಕ್ ಪಾರ್ಕ್ ಅಂತಿದ್ಯಲ್ಲ ಅಲ್ಲಿ'. 'ಬೆಂಗಳೂರೇ ನಂಗೂ ಇಷ್ಟ ಆಗಿತ್ತು, ಮಾರ್ಕೆಟಿಂಗ್ ಟೀಮ್ ಅಲ್ಲಿ ಬದಲಾದ್ದರಿಂದ ನನ್ನನ್ನ ಮುಂಬೈಗೆ ಟ್ರಾನ್ಸಫರ್ ಮಾಡಿದ್ರು.. ಯಾವ್ದೇ ಆದ್ರೂ ಕಾಲಕ್ರಮೇಣ ಮನುಷ್ಯ ಹೊಂದುಕೊಂಡುಬಿಡ್ತಾನೆ'. 'ಹಾಗೇನಿಲ್ಲಪ್ಪ, ನಮ್ ಜೊತೆ ಓದಿರೋರು ಎಷ್ಟೋ ಜನ ಇಲ್ಲಿಗ್ ಬಂದು ಹಳ್ಳಿನೇ ಚೆನ್ನಾಗಿದೆ, ಹೊಟ್ಟೆಪಾಡಿಗೆ ಅಂತ ಪಟ್ಟಣ ಹುಡ್ಕೊಂಡ್ ಹೋಗಿ, ಬೇರು ಬಿಟ್ಟ ಗಿಡದ್ ತರ ಆಗ್ತೀವಿ ಅಂತಾರೆ. ಮೇಷ್ಟ್ರನ್ನಂತೂ ಭೇಟಿ ಆಗ್ದೇ ಹೋದೋರಿಲ್ಲ ಅಂತಿಟ್ಟುಕೋ'.

ಮನೋಜನಿಗೆ ಇದೆಲ್ಲಾ ಮನುಷ್ಯನ ಸಮರ್ಥನೆಗಳು ಅನ್ಸತ್ತೆ. ಪ್ರಾಕ್ಟಿಕಲ್ ಆಗಿ ನೋಡಿದ್ರೆ ಹಳ್ಳಿಯಲ್ಲಿ ಹುಟ್ಟಿದ್ರಿಂದ ತಾನು ಹಿಂದುಳಿದೆ, ಪಟ್ಟಣದಲ್ಲಿ ಓದಿ ವಿದೇಶದಲ್ಲಿ ಉನ್ನತಾಭ್ಯಾಸ ಮಾಡಿದೋರಿಗೆ ಸಿಗೋ ಮನ್ನಣೆ ನಮಗೆಲ್ಲಿ ಸಿಗುತ್ತೆ? ಯಾವಾಗ್ಲೋ ಒಮ್ಮೆ ಊರಿಗ್ ಬಂದು ಹಳೇ ಮನೆ, ಶಾಲೆ, ಮೇಷ್ಟ್ರು ಎಲ್ಲರನ್ನ ನೋಡಿ, ಹಳ್ಳೀನೇ ಚಂದ ಅಂತ ಡೈಲಾಗ್ ಹೊಡೆದು ವಾಪಸ್ ಪಟ್ಟಣದಲ್ಲಿ ಕಳೆದುಹೋಗೋ ಬೂಟಾಟಿಕೆ ನನ್ನದಲ್ಲ. ಅಮ್ಮ ಹೋದ್ಮೇಲೆ ಅಪ್ಪನ್ನ ಒಬ್ಬನೇ ಬಿಡೋದು ಬೇಡ ಅಂತ ಮುಂಬಯಿಗೆ ಕರೆದುಕೊಂಡು ಹೋಗ್ತಿರೋದು, ಮನೇನ ಯಾರ್ ನೋಡ್ಕೋತಾರೆ? ಖಾಲಿ ಬಿಟ್ಟು ಧೂಳು ಹಿಡಿಯೋದ್ಯಾಕೆ? ಮಾರೋದೇ ಸರಿ ಅನ್ನೋದು ಇವನ ವಾದ. 'ಮೂರ್ ಹೊತ್ತು ಮನೇಲಿದ್ದು ಕಿಶನ್‌ನ ನೋಡಿಕೊಂಡ್ರೆ ನನ್ ಕೆರಿಯರ್ ಏನಾಗ್ಬೇಕು? ನಿಮ್ಮಪ್ಪ ಇದ್ರೆ ನಂಗೂ ಸಹಾಯ ಆಗುತ್ತೆ' ಹೆಂಡತಿ ಹೇಳಿದ್ದ ಈ ಮಾತೂ ಅವನ ನಿರ್ಧಾರಕ್ಕೆ ಪುಷ್ಟಿ ನೀಡಿತ್ತು.

ಲಕ್ಷ್ಮೀಶನ ಮನೇಲಿ ಅವನ ಹೆಂಡತಿ ಹಬ್ಬದೂಟ ಬಡಿಸಿದ್ಲು, ಊಟದ ನಂತ್ರ ಕಿಶನ್ ಲಕ್ಷ್ಮೀಶನ ಮಗಳ ಜೊತೆ ಆಟ ಆಡ್ತೀನಿ ಅಂತ ಕೂತ. ಮನೆಗೆ ತಂದಾಗಿನಿಂದ ಸರಿಯಾಗಿ ಊಟ ಮಾಡಿರದ ರೂಬಿಗೂ ಅವರ ಮನೆಯ ಹಾಲು ಅನ್ನ ರುಚಿಸಿತ್ತು.

ಮನೇಲಿದ್ದ ಎರಡು ಆಕಳನ್ನು ಲಕ್ಷ್ಮೀಶನ ಮನೆಗೆ ಕೊಡುವ ವಿಷಯ ಇಟ್ಟುಕೊಂಡು ಸಂಜೆ ಐದಾದ್ರೂ ಅಪ್ಪ ಅವರಿವರ ಜೊತೆ ಹರಟುತ್ತಾ ಕೂತ್ರು. ಇಷ್ಟು ನಿಧಾನವಾದ್ರೇ ಇವತ್ತಿಗೆ ಕೆಲ್ಸ ಮುಗಿಯಲ್ಲ ಅಂತ ಮನೋಜ್ ತಾನೇ ಪ್ಯಾಕಿಂಗ್ ಮಾಡೋಕೆ ನಿಂತ. 'ಅಪ್ಪ ಏನೇನ್ ಇಟ್ಕೋಬೇಕು ಹೇಳು ಒಂದು ದೊಡ್ ಬ್ಯಾಗ್ ಸಾಕಾಗುತ್ತಲ್ವ ಬೇರೆ ಎಲ್ಲಾ ಇಲ್ಲೇ ಇರ್ಲಿ'. 'ನಿನ್ನ ಯೋಚ್ನೇನ ಬದಲಾಯಿಸೋಕಾಗ್ದೇ ಮನೇನ ಮಾರೋಕೆ ಒಪ್ಪಿದ್ದೀನಿ, ಆದ್ರೆ ಸಾಮಾನುಗಳನ್ನ ಏನ್ ಮಾಡ್ಬೇಕು ಅಂತ ನಾನ್ ನಿರ್ಧಾರ ಮಾಡ್ತೀನಿ. ನಿಂಗಿ ಈ ಮಂಚದ್ಮೇಲೇ ಕಣ್ಣು ಮುಚ್ಚಿದ್ಲು. ಇದನ್ನ ನಿಮ್ಮನೇಗ್ ಸಾಗಿಸೋಣ'. 'ಹೇಗಪ್ಪ ಸಾಗ್ಸೋಕಾಗುತ್ತೆ? ಕಾರ್ ತಂದಿರೋದು ನಾನು, ಲಾರಿ ಅಲ್ಲ'

'ಲಾರೀನೇ ತರ್ಸು, ನಾನ್ ಎಲ್ಲಿರ್ತೀನೋ ಅಲ್ಲೇ ಈ ಮಂಚಾನೂ ಇರ್ಬೇಕು' ನಂಜುಂಡಪ್ಪ ಹಟ ಮಾಡಿ ಮಂಚವನ್ನ ಬಿಡಲ್ಲ ಅನ್ನೋತರ ಅದರ ಮೇಲೆ ಕೂತರು.

ಮನೆಯ ಪೀಠೋಪಕರಣಗಳು ಅಜ್ಜನ ಕಾಲದ್ದು, ಆಂಟಿಕ್ ಲುಕ್ ಇದೆ. ಅತಿಥಿಗಳಿಗೂ ಇಷ್ಟ ಆಗುತ್ತೆ ಅಂತ ಹೇಳಿ ಸೆಮಿ ಫರ್ನಿಶ್ಡ್ ಹೌಸ್ ಲೆಕ್ಕದಲ್ಲಿ ಮನೋಜ್ ಮನೆಯ ಬೆಲೆ ಮಾತಾಡಿದ್ದ. ಮಂಚವನ್ನು ಇಲ್ಲೇ ಬಿಟ್ಟುಹೋಗೋ ಹಾಗೆ ಮನವರಿಕೆ ಮಾಡೋ ಪ್ರಯತ್ನ ಮಾಡಿದ, ಕೂಗಾಡಿದ, ಮನವಿ ಮಾಡಿಕೊಂಡ. ಯಾವುದೇ ಕ್ಲೈಂಟ್‌ನ್ನಾದ್ರೂ ಮಾತಿನಲ್ಲೇ ಒಪ್ಪಿಸುತ್ತಿದ್ದವನು, ಕಲಿತ ವಿದ್ಯೇನೆಲ್ಲಾ ಖರ್ಚು ಮಾಡಿದರೂ ಅಪ್ಪನನ್ನು ಒಪ್ಪಿಸೋಕೆ ಸಾಧ್ಯವಾಗಲಿಲ್ಲ. ಕತ್ತಲಾಯಿತು, ಅಪ್ಪ ಜಪ್ಪಯ್ಯ ಅಂದ್ರು ಮಂಚವನ್ನ ಬಿಟ್ಟು ಕದಲಲಿಲ್ಲ. ಮನೋಜ್ 'ಸರಿ ಬಿಡಿ, ನಾಳೆ ಗಾಡಿ ತರಿಸ್ತೀನಿ, ಅದ್ರಲ್ಲಿ ಹಾಕಿಕೊಂಡು ಬೆಳಗ್ಗೇನೇ ಹೊರಡೋಣ' ಅಂದ.

'ಪಾಪಾ.. ಪಲ್ಲವಿ, ನಾನು ರೂಬಿದು ಡ್ರಾಯಿಂಗ್ ಮಾಡಿದ್ದೀವಿ, ಪಲ್ಲವಿ ಮನೇಲಿ ಕೌ ಕಕ್ಕ ಮಾಡ್ತು, ರೂಬಿ ಅದಕ್ಕೆ ಹೆದ್ರಿ ಬೌ ಬೌ ಅಂತು, ಆಂಟಿ ಸ್ವೀಟ್ ಮಾಡ್ಕೊಟ್ರು, ಕೆಂಚ ಮತ್ತೆ ಕರಿಯ ನಾಯಿಗಳ ಜೊತೆ ಸೇರಿ ರೂಬಿ ಹಾಲು ಅನ್ನ ತಿನ್ನೋಕೆ ಶುರು ಮಾಡ್ತು, ಅವ್ರ್ ಮನೇಲಿ ಟಾಕಿಂಗ್ ಪ್ಯಾರೆಟ್ ಇದೆ, ಗ್ರೀನ್ ಕಲರ್‌ದು, ಮೊಲ ಇದೆ?' ಇಡೀ ರಾತ್ರಿ ಕಿಶನ್ ಬಾಯಲ್ಲಿ ಲಕ್ಷ್ಮೀಶನ ಮನೇಲಿ ಆಡೋಕೆ ಹೋದಾಗ ಏನಾಯ್ತು ಅನ್ನೋದರ ಬಗ್ಗೆಯೇ ಮಾತು.

ಮಂಚದ ವಿಷ್ಯದಲ್ಲಿ ಮೂಡು ಹಾಳು ಮಾಡಿಕೊಂಡಿದ್ದ ಅಪ್ಪ ಮಗನಿಗೆ ಕಿಶನ್‌ನ ಮುಗ್ಧ ತೊದಲು ಮಾತು ನಗು ತರಿಸಿತು. ನಂಜುಂಡಪ್ಪನಿಗಂತೂ ಮೊಮ್ಮಗನ ಹಿಂದಿ-ಇಂಗ್ಲಿಷ್ ಮಿಶ್ರಿತ ಕನ್ನಡ ಭಾಷೆ ಅರ್ಥವಾಗದೇ ಇದ್ದಾಗ ಮನೋಜನೇ ವಿವರಿಸ್ಬೇಕಾಯಿತು. ಎದೆ ಮೇಲೆ ಮಲಗಿದ್ದ ಮೊಮ್ಮಗನ ಬೆನ್ನು ತಟ್ಟುತ್ತಾ ನಂಜುಂಡಪ್ಪ ಸೂರು ನೋಡುತ್ತಾ ಮಲಗಿದ್ದಾಗ ಇದೇ ಈ ಮನೆಯಲ್ಲಿ ಕೊನೇ ರಾತ್ರಿ ಅನ್ನೋದು ನೆನಪಾಗಿ ಹರಿದ ಕಣ್ಣೀರು ದಿಂಬನ್ನು ಒದ್ದೆಯಾಗಿಸಿತು.

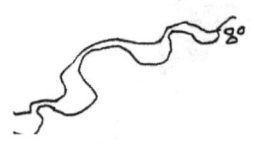

‘ಇಲ್ನೋಡು ರೂಬಿ’ ಬೆಳಬೆಳಗ್ಗೆ ಲಕ್ಷ್ಮೀಶನ ಮನೆಗೆ ಕಿಶನ್ ಅಪ್ಪ, ತಾತನ ಕೈ ಹಿಡಿದು ಎಳೆದುಕೊಂಡು ಬಂದಿದ್ದ. ಪೆನ್ಸಿಲ್‌ನಲ್ಲಿ ಬರೆದು ಬಣ್ಣ ತುಂಬಿದ್ದ ಚಿತ್ರದಲ್ಲಿ ರೂಬಿ ಎಲ್ಲಿದೆ ಅಂತ ಹುಡುಕಬೇಕಿತ್ತು. ಎರಡು ಕಣ್ಣುಗಳು ಮತ್ತು ಬಾಲ ಇದ್ದಿದ್ದಕ್ಕೆ ಅದು ಒಂದು ನಾಯಿಮರಿ ಅಂದುಕೊಳ್ಳಬಹುದಾಗಿತ್ತು. ದೊಡ್ಡವರೆಲ್ರೂ ಮಕ್ಕಳ ಅದ್ಭುತ ಕಲಾಕೃತಿಗೆ ಶಹಬಾಷ್ಗಿರಿ ಕೊಟ್ಟರು.

ಕಿಶನ್ ಮತ್ತು ಲಕ್ಷ್ಮೀಶನ ಏಳು ವರ್ಷದ ಮಗಳು ನಿಮ್ಮಲ್ಲಿ ಒಬ್ಬರ ಡ್ರಾಯಿಂಗ್ ಮಾಡ್ತೀವಿ ಅಂತ ಕೂತಾಗ ಅವರ ಕಲೆಗೆ ಸ್ಫೂರ್ತಿಯಾಗೋಕೆ ಭಯಪಟ್ಟು, ಮನೋಜ ತಡ ಆಗ್ತಿದೆ ಹೊರಡೋಣ ಅಂದ. ‘ಅಂಕಲ್ ಒಂದು ಪ್ರಶ್ನೆ.. ನಿಮ್ ಹೆಸ್ರು ಮಲ್ಲೀನಾ? ಮನೋಜಾ?, ಕಿಶನ್ ನಿಮ್ ಹೆಸ್ರು ಮನೋಜ್ ಅಂದ’ ಪಲ್ಲವಿ ಕೇಳಿದಳು.. ಮಲ್ಲಿಕಾರ್ಜುನನಿಗೆ ತನ್ನ ಊರು, ಹೆಸರು ಎಲ್ಲದರ ಬಗ್ಗೆ ಒಂದು ತರಹದ ಕೀಳರಿಮೆ. ಬೆಂಗಳೂರಿನಲ್ಲಿ ಓದುತ್ತಿದ್ದಾಗ ಹೆಸರನ್ನ ಬದಲಾಯಿಸಿಕೊಂಡಿದ್ದ. ‘ನಾನು ಈಗ ಮನೋಜ್ ಮಟ್ಟಿ’ ಎಂದಾಗ ನಂಜುಂಡಪ್ಪ ಬಲವಂತವಾಗಿ ನಗು ಬೀರಿದ.

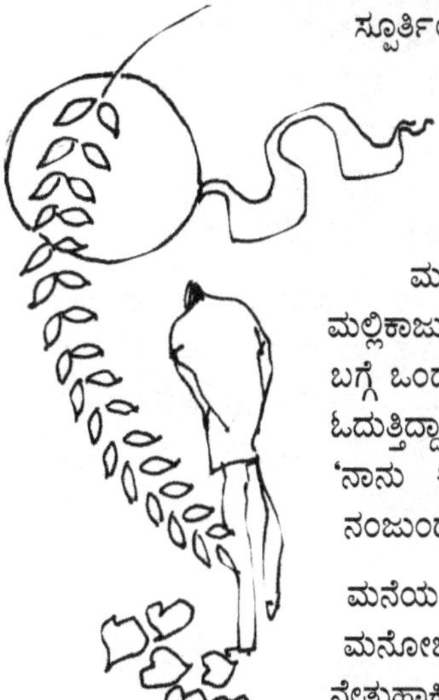

ಮನೆಯನ್ನೆಲ್ಲಾ ಒಂದು ಸಲ ಪರಿಶೀಲಿಸುತ್ತಾ ಮನೋಜ್ ತನ್ನ ಕೋಣೆಗೆ ಬಂದಾಗ ನೇತುಹಾಕಿದ್ದ ಅಪ್ಪ ಅಮ್ಮನ ಕಪ್ಪುಬಿಳುಪಿನ ಚಿತ್ರ ಕಂಡಿತು. ಬೀರೂ ಮೇಲಿನ ಕನ್ನಡಿಯನ್ನು ನೋಡಿಕೊಂಡ. ಅಪ್ಪನ ರೂಪವೇ ನನಗೆ ಬಂದಿದೆ ಅನ್ನಿಸಿತು. ಚಿತ್ರದಲ್ಲಿ ಅಪ್ಪನಿಗೆ ಈಗ ನನಗಾಗಿರುವಷ್ಟೇ ವಯಸ್ಸಿದ್ದಿರಬಹುದು, ಇನ್ನೂ ಹತ್ತಿರ ಹೋಗಿ ನೋಡಿದ..’ ಮೂಗು ಅಪ್ಪನ ಹಾಗೆ ಉದ್ದ ಇಲ್ಲ, ಅಮ್ಮನ ಮೊಂಡ ಮೂಗು ನನಗೆ ಬಂದಿದೆ,

ಅದಕ್ಕೆ ಅಮ್ಮ ನನ್ನ ಮಗುವಿನ ಮೂಗಿನ ಕಂಬ ಉದ್ದವಿರಬೇಕೆಂದು ಆಗಾಗ ಹೇಳ್ತಿದ್ಲು' ಅಂತ ನೆನಪಾಗಿ ಮುಗುಳ್ನಕ್ಕ. ಬೀರು ಮೇಲೆ ಅಂಟಿಸಿದ್ದ ಸ್ಟಿಕ್ಕರ್‌ಗಳು ಅವನ ಬಾಲ್ಯವನ್ನ ನೆನಪಿಸಿತು.

ಶಾಲಾ ಪ್ರವಾಸಕ್ಕೆಂದು ಹೋದಾಗ ಸ್ನೇಹಿತನ ಬ್ಯಾಗ್ನಿಂದ ಬಬಲ್‌ಗಮ್‌ಗೆ ಉಚಿತವಾಗಿ ಸಿಕ್ಕ ಕಾರ್ಟೂನ್ ಟ್ಯಾಟೋಗಳನ್ನ ಕದ್ದು ತಂದು ಬೀರೂ ಮೇಲೆ ಅಂಟಿಸಿದ್ದ. ಯಾವತ್ತಾದರೂ ಅವನಿಗೆ ಗೊತ್ತಾಗಿ ಬಿಟ್ಟರೆ ಅನ್ನೋ ಭಯದಲ್ಲಿ ಅವನ ಜೊತೆ ಜಗಳ ಮಾಡಿಕೊಂಡು ಅವನು ಮನೆಗೆ ಬರದ ಹಾಗೆ ಮಾಡಿದ್ದ. ಮೂಲೆಯಲ್ಲಿದ್ದ ಗೋಲಿ ಬೋರ್ಡ್‌ನ ನೋಡಿದಾಗ ಲಕ್ಷ್ಮೀಶನ ಜೊತೆ ಗೋಲಿ ಆಡ್ತಿದ್ದು ನೆನಪಾಯಿತು. ಕಡೇಲಿ ಒಂದೇ ಗೋಲಿ ಉಳಿಸೋದು ಹೇಗೆ ಅಂತ ಇಂದಿಗೂ ನನಗೆ ಬರೋದಿಲ್ವಲ್ಲ.. ಮುಂದಿನ ಸಲ ಬಂದಾಗ ಲಕ್ಷ್ಮೀಶನ ಜೊತೆ ಆಡಿ ಕಲ್ತುಕೋಬೇಕು.. 'ಮುಂದಿನ ಸಲ ಯಾವಾಗ್ ಬರ್ತೀನಿ?' ಅರಿವಿಲ್ಲದೇ ಬಾಯಿಂದ ಬಂದ ಉದ್ಗಾರಕ್ಕೆ ಉತ್ತರ ಹೊಳೆಯಲಿಲ್ಲ.

ಹನ್ನೊಂದು ಗಂಟೆ ಸುಮಾರಿಗೆ ಸಕಲೇಶಪುರದಿಂದ ಬಂದ ಮಹೀಂದ್ರಾ ಸುಪ್ರೋ ಲಗೇಜ್ ಗಾಡಿಯಲ್ಲಿ ಮಂಚ ತಗೆದುಕೊಂಡು ಹೋಗೋದು ಅಂತಾಗಿತ್ತು. ಮನೆಯೊಳಗೆ ಅದನ್ನ ಡಿಟಾಚ್ ಮಾಡುವಾಗ ನಂಜುಂಡಣ್ಣ ಮಂಚದ ಕೀಲುಗಳು ಎಲ್ಲಿಗೂ ತಾಕದೇ ಇರೋ ಹಾಗೆ ಕಣ್ಣಲ್ಲಿ ಕಣ್ಣಿಟ್ಟು ನೋಡಿಕೊಂಡರು. ಮಂಚವನ್ನ ಗಾಡಿಗೆ ಸಾಗಿಸಿ, ಕಡೆಯ ಬಾರಿ ಮನೆಯ ಬಾಗಿಲಿಗೆ ಬೀಗ ಹಾಕುವಾಗ ನಂಜುಂಡಣ್ಣನ ಕಣ್ಣು ತೇವಗೊಂಡವು.

ಎಲ್ಲೇ ಹೋದರೂ ನಮ್ಮ ಮನೆಗೆ ವಾಪಸ್ಸಾದಾಗ ಸಿಗೋ ನೆಮ್ಮದಿ ಇನ್ನೆಲ್ಲೂ ಸಿಗಲ್ಲ, ನನ್ನ ನೆಮ್ಮದಿಯನ್ನ ಕಳೆದುಕೊಂಡು ಹೋಗ್ತಿದ್ದೇನೆ, ನಾನು ಸತ್ತರೂ ಇಲ್ಲಿಗೆ ಬರೋದಕ್ಕೆ ಸಾಧ್ಯವಿಲ್ಲ ಅನ್ನೋ ನೋವು ಎದೆಯಲ್ಲಿ ಚುಚ್ಚಿತು. ಭಾರವಾದ ಹೆಜ್ಜೆ ಇಡುತ್ತಾ ಹೋಗಿ ಕಾರಿನ ಸೀಟ್ ಮೇಲೆ ಕೂತರು. ಅಷ್ಟರಲ್ಲಿ ಬಂದ ಊರಿನ ಕೆಲವರು ನಂಜುಂಡಣ್ಣ ಊರು ಬಿಟ್ಟು ಹೋಗ್ತಿದ್ದಾನೆ ಅಂತ ಕಣ್ತುಂಬಿಕೊಂಡು ಆಶೀರ್ವಾದ

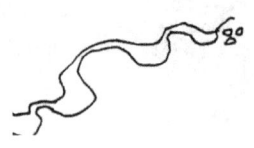

ತಗೊಂಡ್ರು. ಒಂದಿಬ್ಬರು ನಂಜುಂಡನ್ನ ಸಂಪರ್ಕ ಮಾಡೋದ್ ಹೇಗೆ ಅಂತ ಕೇಳಿ ಮನೋಜನ ನಂಬರ್‌ನ ಕೈಮೇಲೆ ಬರೆದುಕೊಂಡ್ರು. 'ಈಗ ಇದನ್ ಇಟ್ಕೊಳ್ಳಿ ಇನ್ನೊಂದೆರಡು ದಿನದಲ್ಲಿ ಅಪ್ಪ ಹೊಸಾ ಫೋನ್ ತಗೋತಾರೆ' ಅಂದ ಮನೋಜ.

'ರೂಬಿ ಕಮ್, ಬಾ ರೂಬಿ' ಕಿಶನ್ ತನ್ನ ಮುದ್ದಿನ ನಾಯಿ ಮರಿಯನ್ನ ಎಳೆದು ತರೋಕೆ ಪ್ರಯತ್ನ ಮಾಡ್ತಿದ್ದ, ನಾಯಿ ಮರಿ ತನ್ನ ಕಾಲುಗುರುಗಳ ಪಂಜರ ಬಿಚ್ಚಿ ನೆಲವನ್ನ ಗಟ್ಟಿಯಾಗಿ ಹಿಡಿದುಕೊಂಡು ಬಿಟ್ಟಿತ್ತು. ಪಲ್ಲವಿ ಮನೆಯವರನ್ನು ಬಿಟ್ಟು ಬರಲ್ಲ ಅಂತ ರಚ್ಚೆ ಹಿಡಿದಂತಿತ್ತು. 'ಎಳೀ ಬೇಡ, ಎತ್ಕೊಂಡ್ ಬಾ ಕಿಶನ್' ಮನೋಜ್ ಕೂಗಿ ಹೇಳಿದ. ಅದನ್ನೇ ನೋಡುತ್ತಿದ್ದ ನಂಜುಂಡಪ್ಪ 'ನೀನು ಕರೆದುಕೊಂಡು ಹೋಗೋ ಕಡೆ ಹೋಗ್ಬೇಕು, ನನಗೂ ಅದಕ್ಕೂ ಏನೂ ವ್ಯತ್ಯಾಸ ಇಲ್ಲ ಅಲ್ವಾ?' ಎಂದ. ಮನೋಜ್ ಒಂದು ಕ್ಷಣ ಸ್ತಬ್ದನಾದ. ಈ ನಾಯಿ ಮರಿಗೆ ಇಷ್ಟು ಹಟವೇ! ಕೋಪ ಬಂದು ಕಾರಿನಿಂದ ಇಳಿದು ಮಗನನ್ನೂ ನಾಯಿಮರಿಯನ್ನೂ ಎಳೆದುಕೊಂಡು ಬಂದು ಹಿಂದಿನ ಸೀಟಿನಲ್ಲಿ ಕೂರಿಸಿದ. ಕಾರ್ ಹೊರಟಾಗ ಹಿಂದೆ ಲಗೇಜ್ ಗಾಡಿಯೂ ಹೊರಟಿತು.

ಕಿಟಕಿ ಏರಿಸಿ ಏಸಿ ಹಾಕಿದ್ದ ಕಾರಿನಲ್ಲಿ ಮೌನ ಗವ್ ಅನ್ನುತ್ತಿತ್ತು. ರೂಬಿ ಮೆಲ್ಲಗೆ ಕುಂಯ್ ಕುಂಯ್ ಅನ್ನೋಕೆ ಶುರು ಮಾಡ್ತು. ಒಂದೇ ದಿನಕ್ಕೆ ಹಚ್ಚಿಕೊಂಡಿರೋರನ್ನ ಬಿಟ್ಟುಬರೋದಕ್ಕೆ ಈ ಮೂಕಪ್ರಾಣಿ ಇಷ್ಟು ಹಟ ಮಾಡ್ತು, ಇನ್ನು ಇಡೀ ಜೀವನ ಕಷ್ಟ ಸುಖಗಳಲ್ಲಿ ಭಾಗಿಯಾಗಿದ್ದ ಮನೇನ, ಊರನ್ನ ತೊರೆಯೋದಕ್ಕೆ ಅಪ್ಪ ಇನ್ನೆಷ್ಟು ಕೊರಗುತ್ತಿರಬಹುದು? ಅಪ್ಪ ತನ್ನನ್ನ ತಾನು ಸ್ವಾತಂತ್ರ್ಯವಿಲ್ಲದ ನಾಯಿಮರಿಗೆ ಹೋಲಿಸಿಕೊಂಡ ಮಾತು ಮತ್ತೆ ಮತ್ತೆ ಕಿವಿಯಲ್ಲಿ ಪ್ರತಿಧ್ವನಿಸಿತು, ಊರಲ್ಲಿ ಅವರಿಗಿರೋ ಮನ್ನಣೆ, ಬಾಂಧವ್ಯ, ಮನೆಯ ನೆನಪು, ಲಕ್ಷ್ಮೀಶನ ಗೋಲಿ, ಎಲ್ಲವೂ ಮನೋಜನ ಸ್ಮೃತಿಪಟಲದಲ್ಲಿ ಸರಿಯಿತು. ಫೋನ್ ರಿಂಗಾದಾಗ ಒಮ್ಮೆ ಬೆಚ್ಚಿದ. ಸ್ಟೇರಿಂಗ್ ತುದೀಲಿದ್ದ ಬಟನ್‌ನ ಒತ್ತಿ ಬ್ಲೂಟೂತ್ ಮೂಲಕ ಫೋನ್ ರಿಸೀವ್ ಮಾಡಿದ.

'ಸರ್, ನೀವು ಐಎಫ್ಎಸ್‌ಸಿ ಕೋಡ್ ಕಳ್ಸಿರ್ಲಿಲ್ಲ ಅಡ್ವಾನ್ಸ್ ಕಳಿಸೋಣ ಅಂತಿದ್ದೆ'. ಮನೆ ಖರೀದಿಗಾರ ಫೋನ್ ಮಾಡಿದ್ದ.

ಅಪ್ಪ ಬೇಸರದಲ್ಲಿದ್ದಾರೆ ಅಂತಾನೋ ಅಥವಾ ಎಷ್ಟೋ ದಿನಗಳ ನಂತರ ಹುಟ್ಟಿದ ಮನೆಯನ್ನ ನೋಡಿದರ ಸೆಳೆತವೋ ಏನೋ, ಇದು ನನ್ನ ನಿರ್ಧಾರವನ್ನು ಪರಿಶೀಲಿಸಿಕೊಳ್ಳೋದಕ್ಕೆ ಒದಗಿ ಬಂದಿರೋ ಕೊನೇ ಅವಕಾಶ ಅನ್ನಿಸಿತು ಮನೋಜನಿಗೆ. ತುಸು ಯೋಚಿಸಿ 'ಸರ್, ಕ್ಷಮಿಸಿ ಸದ್ಯಕ್ಕೆ ನಾನು ಮನೆ ಮಾರೋದು ಬೇಡ ಅಂದುಕೊಂಡಿದ್ದೀನಿ. ಅಡ್ವಾನ್ಸ್ ಹಾಕೋದ್ ಬೇಡ. ಐ ಚೇಂಜ್ಡ್ ಮೈ ಮೈಂಡ್. ಸಾರಿ' ಅಂದ. ನಂಜುಂಡಣ್ಣನ ಮುಖ ಅರಳಿತು.

'ಬೊಂಬೈಗೆ ಹೋಗಿ ನಮ್ಮನ್ನೆಲ್ಲಾ ಮರೀಬೇಡ ನಂಜುಂಡಣ್ಣ' ಎಳ್ನೀರು ಕೊಚ್ಚುತ್ತಾ ಸೀನ ಕೂಗಿದಾಗ ನಂಜುಂಡಣ್ಣ ಕಾರಿನ ಕಿಟಕಿ ಇಳಿಸಿ, 'ಏ ಇಲ್ಲಪ್ಪಾ.. ನನ್ ಮೊಮ್ಮಗ ಅಪ್ಪೂರಿನ್ ಚಿತ್ರ ಬರ್ದಿದ್ದಾನೆ, ನೋಡ್ಕೊಂಡ್ ವಾಪಸ್ ಬರ್ತೀನಿ'. ವಿಶ್ವಾಸ ತುಂಬಿದ ಧ್ವನಿಯಲ್ಲಿ ನಂಜುಂಡ ಕೂಗಿದ.

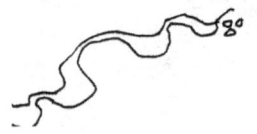

ಚುಚ್ಚುಮದ್ದಿನ ಸೈಡ್ ಎಫೆಕ್ಟ್

ನರಹರಿ ಶರ್ಮ ಬೆನ್ನಿಗೆ ದಿಂಬು ಕೊಟ್ಟುಕೊಂಡು ಕೂತು ಗಂಟೆಗಳೇ ಸರಿದಿದ್ದವು. ಬೆಂಗಳೂರಿನ 50x80 ಅಡಿ ನಿವೇಶನದಲ್ಲಿ ಕಟ್ಟಿರೋ ಮೂರಂತಸ್ತಿನ ಮನೆಯ ಒಡೆಯನಿಗೆ ಕಳೆದ 13 ದಿನದಿಂದ ಮಂಚವೇ ಪ್ರಪಂಚವಾಗಿ ಬಿಟ್ಟಿದೆ. ಬೆನ್ನಿಗೆ ಕಲ್ಲುಕಟ್ಟಿದಂತೆ ನೋವಾಗುತ್ತಿದೆ, ಕರೆಯೋದಕ್ಕೆ ಧ್ವನಿ ಜೋರಾಗಿ ಬರೋದಿಲ್ಲ, ಮಗ, ಕೂರಿಸಿ ಹೋದವನು ಪತ್ತೆಯಿಲ್ಲ.

ಕೂತಲ್ಲೇ ಒಂದೆರಡು ಸೆಂಟಿಮೀಟರ್ ಜರುಗೋದಕ್ಕೆ ಪ್ರಯತ್ನಪಟ್ಟು ಸೋತರು. ಬುದ್ಧಿ ಬಂದಾಗ್ಲಿಂದ ಒಂದು ಕಡೆ ಕೂತವರಲ್ಲ. ಅರವತ್ತಾ ದರೂ ಕಂಪನಿ ಕೆಲ್ಸ ನಿಲ್ಲಿಸಿರಲಿಲ್ಲ, ಬಚ್ಚಲು ಮನೆಯಲ್ಲಿ ಜಾರಿ ಬಿದ್ದಿದ್ದು

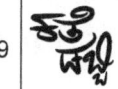

ಬದುಕಿನ ಚಲನೆಗೇ ವಿರಾಮ ಹಾಕಿತ್ತು. ಹೊರಗಡೆಯಿಂದ ಏನೋ ಶಬ್ದ ಕೇಳಿ ಕಿಟಕಿಯಿಂದ ಆಚೆ ನೋಡಿದರು, ಒಂದು ಕೆಂಪು ಕಾರು ಬಂದು ನಿಂತಿತು.

ನರಹರಿ ಕಣ್ಣು ಸಣ್ಣಗೆ ಮಾಡಿದರು 'ಅವ್ಳೇ ಆ ಮಲಯಾಳಿ ಕ್ರಿಶ್ಚಿಯನ್ ಹುಡುಗಿ, ಎಷ್ಟು ಧೈರ್ಯ ಮನೆ ತನಕ ಬಂದಿದ್ದಾಳೆ!'. ಮಗನ ಪ್ರೀತಿಗೆ ಇವರು ಬಿಲ್‌ಕುಲ್ ಒಪ್ಪದ ಕಾರಣ ಮನೆಯಲ್ಲಿ ಜಗಳವಾಗಿತ್ತು, 'ನನ್ ಒಂದು ನೋಟಕ್ಕೆ ಹೆದರುತ್ತಿದ್ದ ಮಗ, ಈಗ ನಾನು ಒಪ್ಪದೇ ಇರೋ ಹೆಣ್ಣನ್ನ ಮನೆಗೇ ಕರೆದಿದ್ದಾನೆ. ಪರಿಸ್ಥಿತಿ ನನ್ನ ಕೈಲಾಗದವನನ್ನಾಗಿ ಮಾಡಿದೆ'. ಮಗ ಭುವನ್ ಮತ್ತು ಆ ಹುಡುಗಿ ಮಾತಾಡುವಷ್ಟೂ ಹೊತ್ತು ಅವರ ಹಾವಭಾವವನ್ನೇ ನೋಡಿದರು. ತುಂಬಾ ಸಲಿಗೆಯಿಂದ ಮಾತಾಡುತ್ತಿದ್ದಾರೆ ಅನ್ನಿಸಿತು. ಹೊರಡುವಾಗ ಇಬ್ಬರೂ ಅಪ್ಪಿಕೊಂಡು ಬೀಳ್ಕೊಟ್ಟರು. ನರಹರಿಯ ಮುಖ ಕುದಿಯಿತು.

ಭುವನ್ 'ಅಪ್ಪಾ.. ನೀವ್ ಚೆಕ್ ಮೇಲೆ ಹಾಕಿದ್ ಸಿಗ್ನೇಚರ್ ಮ್ಯಾಚ್ ಆಗ್ದೇ ರಿಜೆಕ್ಟ್ ಆಗಿದೆ. ನಿಮ್ ಮ್ಯಾನೇಜರ್‌ಗೆ ಸಿಗ್ನೇಚರ್ ಇಲ್ದೇ ಕೆಲ್ಸ ಮಾಡೋದು ಕಷ್ಟ ಆಗ್ತಿದ್ಯಂತೆ. ದಿನಾ ಫೋನ್ ಮಾಡಿ ತಲೆ ತಿಂತಿದ್ದಾನೆ. ಅದಕ್ಕೆ ನಮ್ದು ಜಾಯಿಂಟ್ ಅಕೌಂಟ್ ಮಾಡ್ಬಿಡೋಣ ಅಂತ ಅಪ್ಲಿಕೇಶನ್ ತಂದಿದ್ದೀನಿ' ರೂಮೊಳಗೆ ಬಂದವನೆ ಅವಸರ ಮಾಡಿದ. ಮಗ ತನ್ನ ಒಂದೊಂದೇ ಹಕ್ಕನ್ನ ಕಿತ್ಕೋತಿದ್ದಾನೆ ಅನ್ನಿಸಿತು ನರಹರಿಗೆ. ಟೇಬಲ್ ಮೇಲಿಟ್ಟಿದ್ದ ಫಾರ್ಮ್ ಅನ್ನು ಕೈಯಿಂದ ತಳ್ಳಿಬಿಟ್ಟರು. 'ಏನಪ್ಪ ಹೀಗ್ ಮಾಡ್ತೀಯ? ನಾನೇನ್ ನಿನ್ ಆಸ್ತಿನ ಲಪ್ಟಾಯಿಸ್ತೀನಾ. ಅಷ್ಟಕ್ಕೂ ನೀನ್ ಹೋದ್ಮೇಲೆ ಇನ್ಯಾರಿಗ್ ಕೊಡ್ತೀಯ ಇದೆಲ್ಲ? ಎಲ್ಲಾದಕ್ಕೂ ಆಗಲ್ಲ ಅನ್ನೋದೊಂದೇ ಉತ್ರ' ಭುವನ್ ಕೂಗಾಡಿದ್ದಕ್ಕೆ ಅವರು ತಲೆಕೆಡಿಸಿಕೊಳ್ಳಲಿಲ್ಲ.

ನರಹರಿ ಸಿವಿಲ್ ಕಂಟ್ರಾಕ್ಟರ್ ಆಗಿ ಸರ್ಕಾರದ ಕೆಲ್ಸ ಮಾಡಿ ಒಳ್ಳೆ ಸಂಪಾದನೆ ಮಾಡಿದ್ದರೂ ಐವತ್ತು ವರ್ಷಗಳ ಹಿಂದೆ ತನ್ನಪ್ಪ ಅಮ್ಮ ಕಾಸು ಕಾಸಿಗೂ ಹಾಕುತ್ತಿದ್ದ ಲೆಕ್ಕಾಚಾರವನ್ನೇ ಅನುಸರಿಸುತ್ತಿದ್ದರು.

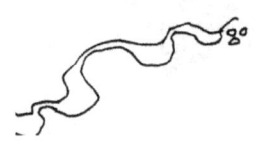

'ಬಾಡಿಗೇನೇ ನಲವತ್ತು ಸಾವಿರ ದಾಟುತ್ತೆ, ತರಕಾರಿಯವನ ಹತ್ತಿರ ಐದು ರುಪಾಯಿಗೂ ಅರ್ಧ ಗಂಟೆ ಚೌಕಾಶಿ ಮಾಡ್ತ್ಯಲ್ಲಪ್ಪ' ಅಂತ ಬುದ್ಧಿ ಹೇಳೋಕೆ ಬಂದ ಮಗನಿಗೆ ಒಂದು ರುಪಾಯಿಯ ಬೆಲೆ ನಿನಗೇನು ಗೊತ್ತು ಅಂತ ತಮ್ಮದೇ ಅರ್ಥಶಾಸ್ತ್ರ ಪಾಠ ಶುರುಮಾಡ್ತಿದ್ರು. ಹುಷಾರು ತಪ್ಪಿದಾಗ್ಲಿಂದ ಮಗಳು ಒಂದು ಸಲ ನೋಡಿಕೊಂಡು ಹೋಗಿದ್ದಳು. ಒಂದು ಕೆಜಿ ಸೇಬು, ಕಿತ್ತಳೆ ಹಣ್ಣುಗಳ ಕವರ್‌ನ ತಂದು ಕೊಟ್ಟಿದ್ದಷ್ಟಕ್ಕೆ ಅವಳ ಕರ್ತವ್ಯ ಮುಗಿದಿತ್ತು. ಡಾಕ್ಟರ್ ಬೆನ್ನು ಹುರಿ ಸರಿ ಹೋಗೋದಕ್ಕೆ ಸಮಯ ಹಿಡಿಯುತ್ತೆ, ಮೂರು ತಿಂಗಳಾದ್ರೂ ಬೆಡ್ ರೆಸ್ಟ್ ಬೇಕು ಎಂದಿದ್ದರು. ಸಮಯ ದೂಡೋದು ಹೇಗೆ? ನನ್ನ ಜೀವನ ಹೀಗೇ ಅಂತ್ಯವಾಗುತ್ತಾ ಅಂತ ಯೋಚಿಸುತ್ತಿದ್ದವರಿಗೆ ನಿದ್ರೆ ಆವರಿಸಿದ್ದು ಗೊತ್ತಾಗಲಿಲ್ಲ.

ಹಕ್ಕಿಗಳು ಕಿಚಿಕಿಚಿ ಶಬ್ದ ಮಾಡುತ್ತಿತ್ತು, ಕೋಗಿಲೆಗಳೆರಡು ಜುಗಲ್ಬಂದಿ ಮಾಡುತ್ತಿರುವಂತೆ ಕೂಗುತ್ತಿದ್ದವು. ನರಹರಿ ಮೆಲ್ಲಗೆ ಕಣ್ಣು ತೆರೆದರು. ಎದುರು ಮನೆಯ ಪಕ್ಕದ ಖಾಲಿ ಸೈಟಿನಲ್ಲಿದ್ದ ಹೊಂಗೆ ಮರದ ಮೇಲೆ ಹಕ್ಕಿಗಳು ಕೂತಿರುವುದು ಕಂಡಿತು. ಒಂದು ಹಕ್ಕಿಗಂತೂ ಮೈಯೆಲ್ಲಾ ಕಂದು, ಕತ್ತು ಕಪ್ಪು ಬಣ್ಣ ಮತ್ತು ಕೊಕ್ಕು ಕೆಂಪಾಗಿದ್ದವು. ಅಳಿಲುಗಳೆರಡು ಕೊಂಬೆ ಮೇಲೆ ಜೂಟಾಟ ಆಡುತ್ತಿದ್ದವು. ಅದನ್ನೇ ನೋಡುತ್ತಾ ನರಹರಿ ಮೈಮರೆತರು.

ಬದುಕಿನ ಖಾಲಿತನವನ್ನು ಹೀಯಾಳಿಸುತ್ತಿದ್ದ ಅವರ ಕೋಣೆಗಿಂತ ಆಶ್ರಯ ಪಡೆದವರೆಲ್ಲರನ್ನೂ ತನ್ನವರಂತೆ ಕಾಣುತ್ತಿದ್ದ ಆ ಮರದಲ್ಲಿ ಪೂರ್ಣತೆ ಕಂಡಿತು.

ಒಂದು ದಿನ ಕಾಗೆಯೊಂದು ಏನನ್ನೋ ಕಚ್ಚಿಕೊಂಡು ಬಂದು ಮರದ ಬುಡದಲ್ಲಿದ್ದ ಕಲ್ಲಿನ ಮೇಲೆ ಹಾಕಿ ಕೊಕ್ಕನ್ನು ಉದ್ದ ಮಾಡಿ ಉತ್ಸಾಹದಲ್ಲಿ ಕಾ ಕಾ ಅಂತ ಕೂಗಿತು. ಕೆಲವೇ ಸಮಯದಲ್ಲಿ ಮದುವೆ ಮನೆಗೆ ಊಟಕ್ಕೆ ಬಂದವರಂತೆ ಕಾಗೆಯ ಬಳಗ ಸಂಭ್ರಮದಲ್ಲಿ ಹಾಜರಾಗಿತ್ತು. 'ನಾನು ಕಾಗೆಯ ಹಾಗೆ ಹಂಚಿ ತಿನ್ನುವ ಬುದ್ಧಿಯನ್ನು ಕಲಿತಿದ್ದೇನಾ?

ದುಡಿದಿಟ್ಟ ಸಂಪಾದನೆಯಲ್ಲಿ ಯಾರಿಗೆ ಏನು ಸಹಾಯ ಮಾಡಿದೆ?'
ನೆನಪು ಮಾಡಿಕೊಳ್ಳೋಕೆ ತೊಗೊಂಡೆ ಸಮಯವೇ ಅವರ ಪ್ರಶ್ನೆಗೆ
ಉತ್ತರಿಸಿತ್ತು.

ಮತ್ತೊಂದು ದಿನ ಎರಡು ಗುಬ್ಬಚ್ಚಿಗಳು ಸೇರಿ ಗೂಡು ಕಟ್ಟೋದನ್ನ
ನೋಡಿದರು. ಎರಡು ಗುಬ್ಬಿ ಬಾಯಲ್ಲಿ ಸಣ್ಣ ಕಡ್ಡಿ, ಕಸ, ಪೇಪರ್
ಇತ್ಯಾದಿಗಳನ್ನು ಕೊಕ್ಕಿನಲ್ಲಿ ಕಚ್ಚಿಕೊಂಡು ಬಂದು ಗೂಡು ಕಟ್ಟುತ್ತಿದ್ದವು.
ಅವುಗಳು ಕಿಚಿಕಿಚಿ ಅಂದಿದ್ದು ಗೂಡು ಕಟ್ಟುವ ವಿಚಾರದಲ್ಲಿ ಗಂಡ
ಹೆಂಡತಿ ಗುಬ್ಬಿ ವಾದ ಮಾಡಿದಂತಿತ್ತು. 'ಒಂದು ದಿನವೂ ನಾನು
ನನ್ನ ಮನೆ ಕಟ್ಟಲು ಹೆಂಡತಿಯ ಅಭಿಪ್ರಾಯ ಕೇಳಲಿಲ್ಲವಲ್ಲ. ಯಾವ
ವಿಚಾರವೇ ಆಗಲಿ ನನ್ನ ಅರ್ಧಾಂಗಿಯಾದವಳನ್ನ ನಿನಗೇನು ಗೊತ್ತು
ಹಳ್ಳಿಯವಳು ಅಂತ ಮೂದಲಿಸಿದ್ದೇ ಹೆಚ್ಚು' ತಮ್ಮ ದಾಂಪತ್ಯವನ್ನು
ಗುಬ್ಬಚ್ಚಿಗಳ ದಾಂಪತ್ಯಕ್ಕೆ ಹೋಲಿಕೊಂಡಿದ್ದು ಒಂದು ಕ್ಷಣ ಅವರಿಗೇ
ಸೋಜಿಗವೆನಿಸಿತು.

ಮಾತಿಗೆ ಯಾರೂ ಸಿಗದೇ ಒಂದೇ ಕೋಣೆಯಲ್ಲಿ ಬಂಧಿಯಾಗಿದ್ದವರಿಗೆ
ಆ ಮರ, ಅದರ ಸುತ್ತಮುತ್ತ ನಡೆಯುವ ಚಟುವಟಿಕೆಗಳೇ ಬದುಕಿನ
ಬಗ್ಗೆ ಸಾಕ್ಷಾತ್ಕಾರ ಮೂಡಿಸುತ್ತಿದ್ದವು. 'ಈ ಮರವೂ ಇಲ್ಲದಿದ್ದರೆ
ಈ ದಿನಗಳು ಎಷ್ಟು ಬರಡಾಗಿರುತ್ತಿತ್ತು' ಎಂದು ಯೋಚಿಸಿದರು.
ಎಲ್ಲರೂ ನನ್ನನ್ನು ದೂರುತ್ತಾರೆಂದರೇ ನಾನೇ ಯಾರನ್ನೂ
ಸಂಪಾದಿಸಿಕೊಂಡಿಲ್ಲವಾ? ಸತ್ತಾಗ ಎಷ್ಟು ಜನ ಅಳ್ತಾರೆ ಅನ್ನೋದರ
ಮೇಲೆ ಮನುಷ್ಯ ಎಷ್ಟು ಜನರಿಗೆ ಬೇಕಾಗಿದ್ದವನಾಗಿದ್ದ ಅಂತ
ಗೊತ್ತಾಗುತ್ತದೆ. ಹಾಗಾದರೆ ನಾನು ಸ್ವಾರ್ಥಿಯಾಗಿ ಬದುಕಿಬಿಟ್ಟೆನಾ?
ಒಂದೆಡೆ ಜಡವಾಗಿ ಕೂತಿರೋದಕ್ಕೆ ನನಗೆ ಇಂಥ ಆಲೋಚನೆಗಳು
ಬರುತ್ತಿವೆಯಾ? ಬೆನ್ನು ಸರಿಹೋದಮೇಲೆ ನನಗೆ ಎಷ್ಟು ಗುತ್ತಿಗೆ
ಕೆಲ್ಸ ಸಿಗುತ್ತೆ ಅಂತ ಮತ್ತೆ ಲೆಕ್ಕ ಹಾಕುತ್ತೇನಲ್ಲವೇ? ಯೋಚಿಸುತ್ತಾ
ಅಂತರ್ಮುಖಿಯಾದರು.

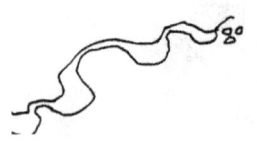

ಸೂರ್ಯನ ಹೊಂಗಿರಣ ಕಿಟಕಿಯಿಂದ ನುಗ್ಗಿ ಮಂಚದ ತುದಿಯವರೆಗೂ ಮುಟ್ಟಿತ್ತು. ನರಹರಿ ಎಂದಿನಂತೆ ಎದ್ದ ತಕ್ಷಣ ಕಿಟಕಿಯ ಹೊರ ನೋಡಿದರು. ಅಂದು ಆ ಹೊಂಗೆ ಮರ ವಿದ್ಯಾರ್ಥಿಗಳು ಮಾಸ್ ಬಂಕ್ ಮಾಡಿದ ಕ್ಲಾಸ್ ರೂಮಿನ ಹಾಗೆ ಕಾಣುತ್ತಿತ್ತು. ಕೋಗಿಲೆಯ ಕೂಗು ಕೇಳಲಿಲ್ಲ, ಗೂಡಲ್ಲಿ ಗುಬ್ಬಚ್ಚಿಗಳು ಕಣ್ಮರೆಯಾಗಿದ್ದವು. 'ಎಲ್ಲಿ ಹೋದವು? ನನ್ನಿಂದ ದೂರ ಆಗ್ಬೇಕು ಅಂತ ಅವಕ್ಕೂ ಅನ್ನಿಸಿತೇ? ಒಂದ್ ಮಾತು ತಿಳಿಸಿಹೋಗಬಹುದಿತ್ತಲ್ಲ? ಭಾವುಕರಾಗಿ ಕಾಯುತ್ತಾ ಕೂತರು. 'ಸರ್ ಕಾಫಿ ತಂದಿದ್ದೀನಿ' ಸತೀಶ ವಿಧೇಯತೆಯಿಂದ ಹೇಳಿದ. ಸತೀಶ ನರಹರಿಯ ಕಾರ್ ಡ್ರೈವರ್. ಸದ್ಯಕ್ಕೆ ಅವರ ಕೆಲಸಗಳು ನಿಂತಿರುವುದರಿಂದ ಮಗ ಇವನನ್ನು ಅಪ್ಪನನ್ನ ನೋಡಿಕೊಳ್ಳೋಕೆ ನೇಮಿಸಿದ್ದಾನೆ.

'ಒಂದ್ ಹಾಡು ಹಾಡೋ ಯಾಕೋ ಬೇಸರವಾಗ್ತಿದೆ..' ಕಾಫಿ ಹೀರುತ್ತಾ ಕೇಳಿದರು. ಕಾರಿನ ಮ್ಯೂಸಿಕ್ ಸಿಸ್ಟಮ್‌ನಲ್ಲಿ ಹಾಡು ಕೇಳುತ್ತಾ ಚೆನ್ನಾಗಿ ಹಾಡೋದನ್ನು ಕಲಿತಿದ್ದ ಸತೀಶ ಹಾಡು ಶುರುಮಾಡಿದ 'ಹುಟ್ಟುತ್ತ ಹುಲ್ಲಾದೆ, ಬೆಳೆಯುತ್ತಾ ಮರವಾದೇ, ರಂಗನಿಗೆ ಕೊಳಲಾದೆ, ಆಡೋ ಮಕ್ಕಳಿಗೆ ಓಡೋ ಕುದುರೆಯಾದೆ.. ಬಿದಿರೂ ನಾನಾರಿಗಲ್ಲಾದವಳು.. ಬಿದಿರೂ'. ಯಶವಂತ ಹಳಬಂಡಿಯವರ ಶೈಲಿಯಲ್ಲಿ ತನ್ಮಯನಾಗಿ ಹಾಡಿದ. ಅದರ ಸಾಹಿತ್ಯ ನರಹರಿಯವರನ್ನು ಕೆಣಕಿತು. ಒಂದು ಬಿದಿರು ಎಷ್ಟೆಲ್ಲಾ ಉಪಯೋಗಕ್ಕೆ ಬರುತ್ತೆ.. ನಾನ್ಯಾರಿಗಾಗಿದ್ದೀನಿ? ಮನುಷ್ಯತ್ವನ್ನಾದರೂ ಪಾಲಿಸಿದ್ದೀನಾ? ತಿಳಿಯಲಿಲ್ಲ ಮತ್ತೆ ಅದೇ ಪ್ರಶ್ನೆಗಳ ಟೇಪ್ ರೆಕಾರ್ಡರ್ ಶುರುವಾಯಿತು. ಇಡೀ ದಿನ ಪಕ್ಷಿಗಳೂ ಕಾಣದೆ ಮನಸ್ಸು ಕುಗ್ಗಿತು.

ದಿನೇ ದಿನೇ ಬಣ್ಣಬಣ್ಣದ ಆಂಟಿಬಯೋಟಿಕ್ ಮಾತ್ರೆಗಳು ನರಹರಿಯವರ ದೇಹವನ್ನು ಹಿಂಡಲು ಶುರುಮಾಡಿತ್ತು. ಅದರಿಂದ ಭೇದಿ ಶುರುವಾಗಿ ಡಿಹೈಡ್ರೇಶನ್ ಆಯ್ತು. ಮಂಚದಿಂದ ಏಳಲಾಗದ ಸ್ಥಿತಿಯಲ್ಲಿದ್ದವರಿಗೆ ಬೆಡ್‌ಪಾನ್‌ನಿಂದ ಎಲ್ಲಾ ಸೇವೆಯನ್ನು ಸತೀಶನೇ

ಮಾಡ್ತಿದ್ದ. ಅಪ್ಪನ ಸಂಕಟ ನೋಡಿದ ಭುವನ್ 'ಅಪ್ಪ ಏಳು ಎಳ್ನೀರು ತಂದಿದ್ದೀನಿ' ತಂದೆಯನ್ನು ಎಬ್ಬಿಸಿ ಗುಟುಕುಗಳಲ್ಲಿ ಎಳನೀರು ಕುಡಿಸಿದ. ಕ್ರಮೇಣ ದೇಹಸ್ಥಿತಿ ಸುಧಾರಿಸ್ತಾ ಬಂತು. ಆದರೆ ಒಂದು ಮಧ್ಯಾಹ್ನ ಇದ್ದಕ್ಕಿದ್ದಂತೆ ಅವರಿಗೆ ಸ್ಟ್ರೋಕ್ ಹೊಡೆಯಿತು. ಡಾಕ್ಟರ್ ಬಂದು ಪರಿಶೀಲಿಸಿ, ಪುಸ್ತಕದಲ್ಲಿ ಪ್ರಿಸ್ಕ್ರಿಪ್ಶನ್ ಗೀಚಿ ಪೇಪರ್ ಹರಿದು ಮಗನ ಕೈಗಿತ್ತರು. ದಿನವೂ ಎಳನೀರನ್ನು ಕೊಟ್ಟ ಕಾರಣ ಶುಗರ್ ಜಾಸ್ತಿಯಾಗಿದೆ. ನೀವು ಏಕೆ ಹೀಗೆ ಮಾಡಿದ್ರಿ ಅಂತ ಕೇಳಿದಾಗ ಅವನು ಆಂಟಿಬಯೋಟಿಕ್ಸ್ ಮೇಲೆ ಗೂಬೆ ಕೂರಿಸಿದ. 'ನಿಮ್ಮ ಕಾಳಜಿ ನಿಮ್ಮ ತಂದೆಗೆ ಸ್ಲೋ ಪಾಯಿಸನ್ ಕೊಟ್ಟ ಹಾಗೆ ಆಯ್ತು' ಡಾಕ್ಟರ್ ಭುವನ್ ನನ್ನು ಬೈದರು.

'ಅಪ್ಪ ನಿಜ್ವಾಗ್ಲೂ ನಂಗೆ ಗೊತ್ತಾಗ್ಲಿಲ್ಲ, ಎಳ್ನೀರಿಂದ ದೇಹ ತಂಪಾಗುತ್ತೆ, ಸುಸ್ತು ಕಡಿಮೆಯಾಗುತ್ತೆ ಅಂತ ಕೊಡ್ತಿದ್ದೆ ಅಷ್ಟೇ' ಮಗ ಕಣ್ತುಂಬಿಕೊಂಡಾಗ ನರಹರಿ ಅವನ ಕಣ್ಣಲ್ಲಿ ಸತ್ಯವನ್ನು ಹುಡುಕುತಿದ್ದರು. ಮಗ ತನ್ನನ್ನು ಕಳೆದುಕೊಳ್ಳೋ ಭಯ ಪಡೋದಿಕ್ಕೆ ಕಾರಣವಾದರೂ ಇದೆಯೇ? ಅವನಿಗೆ ನನ್ನ ಮೇಲೆ ಯಾವ ಅವಲಂಬನೆಯೂ ಇಲ್ಲ. ಅವನ ಪ್ರೀತಿಗೆ ಅಡ್ಡಿಯಾಗಿದ್ದೇನೆ, ಆರೋಗ್ಯವಾಗಿದ್ದಾಗ ದಿನವೂ ಮನೆಯಲ್ಲಿ ಒಂದಲ್ಲಾ ಒಂದು ಕಾರಣಕ್ಕೆ ಜಗಳವಾಗುತಿತ್ತು. ಯಾವ ಕಡೆಯಿಂದ ನೋಡಿದರೂ ನಾನು ಸತ್ತರೇ ಮಗನಿಗೆ ಉಪಯೋಗ ಅನ್ನಿಸಿತು. ಹಾಗಂತ ನನ್ನನ್ನ ಕೊಲ್ಲುವ ಹಂತಕ್ಕೆ ಹೋದನೇ? ಉತ್ತರ ಸಿಗಲಿಲ್ಲ, ಸಿಕ್ಕ ಉತ್ತರವನ್ನು ನಂಬಲು ಮನಸ್ಸು ಹೆದರಿತು.

ಅಂದು ರಾತ್ರಿ ಮಲಗಿದ್ದಾಗ ನರಹರಿಯ ಮೈ ಬೆವರಿತು, ಎದೆ ನಡುಗುತಿತ್ತು, ತನ್ನ ಮಗ ತನ್ನನ್ನ ಕೊಲ್ಲೋ ಪ್ರಯತ್ನ ಮಾಡಿದ ಅನ್ನೋ ಭಯಕ್ಕಿಂತ ಬೇರೊಂದು ಭಯ ಅವರಲ್ಲಿ ಕಾಡುತ್ತಿತ್ತು. ಕಣ್ಣುಮುಚ್ಚಿದರು. 'ಸ್ಲೋ ಪಾಯ್ಸನ್' ತಮ್ಮ ಜೀವನದಲ್ಲಿ ಇದು ಹೊಸ ಪದವೇನಾಗಿರಲಿಲ್ಲ. ಹಿಂದೆ ಒಂದು ಸಲ ತಾವೂ ಈ ಆಯುಧವನ್ನು ಬಳಸಿದ್ದರು. ಮನುಷ್ಯನ ಮೇಲಲ್ಲ. ಮರದ ಮೇಲೆ!

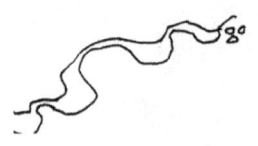

ಈಗ ಇವರು ವಾಸವಾಗಿರುವ ಮೂರಂತಸ್ತಿನ ಮನೆ ಮುಂದೆ ಹಿಂದೆ ದೊಡ್ಡದಾದ ಆಲದ ಮರವೊಂದಿತ್ತು, ಅದು ನರಹರಿಯ ಮನೆಯ ಅಂದಗೆಡಿಸುತ್ತಿತ್ತು, ಯಾವುದೇ ರೀತಿಯಲ್ಲಿ ಪ್ಲಾನ್ ಮಾಡಿದರೂ ಮನೆಯ ಮುಖ್ಯಭಾಗವನ್ನು ಅದು ಮುಚ್ಚಿಬಿಡುತ್ತಿತ್ತು. ಜೀವಮಾನದ ಕನಸಿನ ಮನೆಗೆ ಬೃಹದಾಕಾರದ ದೃಷ್ಟಿಬೊಟ್ಟಿರೋದು ನರಹರಿಗೆ ಇಷ್ಟವಾಗಲಿಲ್ಲ. ಆ ಮರಕ್ಕೆ ವಯಸ್ಸಾಗಿದೆ, ಹುಳಬಿದ್ದಿದೆ ಅಂತ ಏನೇನೋ ನೆಪ ಹೇಳಿ ಅದನ್ನು ಕಡಿಸೋದಕ್ಕೆ ಬಿಬಿಎಂಪಿಗೆ ಹಾಕಿದ ಅರ್ಜಿ ಮರದ ಆರೋಗ್ಯದ ಪರೀಕ್ಷೆಯ ನಂತರ ರಿಜೆಕ್ಟ್ ಆಯಿತು. ಇದ್ಯಾವುದೂ ಅವರ ಮರ ಕಡಿಸುವ ಯೋಚನೆಯನ್ನು ನಿಲ್ಲಿಸಲಿಲ್ಲ. ಒಂದು ದಿನ ತಾನೂ ಬೇಡದ ಮರವಾಗುತ್ತೇನೆ ಅಂತ ಅಂದು ಅವರಿಗನ್ನಿಸಲಿಲ್ಲ.

'ಟಾರ್ಡನ್ ಕೆಮಿಕಲ್' ಇದನ್ನ ದಿನಾ ಮರಕ್ಕೆ ಇಂಜೆಕ್ಟ್ ಮಾಡಿದ್ರೆ ಮರ ಹದಿನೈದು ದಿನದಲ್ಲಿ ಸಾಯುತ್ತೆ ಯಾರಿಗೂ ಗೊತ್ತಾಗಲ್ಲ ಲ್ಯಾಬ್ ಟೆಸ್ಟ್ ಆಗಿದೆ. ಕೆಮಿಸ್ಟ್ರಿ ಲೆಕ್ಚರರ್ ಆಗಿದ್ದ ಸ್ನೇಹಿತ ಬ್ರಹ್ಮಾಸ್ತ್ರವೊಂದನ್ನೇ ಕೊಟ್ಟಿದ್ದ. ಮರವನ್ನು ಕೊಲ್ಲುವ ಇಂಜೆಕ್ಷನ್! ಬಾಂಬ್ ಹಾಕಲು ಹೊರಟ ಟೆರರಿಸ್ಟ್‌ಗಳಂತೆ ತಮ್ಮ ಸೀಕ್ರೆಟ್ ಕಾರ್ಯಾಚರಣೆಗೆ ಅಂದು ಸುಸಜ್ಜಿತವಾಗಿ ತಯಾರಿ ಮಾಡಿಕೊಂಡರು ನರಹರಿ. ಮರದ ಬುಡಕ್ಕೆ ಸೈಕಲ್ ಪಂಪಿನಷ್ಟು ದೊಡ್ಡ ಸಿರೆಂಜ್‌ನಲ್ಲಿ ವಿಷ ತುಂಬಿ ಯಾರಿಗೂ ತಿಳಿಯದಂತೆ ನರಹರಿ ಮರದ ಬುಡಕ್ಕೆ ದಿನಾ ಬೆಳಗ್ಗೆ ನಾಲ್ಕು ಗಂಟೆಗೆ ಇಂಜೆಕ್ಷನ್ ಕೊಡೋಕೆ ಶುರು ಮಾಡಿದ್ದರು. ಮರಕ್ಕೆ ಎಷ್ಟು ಹಿಂಸೆಯಾಗಿತೋ, ಅದು ಹೇಳಿಕೊಳ್ಳಲಿಲ್ಲ. ಪ್ರತಿದಿನ ಮರದ ಅವನತಿಗಾಗಿ ಕಾಯುತ್ತಿದ್ದರು.

ಸಿಕ್ಕಿ ಬೀಳೋತನಕ ಕಳ್ಳ ಅಲ್ಲ ಅನ್ನೋ ಹಾಗೆ, ಗಣೇಶ ಚತುರ್ಥಿಯ ದಿನ ಅವರ ರಸ್ತೆಯ ಕೊನೇ ಮನೆಯ ಮಂಗಳಮ್ಮ ಬೆಳಗ್ಗಿನ ಜಾವ ಪೂಜೆಗೆ ಗರಿಕೆ ಕೀಳೋಕೆ ಪಕ್ಕದ ಮನೆಯ ಕಾಂಪೌಂಡ್‌ಗೆ ನುಗ್ಗಿದಾಗ ಕಳ್ಳಿಗೆ, ಕೊಲೆಗಾರ ಕಂಡಿದ್ದ. ಫುಲ್ ಓವರ್ ಹಾಕಿದ್ದ ಇವರನ್ನು

ಕಂಡುಹಿಡಿಯೋಕಾಗದೇ ಮಂಗಳಮ್ಮ ಕೂಗೋಕೆ ಹೋದಾಗ ನರಹರಿ ಅವಳ ಮೇಲೆ ಕಲ್ಲು ತೂರಿದ್ದ. ಬೀದಿಯ ಜನ ಕಳ್ಳ ಬಂದಿದ್ದ ಅಂದುಕೊಂಡರು, ಅಜ್ಜಿ ಹಾಸಿಗೆ ಹಿಡಿದಳು, ಕೆಲವೇ ದಿನದಲ್ಲಿ ಮರ ಕೃಶವಾಗಿ ನೆಲಕ್ಕುರುಳಿತು.

'ಇನ್ನು ಮುಂದೆ ನಿಮ್ಗೆ ಮಾತ್ರೆ ಬೇಡ ಅಂತ ಇಂಜೆಕ್ಷನ್ ಕೊಟ್ಟಿದ್ದಾರೆ, ನಾನೇ ಕೊಡ್ತೀನಿ ಬೇಗ ಹುಶಾರಾಗ್ತೀರಿ'. ಭುವನ್ ವಿಶ್ವಾಸದಿಂದ ಹೇಳಿದ. 'ಒಂದು ಸಲ ಮಾಡಿದ ಉಪಾಯ ಫಲಿಸಲಿಲ್ಲ ಅಂತ ಇಂಜೆಕ್ಷನ್ ಕೊಡೋಕೆ ಬಂದಿದ್ದಾನೆ' ಮಗ ತನ್ನ ಪ್ರಾಣವನ್ನು ಹೊತ್ತು ಒಯ್ಯೋಕೆ ಬಂದಿರೋ ಜವರಾಯನ ಹಾಗೆ ಕಂಡ. ಈ ಇಂಜೆಕ್ಶನ್ ಅವನ ಕೈಯಲ್ಲಿದ್ದ ಪಾಶವಾಗಿತ್ತು. ನರಹರಿ ತಾನು ಇಂಜೆಕ್ಷನ್

ತೆಗೆದುಕೊಳ್ಳೋದಿಲ್ಲ ಅಂತ ಹಟ ಮಾಡಿದರು. 'ಇನ್ನೊಂದ್ ಸಲ ಹೆಚ್ಚುಕಮ್ಮಿ ಆದ್ರೆ ನನ್ ಜವಾಬ್ದಾರಿಯಲ್ಲ' ಭುವನ್ ರೇಗಿ ಹೊರಟುಹೋದ.

'ಭುವನ್ನಣ್ಣ, ಸರ್ ಜೋರಾಗಿ ಉಸಿರಾಡುತ್ತಿದ್ದಾರೆ. ಏನೋ ಆಗ್ತಿದೆ ನೋಡಿ' ಸತೀಶ ಭಯದಿಂದ ಕೂಗಿದ. ಧಾವಿಸಿ ಬಂದ ಭುವನ್ ಅಪ್ಪ ನೀರಿನಿಂದ ಹೊರತೆಗೆದ ಮೀನಿನ ಹಾಗೆ ಉಸಿರಾಡೋದಕ್ಕೆ ಕಷ್ಟಪಡುತ್ತಿದ್ದನ್ನ ನೋಡಿ ಹೆದರಿದ. ತನಗೆ ಗೊತ್ತಿದ್ದ ಪ್ರಥಮ ಚಿಕಿತ್ಸೆ ಮಾಡೋಷ್ಟ್ರಲ್ಲಿ ಡಾಕ್ಟರ್ ಬಂದರು. ಹದಿನೈದು ನಿಮಿಷಗಳಲ್ಲಿ ಪರಿಸ್ಥಿತಿ ನಿಯಂತ್ರಣಕ್ಕೆ ಸಿಕ್ಕಿತು. 'ಏನೋ ಒತ್ತಡ ಮಾಡಿಕೊಂಡಿದ್ದಾರೆ, ಉಸಿರಾಟದ ತೊಂದರೆಯಾಗಿದೆ, ಆಕ್ಸಿಜನ್ ಮಾಸ್ಕ್ ಹಾಕಿದ್ದೀನಿ, ಸರಿಹೋಗುತ್ತಾರೆ'. ಡಾಕ್ಟರ್ ಧೈರ್ಯ ಹೇಳಿದರು. ಮರವನ್ನ ಕೊಂದವನ ಪ್ರಾಣ ಉಳಿಸೋದಕ್ಕೆ ಕೃತಕ ಆಮ್ಲಜನಕವೇ ಬೇಕಾಯಿತು.

ಆ ರಾತ್ರಿ ನರಹರಿಯವರು ನರಳುತ್ತಾ ಮಲಗಿದ್ದರು. ಮಧ್ಯರಾತ್ರಿ ಅಷ್ಟೊತ್ತಿಗೆ ಯಾರೋ ಕತ್ತು ಹಿಸುಕಿದಂತಾಯಿತು, ಉಸಿರಾಡೋಕೆ ಆಗುತ್ತಿಲ್ಲ, ಕಿರುಚೋಕೆ ಪ್ರಯತ್ನಪಟ್ಟರೆ ಧ್ವನಿ ಆಚೆ ಬರುತ್ತಿಲ್ಲ, ಭಯದಿಂದ ಕಣ್ಣು ಬಿಟ್ಟು ನೋಡ್ತಾರೆ, ಮನೆಯಿಂದಾಚೆ ತಾನು ಕಡಿದಿದ್ದ ಮರಕ್ಕೆ ಜೀವ ಬಂದು ಅದರ ರೆಂಬೆಗಳು ರಾಕ್ಷಸನ ಕೈಗಳಂತೆ ದೊಡ್ಡದಾಗಿ ಬೆಳೆದು ಕಿಟಕಿಯ ಒಳ ಹೊಕ್ಕು ಕತ್ತಿನ ಸುತ್ತ ಬಿಗಿಯಾಗಿ ಹಿಡಿದುಕೊಂಡಿದೆ. ನರಹರಿ ಬಿಡಿಸಿಕೊಳ್ಳೋದಕ್ಕೆ ಪ್ರಯತ್ನಪಟ್ಟಷ್ಟೂ ಮರದ ಕೈಗಳು ಹಿಡಿತವನ್ನು ಬಿಗಿಗೊಳಿಸುತ್ತಿದೆ. 'ನನ್ನನ್ನ ಸಾಯಿಸಿದ್ದೀಯಾ? ನೀನು ಇವತ್ತು ಬದುಕಿರೋದು ನನ್ನ ಸಹಾಯದಿಂದಲೇ' ಆ ಕರ್ಕಶ ಧ್ವನಿ ಅಟ್ಟಹಾಸದಿಂದ ನಕ್ಕಂತೆ ಕೇಳಿಸಿತು.

ಈ ಮರವು ತಾನು ದಿನವೂ ಕೊಡುತ್ತಿದ್ದ ಇಂಜೆಕ್ಷನ್‌ನ ನೋವು ಎಷ್ಟು ತೀವ್ರವಾದದ್ದು ಅಂತ ತೋರಿಸಲು ಜೀವ ಪಡೆದು ಬಂದಂತಿದೆ, ನಾನೀಗಾ ಸತ್ತೇಹೋಗುತ್ತೇನಾ? ಭಯದಿಂದ ಜೋರಾಗಿ ಉಸಿರಾಡಿದರು.

ತಕ್ಷಣ ಜೋರಾಗಿ ಗಾಳಿ ಬೀಸಿ ಮರ ಮನಸ್ಸು ಬದಲಾಯಿಸಿ ವಾಪಸ್ಸು ಹೋದಂತಾಯಿತು. ಆ ರಾತ್ರಿಯಿಂದ ನರಹರಿಯವರಿಗೆ ರಾತ್ರಿ ನಿದ್ರೆ ಹತ್ತಲಿಲ್ಲ, ನಿದ್ರೆ ಬಂದಾಗಲೆಲ್ಲಾ ಮರವು ಕತ್ತು ಹಿಸುಕಲು ಒರಟಾದ ರೆಂಬೆಗಳ ಕೈಯುಳ್ಳ ರಾಕ್ಷಸನ ರೂಪ ತಾಳಿ ಬರುತ್ತಿತ್ತು.

'ರಾಯರೇ, ನೀವು ಕನಸು ಕಾಣ್ತಿದ್ದೀರ! ಮರಕ್ಕೆ ಕೈಬಂದು ನಗುತ್ತೆ, ನಿಮ್ಮ ಕತ್ತು ಹಿಸುಕುತ್ತೆ ಅಂದ್ರೆ ಯಾರಾದರೂ ನಂಬುತ್ತಾರಾ?' ನಗುತ್ತಾ ಡಾಕ್ಟರ್ ಹೇಳಿದರು. 'ನೀವು ಬೇರೆ ಯಾವ ಯೋಚನೆ ಮಾಡದೇ ಒಳ್ಳೇ ಪುಸ್ತಕ ಅಥವಾ ಸಂಗೀತ ಕೇಳಿ ಮಲಗಿ ಆಗ ಸರಿಹೋಗುತ್ತದೆ. ನಮ್ಮ ಮನಸ್ಥಿತಿಯಂತೇ ನಮ್ಮ ಕನಸುಗಳೂ ಕೂಡ' ತಿಳಿ ಹೇಳಿದರು. ಭುವನ್ ಅಪ್ಪ ಬೇಗ ಹುಷಾರಾಗಲಿ ಅಂತ ಬಲವಂತವಾಗಿ ನರಹರಿಯವರಿಗೆ ಔಷಧ, ಮಾತ್ರೆ ಕೊಡೋದು ಶುರುಮಾಡಿದ. ನನ್ನ ಮಗ ನನಗೆ ಇಂಜೆಕ್ಷನ್ ಕೊಟ್ಟು ಸಾಯಿಸುತ್ತಿದ್ದಾನೆ ನನ್ನ ಕಾಪಾಡಿ ಅಂತ ಬಂದವರಿಗೆಲ್ಲಾ ಹೇಳೋಕೆ ಶುರು ಮಾಡಿದರು. ಅವರು ಹೇಳೋ ಕನಸು, ಅವರ ಹಟ ಎಲ್ಲವೂ ಅವ್ರನ್ನ ಮಾನಸಿಕ ರೋಗಿಯಂತಾಗಿಸಿತ್ತು.

'ಸರ್, ಡಾಕ್ಟರ್ ನಂಗೇ ಚುಚ್ಚುಮದ್ದು ಕೊಡೋಕ್ ಹೇಳಿದ್ದಾರೆ. ಜಾಸ್ತಿ ನೋವ್ ಮಾಡಲ್ಲ, ತೋಳು ಕೊಡಿ'. ಸತೀಶ ಸಿರೆಂಜ್‌ಗೆ ಔಷಧಿ ತುಂಬುತ್ತಾ ಹೇಳಿದ. 'ಆಗ್ಲಿ ನಂಗೆ ನೋವಾಗ್ಬೇಕು.. ಮೊದಲನೇ ಇಂಜೆಕ್ಷನ್ ಕೊಟ್ಟಾಗ ನೋವಾಗುತ್ತೆ.. ದಿನಾ ಕೊಟ್ರೆ ಅಭ್ಯಾಸ ಆಗುತ್ತೆ' ಯಾಕೋ ವಿಚಿತ್ರವಾಗಿ ಮಾತನಾಡಿದರು. ಅಲ್ಲಿಂದ ಅವರು ಇಂಜೆಕ್ಷನ್ ತೊಗೊಳ್ಳೋಕೆ ಹಟ ಮಾಡ್ಲಿಲ್ಲ ಬದಲಿಗೆ ಗೊಣಗೋಕೆ ಶುರು ಮಾಡಿದ್ರು. 'ನಾನೂ ದಿನಾ ಇಂಜೆಕ್ಶನ್ ಕೊಡ್ತಿದ್ದೆ, ಮೊದಲನೇ ವಾರಕ್ಕೆ ಬುಡ ಒಣಗಿ ಹೋಗುತ್ತೆ, ಎರಡನೇ ವಾರಕ್ಕೆ ಎಲೆ ಉದುರೋಕೆ ಶುರು ಮಾಡುತ್ತೆ, ಮೂರನೇ ವಾರಕ್ಕೆ ಪೂರ್ತಿ ಬೋಡಾಗಿ ಬಿದ್ದುಹೋಗುತ್ತೆ' ಅವರ ಮಾತಿನಲ್ಲಿ ನೋವಿರಲಿಲ್ಲ, ಪಶ್ಚಾತ್ತಾಪವಿತ್ತು.

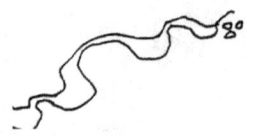

ಭುವನ್ ಅಪ್ಪನ ಮನೋವ್ಯಾಕುಲಕ್ಕೆ ಕಾರಣ ಹುಡುಕೋಕೆ ಶುರು ಮಾಡಿದ. 'ಸಾರ್ ಇತ್ತೀಚೆಗೆ ಆ ಹೊಂಗೆ ಮರಾನಾ ಹೆಚ್ಚಾಗಿ ನೋಡ್ತಿದ್ದರು, ಅದರ ಮೇಲಿರೋ ಪಕ್ಷಿಗಳ ಬಗ್ಗೆ ನಂಗೆ ಕತೆ ಹೇಳ್ತಿದ್ರು, ಮೊನ್ನೆ ನಮ್ ರೋಡಲ್ಲಿ ಟಾರ್ ಹಾಕ್ತಿದ್ ಶಬ್ದಕ್ಕೆ ಪಾಪ ಅವು ಹಾರಿಹೋದವು. ಆಗ್ಲಿಂದ ಅವರು ತುಂಬಾ ಮೌನವಾಗೋದ್ರು' ಸತೀಶ ವಿಷಾದದಲ್ಲಿ ಹೇಳಿದ. ಅಪ್ಪನ ಆರೋಗ್ಯ ಸ್ಥಿತಿ ಹದಗೆಡುತ್ತಿದೆ ಎಂದು ತಿಳಿದು ಮಕ್ಕಳು ಬಂಧುಗಳು ಭೇಟಿಯಾಗಲು ಬಂದಾಗ 'ನಿಮ್ಮನ್ನು ನೋಯಿಸ್ಬಿಟ್ಟಿದ್ದೇನೆ, ಯಾವತ್ತೂ ನಿಮ್ಮ ಕಷ್ಟಕ್ಕೆ ಆಗ್ಲಿಲ್ಲ ಕ್ಷಮಿಸಿ' ಕೈಹಿಡಿದು ಕಣ್ತುಂಬಿಕೊಂಡರು. ಅವರೇ ಹೇಳ್ತಿದ್ದಂತೆ ಹದಿನೈದು ದಿನಗಳಲ್ಲಿ ನರಹರಿಯವರ ಪ್ರಾಣಪಕ್ಷಿ ಹಾರಿಹೋಯಿತು.

ಡಾಕ್ಟರ್ ಪರೀಕ್ಷೆ ಮಾಡಿ ನ್ಯಾಚುರಲ್ ಡೆತ್ ಅಂದ್ರು. ಅಂತ್ಯಕ್ರಿಯೆ ಮುಗಿದ ಬಳಿಕ ಕುಟುಂಬವನ್ನು ಭೇಟಿ ಮಾಡಿದ ಲಾಯರ್, ಬ್ಯಾಂಕ್‌ನಲ್ಲಿದ್ದ ಅಷ್ಟೂ ಹಣ ಪರಿಸರ ಸಂರಕ್ಷಣೆಯ ಕೆಲ್ಸಕ್ಕೆ ಹೆಸರಾಗಿರೋ ವನಶಕ್ತಿ ಸಂಸ್ಥೆಗೆ ಸಂದಾಯವಾಗುತ್ತೆ ಅಂತ ನರಹರಿಯವರು ವಿಲ್ ಬರೆಸಿದ್ದಾರೆ ಎಂದು ತಿಳಿಸಿದಾಗ, ಹಾರ ಹಾಕಿದ್ದ ನರಹರಿಯವರ ಚಿತ್ರ ನೆಮ್ಮದಿಯಿಂದ ನಗುತ್ತಿತ್ತು.

ವೀಕೆಂಡ್ ಸ್ವಯಂವರ

ಒರಾಯನ್ ಮಾಲ್ ಮುಂದೆ ಆಟೋದಿಂದಿಳಿದ ಪ್ರಾರ್ಥನಾ, ಮ್ಯಾಟ್ರಿಮೋನಿಯಲ್ಲಿ ಅಮ್ಮ ನೋಡಿ ಆರಿಸಿದ ಸರ್ವಗುಣಸಂಪನ್ನ ವರನನ್ನ ಭೇಟಿಯಾಗೋಕೆ ಬಂದಿದ್ದಳು. ಆಟೋದವನಿಗೆ ದುಡ್ಡು ಕೊಡುತ್ತಿದ್ದಂತೆ ಫೋನ್‌ನ ಮೆಸೇಜ್ ಟೋನ್ ಟಣ್ ಅಂತು 'ರೀಚ್ ಆದ್ಯಾ?' ಅಂತಿತ್ತು. 'ಯಾಕೆ ಅಷ್ಟೊಂದ್ ಟೆನ್ಶನ್ ಮುದ್ದು? ಮೀಟ್ ಆಗಿಲ್ಲ ಅಂದ್ರೆ ಅಮ್ಮನ ಬೈಗುಳ ನಿಲ್ಲಲ್ಲ ಅಂತ ಬಂದಿದ್ದೀನಿ, ಹೋಮ್ ವರ್ಕ್ ಅಷ್ಟೇ. ಲವ್ ಯು! ಬಾಯ್'. ಮುಗುಳ್ನಗುತ್ತಾ ಮೆಸೇಜ್ ಟೈಪ್ ಮಾಡಿ ಕಳಿಸಿದಳು. 'ಏನಾದ್ರು ಇದ್ರೆ ಅಪ್ಡೇಟ್

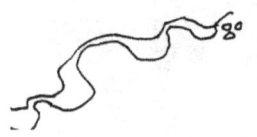

ಮಾಡು, ನಾನ್ ಇಲ್ಲೇ ಇಸ್ಕಾನ್ ಹತ್ರ ಬಂದಿರ್ತೀನಿ'. ಶರತ್ ಮತ್ತೆ ಮತ್ತೆ ಮೆಸೇಜ್ ಕಳಿಸ್ತಿದ್ದರಲ್ಲಿ ತನ್ನ ಪ್ರೇಯಸಿ ಎಲ್ಲಿ ಕೈ ತಪ್ಪಿಹೋಗ್ತಾಳೋ ಅನ್ನೋ ಭಯ ಎದ್ದು ಕಾಣುತ್ತಿತ್ತು.

ರಸ್ತೆಯುದ್ದಕ್ಕೂ ದೊಡ್ಡ ಕೋಟೆಯಂತೆ ನಿಂತಿರೋ ಮಾಲ್ ಒಳಗೆ ಹೋಗುವ ಮುನ್ನ ಆಕಾಶ್‌ಗೆ ಫೋನ್ ಮಾಡಿದಳು. 'ನಾನು ಒರಾಯಿನ್ ಎಂಟ್ರೆನ್ಸ್ ಅಲ್ಲಿದ್ದೀನಿ, ನೀವೆಲ್ಲಿದೀರ?' 'ಓ ಬಂದೆ ಜಸ್ಟ್ ಫೈವ್ ಮಿನಿಟ್ಸ್' ಫೋನ್ ಕಟ್ ಆಯಿತು. ಆಚೆ ಕಾಯೋದು ಸೂಕ್ತವಲ್ಲ ಅನ್ನಿಸಿ ಮಾಲ್ ಒಳಗೆ ಹೋದಳು. ಶನಿವಾರವಾದ್ದರಿಂದ ತುಂಬಾ ಜನರಿದ್ದರು. ಸುತ್ತ ಕೈಕೈ ಹಿಡಿದು ನಡೆಯೋ ಪ್ರೇಮಿಗಳು, ನವ ದಂಪತಿಗಳು, ಜೋರಾಗಿ ಮಾತಾಡ್ತಾ ಹೋಗೋ ಸ್ನೇಹಿತರ ಗುಂಪು, ಮಕ್ಕಳು ಎಲ್ಲಿ ತಪ್ಪಿಸಿಕೊಂಡುಬಿಡ್ತಾರೋ ಅಂತ ಕೈಬಿಡಿಸಿಕೊಳ್ಳದಂತೆ ನೋಡ್ಕೊಂಡು ಓಡಾಡೋ ತಂದೆ ತಾಯಿಯರ ಮಧ್ಯೆ ಪ್ರಾರ್ಥನಾ ವಿಭಿನ್ನವಾಗಿದ್ದಳು. ಅಮ್ಮ ಹುಡುಕಿದ ಹುಡುಗನ್ನನ್ನೊಮ್ಮೆ ಭೇಟಿಯಾಗಿ, ಆಮೇಲೆ ಏನಾದರೊಂದು ನೆಪ ಒಡ್ಡಿ ಕ್ಯಾನ್ಸಲ್ ಮಾಡಿ, ಶರತ್‌ಗೆ ಒಳ್ಳೇ ಕೆಲ್ಸ ಸಿಕ್ಕ ಮೇಲೆ ಮದುವೆ ಪ್ರಸ್ತಾಪ ಮಾಡೋದು ಅವಳ ಯೋಚನೆಯಾಗಿತ್ತು.

ಮಾಲ್‌ನ ವಾತಾವರಣ ಯುವಪೀಳಿಗೆಯ ಜೀವನಶೈಲಿಯ ಕನ್ನಡಿ ಹಿಡಿದಂತಿತ್ತು. ಹಳ್ಳಿಗರ ಮನೆ, ಕೆಲಸಗಳನ್ನು ಕಿತ್ತುಕೊಂಡು ಕಟ್ಟಿದ ಮಾಲ್‌ನಲ್ಲೇ ಹಳ್ಳಿ ಸೊಗಡನ್ನ ಸೂಸೋ ಖಾನಾವಳಿಗಳನ್ನ ಜನ ಹುಡುಕಿ ಬಂದಿದ್ದರು. ಇನ್ನೊಂದೆಡೆ ಫಾಸ್ಟ್ ಫುಡ್ ರೆಸ್ಟೋರೆಂಟ್‌ನಲ್ಲಿ ತಮ್ಮ ಸರದಿಗಾಗಿ ಹದ್ದಿನಕಣ್ಣಿಟ್ಟು ಕಾಯುತ್ತಾ ನಿಂತಿದ್ದರು, ವಾರವೆಲ್ಲಾ ಬೇರೆ ದೇಶಕ್ಕೆ ದುಡಿದವರು ವಾರಾಂತ್ಯದಲ್ಲಿ ಬೇರೆ ದೇಶದ ವಸ್ತುಗಳಿಗೇ ತಮ್ಮ ಸಂಪಾದನೆಯನ್ನ ಮುಡಿಪಾಗಿಡಲು ಪಣ ತೊಟ್ಟಂತೆ ಖರೀದಿ ಮಾಡುತ್ತಿದ್ದರು. ಪ್ರಾರ್ಥನಾ ಸುತ್ತ ಮುತ್ತ ಇರೋರು ಸನ್ ಗ್ಲಾಸ್ ಹಾಕಿರೋದನ್ನ ನೋಡಿ ತಾನೂ ಬ್ಯಾಗ್ನಿಂದ ಕಪ್ಪು ಕೂಲಿಂಗ್ ಗ್ಲಾಸ್ ಹಾಕಿಕೊಂಡಳು.

ಮಾಲ್‌ನಲ್ಲಿ ಕಾಯೋದು ಅಂದ್ರೆ ಪಾರ್ಕಿನಲ್ಲಿ ಒಂದು ಕಡೆ ಕೂರೋ ಹಾಗಲ್ವಲ್ಲ, ಕಣ್ಸೆಳೆಯೋ ಎಷ್ಟೋ ಅಂಗಡಿಗಳಿರುತ್ತವೆ, ದೊಡ್ಡ ದೊಡ್ಡ ಬೊಂಬೆಗಳಿಗೆ ನಮ್ಮನ್ನೇ ನಾಚಿಸುವಂತೆ ಬೆಲೆ ಬಾಳೋ ಬಟ್ಟೆಗಳನ್ನ, ಶೂಗಳನ್ನ ಹಾಕಿರುತ್ತಾರೆ. ಇನ್ನು ಪರ್ಸ್ ದಪ್ಪವಿಲ್ಲದೋರು ಅಂಗಡಿಯೊಳಗೆ ಹೋಗೋದಕ್ಕಿಂಗಿಂತ ಗಾಜಿನಿಂದ ಅವುಗಳನ್ನು ನೋಡಿ ಕಣ್ತುಂಬಿಕೊಳ್ಳೋದೇ ಜಾಸ್ತಿ. ಸಿಗದ ವಸ್ತುವನ್ನು ನೋಡುತ್ತಾ ನಿಂತವರಿಗೆ ಅವಮಾನವಾಗಬಾರದೆಂದೋ ಏನೋ ಅದಕ್ಕೆ 'ವಿಂಡೋ ಶಾಪಿಂಗ್' ಅಂತ ಹೆಸರಿಟ್ಟು ಅದೂ ಒಂದು ವಿಧದ ಖರೀದಿ ಅನ್ನುವಂತೆ ಸಾಮಾನ್ಯಗೊಳಿಸಿದ್ದಾರೆ.

ಹಾಗೆ ಸ್ವಾಭಿಮಾನಕ್ಕೆ ಪೆಟ್ಟು ಬೀಳುವಂತಿದ್ದರೆ ಮಧ್ಯಮ ವರ್ಗವರೇ ಹೆಚ್ಚಾಗಿರೋ ಭಾರತದಲ್ಲಿ ಯಾರೂ ಮಾಲ್‌ಗೆ ಹೋಗುತ್ತಲೇ ಇರಲಿಲ್ಲವೇನೋ. ಪ್ರಾರ್ಥನಾ ಕೂಡ ಇದಕ್ಕೆ ಹೊರತಲ್ಲ. ಸ್ನೇಹಿತರ ಜೊತೆ, ಬಂದಾಗಲೆಲ್ಲಾ ಸಂಭ್ರಮದಿಂದ ವಿಂಡೋ ಶಾಪಿಂಗ್ ಮಾಡಿದ್ದಳು. ಹೆಚ್ಚೆಂದರೆ ಶರತ್ ಜೊತೆ ಬರ್ಗರ್ ಅಥವಾ ಕಾಫಿ ಕೊಂಡಿದ್ದಳು. ಎಷ್ಟೋ ಸರ್ತಿ ಮಾಲ್ ಸುತ್ತಿ ಅಲ್ಲಿ ಫೋಟೋ ತೆಗೆದುಕೊಂಡು ನಂತರ ರಸ್ತೆ ಬದಿಯಲ್ಲಿ ಮಾರುವ ಪಾನಿಪುರಿ ತಿಂದು ಔಟಿಂಗ್ ಮುಗಿಸಿದ್ದುಂಟು.

'ಏನ್ ಇಷ್ಟೊತ್ತಾದ್ರೂ ಬರ್ಲಿಲ್ಲ, ನಾನ್ ಕಾಯ್ತಿದ್ದೀನಿ ಅನ್ನೋ ಕಾಮನ್ ಸೆನ್ಸ್ ಇಲ್ವಾ' ಟೈಮ್ ನೋಡಿ ಬೈಕೊಳ್ಳೋ ಹೊತ್ತಿಗೆ ಮತ್ತೆ ಫೋನ್ ರಿಂಗಣಿಸಿತು. 'ಹೇ! ಸಾರಿ.. ನಾನ್ ಬಂದೆ, ಕಾರ್ ಪಾರ್ಕ್ ಮಾಡ್ತಿದ್ದೀನಿ, ನೀವು ಸ್ಟಾರ್‌ಬಕ್ಸ್ ಅಲ್ಲಿರ್ತೀರಾ? ಅಲ್ಲೇ ಸಿಗೋಣ?'. ಪ್ರಾರ್ಥನಾ ಅಸಮಾಧಾನವನ್ನು ತೋರಿಸಿಕೊಳ್ಳದೆ ಸರಿ ಅಂದಳು.

ಅಮೆರಿಕಾ ಮೂಲದ ಕಾಫಿ ಶಾಪ್ ಸ್ಟಾರ್‌ಬಕ್ಸ್‌ಗೆ ಪ್ರಾರ್ಥನಾ ಮೊದಲ ಸಲ ಬಂದಿದ್ದಳು. ಮೆನು ನೋಡಿ, ಕಾಫಿ ಡೇ ಅಲ್ಲೇ ಜಾಸ್ತಿ ರೇಟು ಅಂದುಕೊಂಡ್ರೆ ಇಲ್ಲಿನ್ನೂ ಜಾಸ್ತಿ ಇದ್ಯಲ್ಲ ಅನ್ನಿಸಿತು. ತಲೆಯೆತ್ತಿ ನೋಡಿದರೆ ವೇಟರ್ ನಿಂತಿದ್ದಳು. 'ಹಾ.. ನಾನು ಒಬ್ರಿಗೆ ಕಾಯ್ತಿದ್ದೀನಿ,

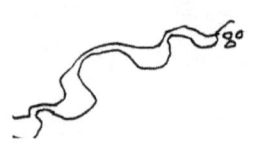

ಬಂದ್ಮೇಲೆ ಆರ್ಡರ್ ಮಾಡ್ತೀವಿ'. ವೇಟರ್ ಮುಗುಳ್ನಕ್ಕು ಹೋದಳು. ಈ ಸರ್ವೀಸ್ ಕ್ಷೇತ್ರದಲ್ಲಿರೋರು ಏನು ಓದಿರ್ತಾರೋ ಬಿಟ್ಟಿರ್ತಾರೋ ಗೊತ್ತಿಲ್ಲ, ಜಗತ್ತಿನ ಅತೀ ಸಂತೋಷದ ಜೀವಿಗಳು ಅನ್ನೋ ಹಾಗೆ ನಗೋದು ಮಾತ್ರ ಅವರ ಕೆಲಸದ ಮುಖ್ಯ ಕ್ರೈಟೀರಿಯಾ ಆಗಿರುತ್ತೆ. ಅಕಸ್ಮಾತ್ ಅವರಿಗೆ ಅಂದು ಮೂಡ್ ಆಫ್ ಆಗಿದ್ರೂ, ಮನೇಲಿ ಯಾರಾದ್ರು ತೀರಿಕೊಂಡಿದ್ರೂ ಅವರ ನಗು ಮಾಸೋ ಹಾಗಿಲ್ಲ.

'ಐಟಿಯಲ್ಲಿ ಕೆಲ್ಸ ಮಾಡೋರೇ ವಾಸಿ, ಟಿಎಲ್‌ನ ಡಿಸೈನ್ ಡಿಸೈನ್ ಆಗಿ ಬೈದುಕೊಂಡ್ರೂ ಕಂಪ್ಯೂಟರ್ ಅದನ್ನ ಅರ್ಥಮಾಡಿಕೊಳ್ಳೋದಿಲ್ಲ' ತನ್ನ 'ಲಾ'ಗೆ ತಾನೇ ನಸುನಕ್ಕಳು.

'ಇನ್ನೂ ಮೀಟ್ ಆಗಿಲ್ಲ, ಲೇಟ್ ಆಗಿ ಬಂದ್ರು' ಮೆಸೇಜ್ ಟೈಪ್ ಮಾಡಿ ಶರತ್‌ಗೆ ಕಳಿಸಿ ತಲೆ ಎತ್ತಿದಾಗ ಗಾಜಿನ ಬಾಗಿಲನ್ನು ತಳ್ಳಿಕೊಂಡು ಒಬ್ಬ ಯುವಕ ಒಳ ಬಂದ. ಎತ್ತರದ ನಿಲುವು, ತಿಳಿನೀಲಿ ಬಣ್ಣದ ಟಿ ಶರ್ಟ್ ಮೇಲೆ ಕರೀ ಲೆದರ್ ಜಾಕೆಟ್ ಹಾಕಿದ್ದಾನೆ. ಫೋಟೋದಲ್ಲಿ ಫಾರ್ಮಲ್ ಶರ್ಟ್ ಹಾಕಿದ್ದರಿಂದ ಗುರುತಿಸೋದಕ್ಕೆ ಕೊಂಚ ಸಮಯ ಹಿಡೀತು. ಹತ್ತಿರ ಬಂದವನು ಮುಗುಳ್ನಗುತ್ತಾ 'ಹಾಯ್!.. ಆಕಾಶ್' ಅಂದು ಶೇಕ್ ಹ್ಯಾಂಡ್ ಮಾಡೋದಕ್ಕೆ ಕೈ ಮುಂದೆ ಚಾಚಿದ. ಅವನ ಮೈಯ್ಯ ಪರ್ಫ್ಯೂಮ್‌ನ ಘಮ ಹಿತವೆನಿಸಿತು.

ಕಂದು ಬಣ್ಣದ ಕನ್ನಡಕದಲ್ಲಿ ಪ್ರಾರ್ಥನಾಗೆ ತನ್ನ ಮುಖವೇ ಕಾಣಿಸುತ್ತಿತ್ತು. ಬ್ರಾಂಡೆಡ್ ಕೂಲಿಂಗ್ ಗ್ಲಾಸ್ ಮುಂದೆ ತನ್ನದು ಯಾವುದೋ ಲೋಕಲ್ ಅಂತ ಗೊತ್ತಾಗಿಬಿಡುತ್ತೆ ಅಂತ ಬ್ಯಾಗ್ ಒಳಗೆ ಮುಚ್ಚಿಟ್ಟಳು. 'ಮತ್ತೆ ಸಾರಿ, ನಮ್ಮ ಕ್ಲೈಂಟ್ ಒಬ್ರು ಹೊರಡೋಷ್ಟರಲ್ಲಿ ಬಂದ್ಬಿಟ್ರು, ಸ್ವಲ್ಪ ಇಂಪಾರ್ಟೆಂಟ್ ಡೀಲ್ ಅದಕ್ಕೆ ಕಾಯಿಸ್ಬಿಟ್ಟೆ, ಸಾರಿ!'. ಅವನು ಈ ಸಲ ಸಾರಿ ಕೇಳಿದ್ದಕ್ಕೆ ನಿಜವಾಗಿಯೂ ಅಸಮಾಧಾನ ಕಳೆದುಹೋಗಿತ್ತು. 'ಪರ್ವಾಗಿಲ್ಲ ನಾನೂ ಒರಾಯಿನ್‌ಗೆ ಜಾಸ್ತಿ ಬಂದಿರ್ಲಿಲ್ಲ ನೋಡಿದ್ ಹಾಗಾಯ್ತು' ಮುಗುಳ್ನಗುತ್ತಾ ಹೇಳಿದಳು. ಆಕಾಶ್ ಇಬ್ಬರಿಗೂ ಕೋಲ್ಡ್ ಕಾಫಿ ಮತ್ತು ಸ್ಯಾಂಡ್‌ವಿಚ್‌ಗೆ ಹೇಳಿದ.

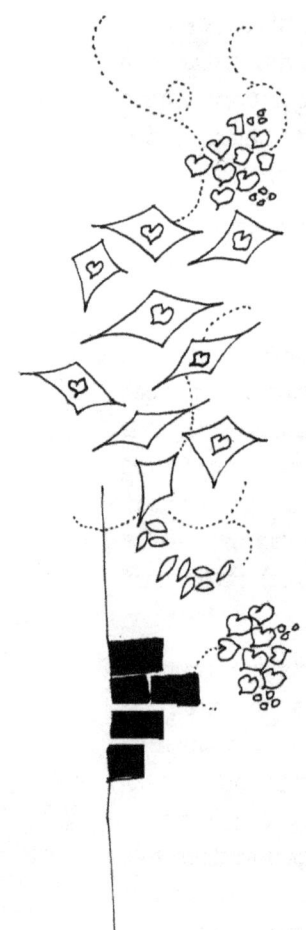

ಆಕಾಶ್ ಕನ್‌ಸ್ಟ್ರಕ್ಷನ್ ಕಂಪನಿಯ ಸಿಇಓ ಆಗಿದ್ದ. ಯುವ ಆರ್ಕಿಟೆಕ್ಟ್‌ಗಳನ್ನ ಕೆಲಸಕ್ಕೆ ಇಟ್ಟುಕೊಂಡು ಮನೆಗಳನ್ನು, ಮಳಿಗೆಗಳನ್ನು ಕಟ್ಟಿಕೊಡೋ ಕಂಪನಿ ಅದು. ಅರ್ಧ ಕೆಲ್ಸ ಮಾಡಿ ಓಡಿ ಹೋಗೋ ಮೇಸ್ತ್ರಿಗಳ ಮಧ್ಯ ಕಾರ್ಪೊರೇಟ್ ಫರ್ಮ್‌ಗಳಂತೆ ಕೆಲ್ಸ ಮಾಡೋ ಇವನ ಕಂಪನಿ ಮಾರುಕಟ್ಟೆಯಲ್ಲಿ ಒಳ್ಳೆ ಹೆಸರು ಮಾಡಿತ್ತು. ಪ್ರಾರ್ಥನ ಪ್ರೈವೇಟ್ ಶಾಲೆಯಲ್ಲಿ ಡಾನ್ಸ್ ಟೀಚರ್ ಆಗಿ ಕೆಲ್ಸ ಮಾಡ್ತಿದ್ಲು. ಬಿ.ಕಾಂ ಓದಿದ್ರು ಆ ದಾರಿಯಲ್ಲಿ ಸಿಗೋ ಕೆಲ್ಸದಲ್ಲಿ ಅವಳಿಗೆ ಆಸಕ್ತಿಯಿರಲಿಲ್ಲ.

ಸಣ್ಣ ವಯಸ್ಸಿನಿಂದ ಕಲಿತ ಶಾಸ್ತ್ರೀಯ ನೃತ್ಯ ಇಂದು ಅವಳ ವೃತ್ತಿಯಾಗಿ ಕೈಹಿಡಿದಿತ್ತು. ಇಬ್ಬರೂ ತಮ್ಮ ತಮ್ಮ ಕೆಲ್ಸಗಳ ಬಗ್ಗೆ ಮಾತನಾಡಿಕೊಂಡರು. ಟೇಬಲ್ ಮೇಲೆ ವೇಟರ್ ತಂದಿಟ್ಟ ಬಿಲ್ ಅನ್ನು ಪ್ರಾರ್ಥನಾ ತೆಗೆದುಕೊಂಡಾಗ ಆಕಾಶ್ ಅದನ್ನ ಕಸಿದುಕೊಳ್ಳೋಕೆ ಬಂದ. ಇಬ್ರೂ ತಾವು ಬಿಲ್ ಕೊಡ್ತೀವಿ ಅಂತ ವಾದ ಆಗಿ ಕೊನೆಗೆ ಪ್ರಾರ್ಥನಾ 'ಗಂಡು ಹೆಣ್ಣು ಸಮಾನರು, ನೀವೇ ಯಾಕೆ ಬಿಲ್ ಕೊಡಬೇಕು ಈ ಸಲ ನಾನು ಕೊಡ್ತೀನಿ' ಅಂತ ಹೇಳಿದ್ದಕ್ಕೆ ಆಕಾಶ್ ಒಪ್ಪಿದನು.

'ಸೋ.. ಮುಂದಿನ ಹತ್ತು ವರ್ಷದಲ್ಲಿ ನಿಮ್ಮನ್ನ ನೀವು ಎಲ್ಲಿ ನೋಡ್ಕೊಳ್ಳೋಕೆ ಇಷ್ಟ ಪಡ್ತೀರಿ?' ಆಕಾಶ್ ಕೇಳಿದ ಪ್ರಶ್ನೆಗೆ ಪ್ರಾರ್ಥನ

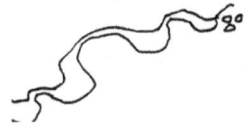

ಉತ್ತರ ಯೋಚಿಸತೊಡಗಿದಳು. ಶರತ್ ಸಿಎ ಮುಗಿಸೋಕೆ ಇನ್ನೊಂದ್ ನಾಲ್ಕು ವರ್ಷ, ಅದು ಆಗ್ಲಿಲ್ಲ ಅಂದ್ರೆ ಈಗ ಇರೋ ಕೆಲ್ಸವೇ ಗತಿ. ಹೇಗೋ ಮನೆಯವ್ರನ್ನ ಒಪ್ಪಿಸಿ, ಮದ್ವೆ ಆಗ್ಬೇಕು. ನನ್ನ ಸ್ವಂತ ಡಾನ್ಸ್ ಕ್ಲಾಸ್ ತೆರೀಬೇಕು, ಶರತ್‌ನ ತಂದೆ ತಗೊಂಡಿರೋ ಹೌಸಿಂಗ್ ಲೋನ್ ಇಎಮ್‌ಐ ಕಟ್ಟಿ, ಮನೆ ನಡೆಸೋಕೆ ಅವನ ಸಂಬಳ ಸಾಕಾಗಿರುತ್ತದೆ, ಇನ್ನು ನನ್ನ ಸಂಬಳದಲ್ಲಿ ಡಾನ್ಸ್ ಕ್ಲಾಸ್‌ಗೆ ಹಣ ಜೋಡಿಸೋದು ಆನೆ ಹೊಟ್ಟೆಗೆ ಅರೆಕಾಸಿನ ಮಜ್ಜಿಗೆಯ ಹಾಗೆ, ಹತ್ತು ವರ್ಷದಲ್ಲಿ ಮದುವೆ, ಮಗು ಮಾಡಿಕೊಂಡು ಈಗ ಇರೋಕಿಂತ ಹೆಚ್ಚಿನ ಜವಾಬ್ದಾರಿ ಇರೋ ಪರಿಸ್ಥಿತಿಯಲ್ಲಿ ಸಿಲುಕಿರುತ್ತೇನೆ!

ಆಗಷ್ಟೇ ಸಿಕ್ಕ ಉತ್ತರ ಇನ್ನೊಬ್ಬರಿಗೆ ಹೇಳಿಕೊಳ್ಳುವಂಥ ದೊಡ್ಡ ಕನಸಲ್ಲ ಅನ್ನಿಸಿತು.

'ಏನ್ ಇವ್ನು ಇಂಟರ್ವ್ಯೂನಲ್ಲಿ ಎಚ್‌ಆರ್ ತರ ಪ್ರಶ್ನೆ ಕೇಳ್ತಿದ್ದಾನೆ ಅಂತ ಬೈಕೋಬೇಡಿ, ನೀವು ಉತ್ರ ಕೊಡ್ಲೇಬೇಕು ಅಂತಿಲ್ಲ'. ಯೋಚನಾ ಲಹರಿಯಲ್ಲಿ ಕಳೆದುಹೋಗಿದ್ದ ಪ್ರಾರ್ಥನಾಳನ್ನ ಆಕಾಶ್ ಎಚ್ಚರಿಸಿದ. 'ನನ್ ಬಗ್ಗೆ ಹೇಳೋದಾದ್ರೆ, ನಂಗೆ ಇನ್ನು ಹತ್ತು ವರ್ಷದಲ್ಲಿ ರಿಟೈರ್ ಆಗ್ಬೇಕು ಅಂತಿದೆ'. ಪ್ರಾರ್ಥನ ಆಶ್ಚರ್ಯದಿಂದ ನೋಡಿದಳು. 'ಅಂದ್ರೆ ಜೀವನಕ್ಕಾಗೋಷ್ಟು ಸಂಪಾದನೆ ಮಾಡಿಕೊಂಡು ನನ್ ಲೈಫ್ ಪಾರ್ಟ್ನರ್ ಜೊತೆ ಬೇರೆ ಬೇರೆ ದೇಶ ಸುತ್ತುತ್ತಾ ಕಳೀಬೇಕು ಅಂತಿದ್ದೀನಿ'. ಅರವತ್ತರ ತನಕ ಕತ್ತೆ ಹಾಗೆ ದುಡಿದು, ಆಮೇಲೆ ಆರೋಗ್ಯ ಕೆಟ್ಟು ದಿನಗಳನ್ನ ಎಣಿಸೋಕೆ ಇಷ್ಟ ಇಲ್ಲ'. ಆಕಾಶ್ ತುಂಬಾ ಸಲೀಸಾಗಿ ಹೇಳಿದಾಗ ಅವನ ಹಾಗೆ ದೊಡ್ಡ ಕನಸನ್ನ ಕಾಣೋಕೆ ನನಗೆ ಸಾಧ್ಯವಿದೆಯಾ ಅಂತ ಪ್ರಶ್ನಿಸಿಕೊಳ್ಳುತ್ತಾ ಕಾಫಿಯ ಕೊನೇ ಸಿಪ್ ಹೀರಿದಳು.

ಆಕಾಶ್ 'ಅಮ್ಮ, ನಿಮ್ಮ ಪ್ರೊಫೈಲ್ ನೋಡಿದ್ದು, ಅವ್ರು ಜಾತಕಾನ ತುಂಬ ನಂಬ್ತಾರೆ, ನಮ್ಮಿಬ್ರು ಜಾತಕ ಮ್ಯಾಚ್ ಆಗಿದೆ ಅಂತ ತುಂಬಾ ಖುಶಿಯಾಗಿದ್ದಾರೆ, ನಾಳೆ ಅವ್ರ್ ಹುಟ್ಟಿದ್ ಹಬ್ಬಕ್ಕೆ ಏನಾದ್ರು

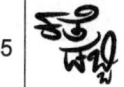

ತಗೊಳ್ಳೋಣ ಅಂದ್ಕೊಂಡೆ. ನಿಮ್ಗೆ ಸಮಯ ಇದ್ರೆ ಬರ್ತೀರ ಮಾತಾಡ್ತಾ ಹೋಗೋಣ? ಹೆಂಗಸರ ಟೇಸ್ಟ್ ನಿಮ್ಗೆ ಗೊತ್ತಿರುತ್ತೆ'. ಪ್ರಾರ್ಥನಾ ಒಪ್ಪಿಕೊಂಡಳು.

ಅವಿರತವಾಗಿ ಚಲಿಸೋ ಎಸ್ಕಲೇಟರ್‌ನ ಯಾವ ಮೆಟ್ಟಿಲ ಮೇಲೆ ಕಾಲಿಡಲಿ ಅಂತ ಗೊತ್ತಾಗದೇ ಪ್ರಾರ್ಥನಾ ಗೊಂದಲದಲ್ಲಿ ನಿಂತಿದ್ದನ್ನ ನೋಡಿ ಆಕಾಶ್ 'ಈಗ ಕಾಲಿಡಿ' ಎಂದು ಅವಳ ಕೈ ಹಿಡಿದು ಜಾಗರೂಕನಾಗಿ ಮೆಟ್ಟಿಲು ಹತ್ತಿಸಿದ. 'ಅದೆಷ್ಟೇ ಸಲ ಮಾಲ್‌ಗೆ ಬಂದಿದ್ರೂ ಅದೇನೋ ಒಂಥರಾ ಭಯ' ಅವನ ಮುಂದೆ ನಗೆಪಾಟಲಾದೆನೇನೋ ಅನ್ನೋ ಸಂಕೋಚದಲ್ಲಿ ಹೇಳಿದಳು. 'ಅದು ಕಾಮನ್ ಬಿಡಿ ತುಂಬಾ ಜನಕ್ಕೆ ಹಾಗಾಗುತ್ತೆ' ಆಕಾಶ್ ಮುಗುಳ್ನಕ್ಕ.

ಸೀರೆ ಶೋರೂಮ್‌ನಲ್ಲಿ ಪಾಶ್ಚಿಮಾತ್ಯ ಸಂಗೀತ ಸಣ್ಣದಾಗಿ ಕೇಳಿಸುತ್ತಿತ್ತು, ಅಲ್ಲಿನ ಕೆಲ್ಸಗಾರರು ಕಷ್ಟ ಪಟ್ಟು ಇಂಗ್ಲಿಷ್‌ನಲ್ಲಿ ಮಾತನಾಡುತ್ತಾ ತಮ್ಮ ಗಿರಾಕಿಗಳನ್ನು ಓಲೈಸಿ ಜೇಬಿಗೆ ಕತ್ತರಿ ಹಾಕುತ್ತಿದ್ದರು. ಚಿಕ್ಕಪುಟ್ಟ ಅಂಗಡಿಗಳಲ್ಲಿ, ತರಕಾರಿ ಮಾರೋರ್ ಹತ್ರ ಐದ್ ಐದ್ ರುಪಾಯಿಗೂ ನಮ್ಮ ವಾಕ್ಚಾತುರ್ಯವನ್ನೆಲ್ಲಾ ಬಳಸಿ ಚೌಕಾಶಿ ಮಾಡೋರು ಮಾಲ್‌ನಲ್ಲಿ ಹಾಕಿದ್ದಷ್ಟು ಬಿಲ್ಲಿಗೆ ನಿರಾಲೋಚನೆಯಿಂದ ಕಾರ್ಡ್ ಕೊಟ್ಟು ಹಣ ಪಾವತಿಸಿ ತಮ್ಮ ಶ್ರೀಮಂತಿಕೆಯ ಬಗ್ಗೆ ಹೆಮ್ಮೆಪಟ್ಟುಕೊಳ್ಳುತ್ತಿದ್ದಂತಿತ್ತು. ಶೋರೂಂಗಳನ್ನು ಸುತ್ತಿ ಪ್ರಾರ್ಥನಾ ಆಯ್ಕೆಯ ಅನುಸಾರವಾಗಿ ಅಮ್ಮನಿಗೆ ಒಂದು ರೇಶ್ಮೆ ಸೀರೆಯನ್ನು, ಅದಕ್ಕೆ ಹೊಂದುವಂಥ ಚಿನ್ನದ ನೆಕ್ಲೇಸ್ ಸೆಟ್ ಅನ್ನು ಆಕಾಶ್ ಖರೀದಿಸಿದ.

ಒಂದೇ ದಿನದಲ್ಲಿ ಒಂದೂವರೆ ಲಕ್ಷ ಹಣವನ್ನ ಗಿಫ್ಟ್‌ಗಾಗಿ ಖರ್ಚ್ ಮಾಡಿದ್ದು ಪ್ರಾರ್ಥನಾಗೆ ದಂಗುಬಡಿಸಿತ್ತು. 'ನಿಮ್ಗೂ ಏನಾದ್ರು ತಗೊಳ್ಳಿ'. ಆಕಾಶ್ ಹೇಳಿದಾಗ ಪ್ರಾರ್ಥನಾ ನಿರಾಕರಿಸಿದಳು. 'ಏನ್ ಇಷ್ಟ ನಿಮ್ಗೆ ಹೇಳಿ, ಸಂಕೋಚಪಟ್ಟುಕೊಳ್ಳಬೇಡಿ' ಬಲವಂತ ಮಾಡಿ 14 ಸಾವಿರ ಮೌಲ್ಯದ ಎಂ.ಕೆ. ಬ್ರಾಂಡಿನ ವಾಚ್ ಕೊಡಿಸಿದ. ಮಾಲ್‌ನಲ್ಲಿ ವಿಂಡೋ ಶಾಪಿಂಗ್ ಅಲ್ಲದೇ ಒಂದು ದಿನ ನಿಜವಾಗಿಯೂ ಏನನ್ನಾದರೂ

ಖರೀದಿ ಮಾಡ್ಬೇಕು ಅನ್ನೋ ಕನಸನ್ನ, ಅವಳು ಕಾಣೋ ಮೊದಲೇ ಅದು ಸಾಕಾರಗೊಂಡಿತ್ತು.

'ಎಷ್ಟೋ ಜನ ಫೋಟೋಗೆ ಅದ್ಯಾವ ಫಿಲ್ಟರ್ ಹಾಕ್ತಾರೋ ಗೊತ್ತಿಲ್ಲ, ಸಿನಿಮಾ ಹೀರೋಯಿನ್‌ಗಳಿಗಿಂತ ಚೆನ್ನಾಗಿ ಕಾಣ್ತಿರುತ್ತಾರೆ, ಎದ್ರಿಗೆ ನೋಡಿದ್ರೆ ಮಾತ್ರ ಗುರುತೇ ಹಿಡಿಯೋಕಾಗಲ್ಲ. ನೀವ್ ಹಾಗಲ್ಲ, ನೇರವಾಗಿ ನೋಡೋಕೆ ಇನ್ನೂ ಚೆನ್ನಾಗಿದ್ದೀರ. ಅದಕ್ಕಿಂತ ಹೆಚ್ಚಾಗಿ ನೀವು ಡಾನ್ಸರ್, ಪ್ರತಿಭಾವಂತೆ, ಮನಸ್ಸು ಮಾಡಿದ್ರೆ ನಿಮ್ದೇ ಆದ ಡಾನ್ಸ್ ಕ್ಲಾಸ್ ಶುರು ಮಾಡ್ಬೋದು. ನೀವು ಯೂಟ್ಯೂಬ್‌ನಲ್ಲಿ ಹಾಕಿದ್ದ ಡಾನ್ಸ್ ವಿಡಿಯೋ ನೋಡಿದೆ. ಯು ಆರ್ ಟೂ ಗುಡ್' ಆಕಾಶ್ ಮನಸಾರೆ ಅವಳನ್ನ ಮೆಚ್ಚಿಕೊಂಡಿದ್ದಕ್ಕೆ ಒಂದು ಕಡೆ ಖುಷಿಯಾಗುತ್ತಿದ್ದರೆ, ಇನ್ನೊಂದೆಡೆ ಆಕಾಶ್‌ನ ಭೇಟಿಗಿಂತ ಮುನ್ನ ಪ್ರಾರ್ಥನಾ ತೆಗೆದು ಕೊಂಡಿದ್ದ ನಿರ್ಧಾರ ದುರ್ಬಲವಾಗುತ್ತಿತ್ತು.

'ಇವತ್ತಿನ ಕಾಲದಲ್ಲಿ ಹೆಣ್ಣು ಮಕ್ಕಳಿಗೆ ತುಂಬಾ ಡಿಮ್ಯಾಂಡ್ ಕಣೇ, ಒಂದು ಡಿಗ್ರೀ, ರೂಪ ಇದ್ರೆ ಸಾಕು ಒಳ್ಳೇ ಮನೆತನ, ಹಣವಂತ ಹುಡುಗ ಸಿಗ್ತಾನೆ' ಪ್ರಾರ್ಥನಾ ತಾಯಿ ಹೆಣ್ಣು ಹೆತ್ತ ಹಮ್ಮೆಯಲ್ಲಿ ಆಗಾಗ ಹೇಳುತ್ತಿದಳು. ಆದರೆ ಆಗ ಪ್ರಾರ್ಥನಾಳ ಸಮರ್ಥನೆಯೇ ಬೇರೆಯಾಗಿತ್ತು. 'ಶರತ್ ನನ್ನ ತುಂಬಾ ಪ್ರೀತಿಸುತ್ತಾನೆ, ಅರ್ಥ ಮಾಡ್ಕೊಳ್ತಾನೆ, ನಾಲ್ಕು ವರ್ಷದಲ್ಲಿ ಒಂದು ದಿನವೂ ನನಗೆ ಬೇಜಾರು ಮಾಡಿಸಿಲ್ಲ, ಬದುಕಿಗೆ ಎಷ್ಟು ದುಡ್ಡು ಬೇಕು? ಅವನ ಜೊತೆ ಸಂತೋಷವಾಗಿರ್ತೀನಿ ಅಂತ ಅಮ್ಮನ ಮಾತನ್ನ ಮನಸ್ಸಿನಲ್ಲೇ ತೆಗೆದುಹಾಕಿದ್ದಳು. ಆದರೆ ಇಂದು, ಶರತ್‌ಗಿಂತ ಎಲ್ಲ ವಿಷಯದಲ್ಲೂ ಉತ್ತಮನಾದ ಹುಡುಗ ನನ್ನನ್ನೊಪ್ಪಿ ಬಂದಿದ್ದಾನೆ ಅನ್ನೋದು ಎದುರಿಗಿದ್ದ ಸತ್ಯವಾದಾಗ ಮನಸ್ಸು ಎರಡು ನಿರ್ಧಾರಗಳ ನಡುವೆ ಉಯ್ಯಾಲೆಯಾಡಲು ಶುರುಮಾಡಿತು.

ಅಮ್ಮ ಹೇಳ್ತಿದ್ದು ಸತ್ಯ! ಆಕಾಶ್ ಒಂದು ಕಂಪನಿಯ ಒಡೆಯ, ಹೆಂಡತಿಯ ಜೊತೆ ಜಗತ್ತನ್ನೇ ನೋಡುವ ಕನಸು ಕಾಣ್ತಿದ್ದಾನೆ,

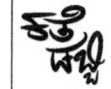

ತಾಯಿಯನ್ನು ಪ್ರೀತಿಸ್ತಾನೆ, ಮೊದಲ ಉಡುಗೊರೆಯೇ ನನ್ನ ಒಂದು ತಿಂಗಳ ಸಂಬಳದಷ್ಟಿದೆ, ಎತ್ತರ, ರೂಪ ಎಲ್ಲಾ ಹೊಂದುತ್ತಿದೆ. ಕೇವಲ ನಾಲ್ಕು ವರ್ಷದ ಪ್ರೀತಿಗಾಗಿ ನನ್ನ ಜೀವನ ಉತ್ತಮವಾಗೋ ಅವಕಾಶವನ್ನ ಯಾಕೆ ತೊರೀಬೇಕು? ಬೆಳವಣಿಗೆಗೆ ಅಡ್ಡಿಯಾಗೋ ಪ್ರೀತಿ, ಪ್ರೀತೀನೇ ಅಲ್ಲ, ಅದು ನನ್ನ ತಪ್ಪು ಅನ್ನಿಸೋಕೆ ಶುರುವಾಯ್ತು.

ಸಮರ್ಥನೆಗಳೇ ಹೀಗೆ ಅನುಕೂಲಕ್ಕೆ ತಕ್ಕಂತೆ ಒಗ್ಗಿಕೊಳ್ಳೋ ಉಭಯವಾಸಿಗಳ ಹಾಗೆ. ಮನುಷ್ಯ ಸಮರ್ಥನೆಗಳನ್ನು ಕೊಟ್ಟುಕೊಳ್ಳದೇ ಬದುಕಲಾರ. ಕಳ್ಳನೂ, ಕೊಲೆಗಾರನೂ ತನ್ನ ತಪ್ಪಿಗೆ ಬಲವಾದ ಕಾರಣವಿದೆ ಅಂದುಕೊಂಡಾಗಲೇ ನಿದ್ರೆ ಮಾಡಲು ಸಾಧ್ಯ.

'ಎಲ್ಲಿದ್ದೀಯ ಮುದ್ದು? ಇಷ್ಟೊತ್ತಾಯ್ತು ಏನೂ ಮೆಸ್ಸೇಜ್ ಇಲ್ಲ? ನಂಗೆ ಟೆನ್ಶನ್ ಆಗ್ತಿದೆ..' ಒಂದರ ಮೇಲೊಂದು ಬರುತ್ತಿದ್ದ ಶರತ್‌ನ ಮೆಸ್ಸೇಜ್ ನೋಟಿಫಿಕೇಶನ್ ನೋಡಿ ಸುಮ್ಮನಾದಳು. ಇನ್ನೊಂದು ಸ್ವಲ್ಪ ಹೊತ್ತಿನಲ್ಲಿ ಅವನು ಕಾಲ್ ಮಾಡಿದ, ಪ್ರಾರ್ಥನಾ ಫೋನ್ ಸೈಲೆಂಟ್‌ಗೆ ಹಾಕಿದಳು.

'ಜೀವನದಲ್ಲಿ ಹಣ ಮುಖ್ಯಾನಾ, ಪ್ರೀತಿ ಮುಖ್ಯಾನಾ? ಆಕಾಶ್‌ನ ಮದ್ವೆ ಆದ್ರೂ ಪ್ರೀತೀನ ಕಳ್ಕೊಳಲ್ವಲ್ಲ? ಶರತ್ ಸ್ವಲ್ಪ ದಿನ ಬೇಜಾರಾಗ್ತಾನೆ, ಆಮೇಲ್ ಸರಿ ಹೋಗ್ತಾನೆ, ಜೀವ್ನ ಎಂಥಾ ನೋವನ್ನಾದ್ರೂ ಮರೆಸುತ್ತಲ್ವಾ? ಆಮೇಲೆ ನಾವು ಸ್ನೇಹಿತರಾಗಿರ್ಬೋದು, ಸಿನಿಮಾ ದಲ್ಲಾಗೋ ತರ ಭಗ್ನ ಪ್ರೇಮಿ ಯಾಕ್ ಆಗ್ಬೇಕು ಅವ್ನು..? ನಾನು ಪ್ರಾಕ್ಟಿಕಲಾಲಿಟಿನ ಅರ್ಥ ಮಾಡಿಸ್ತೀನಿ ಅಂದುಕೊಂಡು ಹೋಗ್ತಿದ್ದವಳಿಗೆ ಮಾಲ್‌ನ ಮೈಕ್ ಸದ್ದು ಗದ್ದಲ ಎಚ್ಚರಿಸಿತು. ಎಂಟ್ರೆನ್ಸ್‌ನಲ್ಲಿ ಮಹಿಳಾ ದಿನಚರಣೆಯ ಪ್ರಯುಕ್ತ ಖಾಸಗಿ ಎಫ್.ಎಂ. ಚಾನೆಲ್‌ನವ್ರು ಒಂದು ಕಾರ್ಯಕ್ರಮವನ್ನು ಏರ್ಪಡಿಸಿದ್ದರು. ಅದನ್ನು ನೋಡಲು ಹಲವರು ಸುತ್ತುಗಟ್ಟಿ ನಿಂತಿದ್ದರು.

ಮಹಿಳೆಯರು ಇಂದು ಆಟೋ ರಿಕ್ಷಾ ಓಡಿಸೋದ್ರಿಂದ ಹಿಡಿದು ಅಂತರಿಕ್ಷಕ್ಕೆ ಹೋಗೋದರ ತನಕ ಎಲ್ಲಾ ಕ್ಷೇತ್ರದಲ್ಲೂ ಕಾಲಿಟ್ಟಿದ್ದೇವೆ.

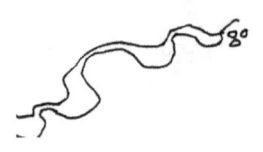

ಆದರೆ ನಮ್ಗೆ ಸಮನಾದ ಹಕ್ಕು, ಅವಕಾಶ ಮತ್ತು ಸಂಬಳ ಸಿಗುತ್ತಿಲ್ಲ ಅನ್ನೋದು ಅಲ್ಲಿ ಮಾತಾಡಿದ ಮಹಿಳೆಯರ ವಾದವಾಗಿತ್ತು. ಗುಂಪಲ್ಲಿ ನಿಂತಿದ್ದ ಆಕಾಶ್ ಮತ್ತು ಪ್ರಾರ್ಥನಾ ಹತ್ತಿರ ಬಂದ ಆಂಕರ್ ಮೈಕ್ ಹಿಡಿದು ಅವರನ್ನು ಪರಿಚಯ ಮಾಡಿಕೊಂಡು 'ನೀವು ಫೆಮಿನಿಸ್ಟಾ?' ಎಂದು ಕೇಳಿದಾಗ ಪ್ರಾರ್ಥನಾ ತಬ್ಬಿಬ್ಬಾದಳು. ಮಹಿಳೆಯರು ಮೇಲ್ಗೈ ಸಾಧಿಸಬೇಕು ಅನ್ನೋದರ ಬಗ್ಗೆ ಕಾಲೇಜಿನಲ್ಲಿ ಅವಳು ತುಂಬಾ ಸಲ ಮಾತನಾಡಿದ್ದಳು. ನೃತ್ಯ ಕಲಿಸುವ ಶಾಲೆಯಲ್ಲೂ ತನ್ನಷ್ಟೇ ಅನುಭವರಿರೋ ಶಿಕ್ಷಕರಿಗೆ ತನಗಿಂತಾ ಹೆಚ್ಚಿನ ಸಂಬಳ ಕೊಟ್ಟಿದ್ದಕ್ಕೆ ಮ್ಯಾನೇಜ್ಮೆಂಟ್‌ನ ಪ್ರಶ್ನೆ ಮಾಡಿದ್ದಳು. ಆದರೆ ಇವತ್ತೇಕೋ ಮೌನ ಮುರಿಯಲು ಕಷ್ಟವಾಯಿತು.

'ಇವ್ರು ಫೆಮಿನಿಸ್ಟ್ ಹೌದೋ ಇಲ್ವೋ ಗೊತ್ತಿಲ್ಲ. ಆದ್ರೆ ಸಮಾನತೆಯ ಬಗ್ಗೆ ಖಂಡಿತ ನಂಬಿಕೆ ಇರೋರು. ಒಂದು ಕಾಫಿ ಬಿಲ್‌ನ ಕೊಡೋಕೆ ಬಿಡ್ಲಿಲ್ಲ' ಆಕಾಶ್ ಅಭಿಮಾನದಿಂದ ಹೇಳಿದ. ಕಾಫಿ ಬಿಲ್ ನಾನೇ ಕೊಡ್ಬೇಕು ಅಂತಿದ್ದವಳು, ಅವನಿಂದ ಉಡುಗೊರೆ ಪಡೆದ ನಂತರ ಅವನ ಅಂತಸ್ತಿನ ಮೇಲೆ ಅವಲಂಬಿತಳಾಗಿ, ಬದುಕಿನ ದಾರಿಯನ್ನ ಬದಲಾಯಿಸಿಕೊಳ್ಳೋ ನಿರ್ಧಾರ ಮಾಡಿದ್ದು ಅವನಿಗಿನ್ನೂ ತಿಳಿದಿರಲಿಲ್ಲ.

ಆಕಾಶ್‌ನ ಮಾತಿನಿಂದ ಪ್ರೇರಿತಳಾಗಿ ಆಂಕರ್ ಪ್ರಶ್ನೆಯನ್ನು ಮುಂದು ವರೆಸಿದಳು 'ಎಲ್ಲದರಲ್ಲೂ ಸಮಾನತೆಯನ್ನ ಹುಡುಕೋ ಹೆಣ್ಣುಮಕ್ಕಳು ತಮ್ಮ ಸಂಗಾತಿ ಮಾತ್ರ ನನಗಿಂತಾ ಹೆಚ್ಚು ಓದಿರ್ಬೇಕು, ನನಗಿಂತಾ ಹೆಚ್ಚು ಸಂಬಳ ಪಡೀಬೇಕು ಅಂತ ಬಯಸೋದು ಮಹಿಳಾವಾದ ಆಗುತ್ತಾ? ಅದು ಬೂಟಾಟಿಕೆ ಆಗಲ್ಲವೇ? ಇದರ ಬಗ್ಗೆ ನಿಮ್ಮ ಅಭಿಪ್ರಾಯ ಏನು?'. ಆ ಪ್ರಶ್ನೆಗಳು ಒಂದು ಸಲ ಅವಳನ್ನ ಸ್ಥಬ್ದ ಮಾಡಿತು. ಇಡೀ ಕಾರ್ಯಕ್ರಮ ನನ್ನನ್ನು ಛೇಡಿಸಲು ಹಮ್ಮಿಕೊಂಡಂತಿದೆ ಅನ್ನಿಸಿ ಅವಮಾನವಾಯಿತು. ಸ್ವಂತ ಡಾನ್ಸ್ ಕ್ಲಾಸ್ ಶುರುಮಾಡ್ಬೇಕು ಅನ್ನೋ ಸ್ವಾವಲಂಬಿ, ತನ್ನ ಪ್ರೀತಿಯನ್ನು ಬಿಟ್ಟುಕೊಟ್ಟು ಇನ್ನೊಬ್ಬರ ಸಂಪಾದನೆಯಲ್ಲಿ ಸಂತೋಷವನ್ನ ಹುಡುಕಬೇಕೇ ಅನ್ನೋ ಜಿಜ್ಞಾಸೆಯಲ್ಲಿ ಬಿದ್ದಳು.

‘ಹೆಣ್ಣಾಗಲೀ ಗಂಡಾಗಲೀ, ಸ್ವಪ್ರಯತ್ನದ ಮೇಲೆ ವಿಶ್ವಾಸವುಳ್ಳವರು ತಮ್ಮ ಸಂಗಾತಿಯ ಸ್ಥಾನಮಾನಗಳ ಮೇಲೆ ಅವಲಂಬಿತರಾಗಿರೋದಿಲ್ಲ’ ಪ್ರಾರ್ಥನಾ ಎಲ್ಲರ ಮುಂದೆ ತನಗೆ ತಾನೇ ಹೇಳಿಕೊಂಡ ಉತ್ತರ ಜನರ ಚಪ್ಪಾಳೆಯನ್ನೂ ಗಿಟ್ಟಿಸಿಕೊಟ್ಟಿತ್ತು. ಸರಿಯಾದ ಆಯ್ಕೆ ಎಂದಿಗೂ ಸುಲಭವಾಗಿರೋದಿಲ್ಲ. ಮಾಲ್‌ನ ವೈಭವವನ್ನ ನೋಡಿ ಮರುಳಾದಂತೆ ಆಕಾಶನನ್ನ ಭೇಟಿ ಮಾಡಿ ನನ್ನ ಯೋಚನೆಯೂ ಕುರುಡಾದದ್ದು ಅರಿವಾಯಿತು.

‘ನೀವು ನಂಗೆ ಇಷ್ಟ ಆದ್ರಿ, ನನ್ ಬಗ್ಗೆ ಏನನಿಸುತ್ತೆ ಅಂತ ನೀವು ಆಮೇಲೆ ತಿಳಿಸ್ಬೋದು.’ ಆಕಾಶ್ ತನ್ನ ಅಭಿಪ್ರಾಯವನ್ನು ಹೇಳಿ ಅವಳನ್ನು ಮನೆಗೆ ಡ್ರಾಪ್ ಮಾಡುತ್ತೇನೆಂದ. ಕಳೆದ ಕೆಲವು ಗಂಟೆಗಳಲ್ಲಿ ತನ್ನ ಜೀವನದ ಎಷ್ಟೋ ಪ್ರಶ್ನೆಗಳಿಗೆ ಉತ್ತರ ಹುಡುಕಿಕೊಟ್ಟವನಿಗೆ ಸತ್ಯ ಹೇಳದೇ ಇರೋದು ಪ್ರಾರ್ಥನಾಗೆ ಸರಿಕಾಣಲಿಲ್ಲ. ‘ನಾನೀಗ ಮನೆಗೆ ಹೋಗುತ್ತಿಲ್ಲ. ನಾನು ಪ್ರೀತಿಸುತ್ತಿರೋನನ್ನ ಭೇಟಿ ಆಗ್ತಿದ್ದೀನಿ. ಕ್ಷಮಿಸಿ ಅವರ ಬಗ್ಗೆ ಹೇಳಲಿಲ್ಲ. ಅಮ್ಮನ ಒತ್ತಾಯಕ್ಕೆ ನಿಮ್ಮನ್ನ ಭೇಟಿ ಆಗೋಕೆ ಬಂದೆ. ಉತ್ತರಕ್ಕಾಗಿ ನಿಮ್ಮನ್ನ ಕಾಯಿಸೋಕೆ ಇಷ್ಟ ಇಲ್ಲ.’ ಪ್ರಾರ್ಥನಾ ತಪ್ಪಿತಸ್ಥೆಯ ದನಿಯಲ್ಲಿ ಹೇಳಿ ವಾಚ್ ಅನ್ನು ಹಿಂದಿರುಗಿಸಿದಳು.

ಒಂದು ಕ್ಷಣ ಅವಳನ್ನೇ ದಿಟ್ಟಿಸಿದ ಆಕಾಶ್ ‘ಇಷ್ಟು ಹೊತ್ತು ನಿಮ್ಮ ಸ್ವಾಭಿಮಾನ ಮಾತ್ರ ನಂಗೆ ಇಷ್ಟ ಆಗಿತ್ತು, ಈಗ ನಿಮ್ಮ ಪ್ರಾಮಾಣಿಕತೆಯೂ ಇಷ್ಟವಾಯಿತು. ನಿಮ್ಮ ಡಾನ್ಸ್‌ನ ಅಭಿಮಾನಿ ಕೊಟ್ಟಿದ್ದು ಅಂತ ಇಟ್ಟುಕೊಳ್ರೀ’ ನಗುತ್ತಾ ವಾಚ್ ಅನ್ನು ಅವಳ ಕೈಗಿತ್ತನು.

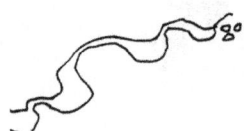

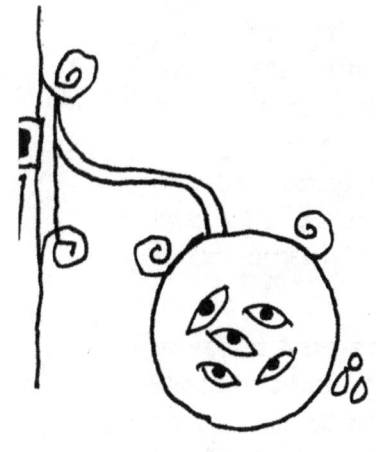

ಉಪ್ಪಿಲ್ಲದ ಸತ್ಯಾಗ್ರಹ

ಮೈಸೂರಿನ ಒಳರಸ್ತೆಯಲ್ಲಿ ಮರಗಳ ಮಧ್ಯೆ ಸೂರ್ಯನ ಕಿರಣಗಳು ಗೆರೆ ಎಳೆದಂತೆ ನುಸುಳಿದ್ದವು. ಪ್ರತಿಮಾ ಮನೆ ಮುಂದೆ ಕಸ ಗುಡಿಸುತ್ತಿರುವಾಗ ಎದುರು ಮನೆಯ ಕೆಲ್ಸದಾಕೆ ಪೊರಕೆ ತಗೊಂಡು ಹೊರಗೆ ಬಂದಳು. ರಸ್ತೆಯಲ್ಲಿ ವಾಕಿಂಗ್ ಹೋಗುತ್ತಿರುವವರು ನನ್ನ ಅವತಾರ ನೋಡಿ ನನ್ನನ್ನೂ ಕೆಲ್ಸದವಳು ಅಂದುಕೊಂಡುಬಿಡುತ್ತಾರೆ ಅನ್ನಿಸಿ ಪ್ರತಿಮಾ ಕೆದರಿದ ಕೂದಲನ್ನು ಸರಿ ಮಾಡಿಕೊಳ್ಳುತ್ತಾ ಒಳ ಹೋದಳು.

ಗಂಡ ಇನ್ನೂ ಗೊರಕೆ ಶಬ್ದ ಮಾಡುತ್ತಿದ್ದ. ಮಕ್ಕಳಿಬ್ಬರೂ ಅಡ್ಡಾದಿಡ್ಡಿ ಮಲಗಿದ್ದರು. ಭಾನುವಾರವಾದ್ದರಿಂದ ಗಂಡ ಮಕ್ಕಳು ಇಡೀ ವಾರದ ನಿದ್ರೆಯೆಲ್ಲಾ ಖಾಲಿ ಮಾಡುತ್ತಿದ್ದರು. ಯಾಂತ್ರಿಕವಾಗಿ ತನ್ನ ಕೆಲ್ಸಗಳನ್ನು ಮುಂದುವರೆಸಿದಳು. ಮಹಡಿ ಮೇಲೆ ಗಿಡಕ್ಕೆ ನೀರು ಹಾಕೋಕೆ ಹೋದಾಗ ಎದುರು ಮನೆಯ ಶ್ರೀನಿವಾಸ್ ಬಟ್ಟೆ ಒಣಗಿ ಹಾಕುತ್ತಿದ್ದವರು ಕಂಡು ಸ್ಮೈಲ್ ಮಾಡಿದರು, ಎಲ್ಲ ಬಟ್ಟೆಗಳ ಜೊತೆ ಅವರ ಹೆಂಡತಿಯ ಸೀರೆಯನ್ನು ಒಣಗಿ ಹಾಕಿದ್ದನ್ನು ಪ್ರತಿಮಾ ವಿಶೇಷವಾಗಿ ಗಮನಿಸಿದಳು.

ಕಾಫಿ ಪುಡಿಗೆ ಬಿಸಿನೀರನ್ನು ಬಗ್ಗಿಸಿ ಪ್ರತಿಮಾ ಅಡುಗೆ ಮನೆ ತುಂಬಾ ಕಾಫಿ ಘಮ ಹರಡಿಸಿದಳು. ಕಿಟಕಿಯಿಂದ ಶ್ರೀನಿವಾಸ್ ಹೆಂಡತಿ ಪದ್ಮಿನಿ, ಬಾಲ್ಕನಿಯಲ್ಲಿ ಪೇಪರ್ ಓದುತ್ತಾ ಕೂತಿರೋದು ಕಾಣಿಸಿ ಇಬ್ಬರೂ ಗುಡ್ ಮಾರ್ನಿಂಗ್ ಬದಲಾಯಿಸಿಕೊಂಡರು. 'ಆಯ್ತಾ ತಿಂಡಿಯೆಲ್ಲಾ?' ಅವರು ಕೇಳಿದ್ದಕ್ಕೆ 'ಇಲ್ಲಾರೀ ಸ್ವಲ್ಪ ನಿಧಾನ..' ಪ್ರತಿಮಾ ಬಲವಂತವಾಗಿ ನಗುತ್ತಾ ಪ್ರತಿಕ್ರಿಯಿಸಿದಳು. ಪಟ್ಟಣದಲ್ಲಿ ನೆರೆಹೊರೆಯವರ ಜೊತೆ ಇಷ್ಟೇ ಪರಿಚಯ. ಪ್ರತಿಮಾ ಮನೆಯಿಂದ ಎದುರು ಮನೆಯ ಹಾಲು, ವರಂಡಾ ಮತ್ತು ಮಹಡಿ ಕಾಣುತ್ತಿದ್ದರಿಂದ ಅವರ ಮನೆಯಲ್ಲಿ ನಡೆಯೋ ವಿಷಯಗಳು ಗೊತ್ತಾಗುತ್ತಿತ್ತು.

ಕಾಫಿ ಮಾಡಿ ಡೈನಿಂಗ್ ಟೇಬಲ್ ಮೇಲಿಡುತ್ತಾ 'ಏಳಿ ಇನ್ನು ಎಷ್ಟು ಹೊತ್ತು? ಕಾಫಿ ತಣ್ಣಗಾಗುತ್ತೆ' ಕೂಗಿದಳು. ಗಂಡನ 'ಹ್ಮ್' ಅಂತ ರಾಗ ಬಿಟ್ಟರೆ ಮತ್ತೇನೂ ಉತ್ತರ ಬರಲಿಲ್ಲ. ಮಾವನನ್ನ ಎಬ್ಬಿಸಿ ಅವರಿಗಾಗಿ ಮಾಡಿದ್ದ ಶುಗರ್‌ಲೆಸ್ ಕಾಫಿ ಕೊಟ್ಟು ಬಂದಳು. ತಿಂಡಿಗೇನು ಮಾಡ್ಲಿ? ತರಕಾರಿ ತರಬೇಕು, ಸಿಂಕ್ ಭರ್ತಿ ಮುಸುರೆ ಪಾತ್ರೆ ತುಂಬಿಕೊಂಡಿದೆ.

ಟಾಸ್ಕ್‌ಗಳ ಪಟ್ಟಿ ವರ್ಚುವಲ್ ಆಗಿ ಕಾಣಿಸತೊಡಗಿತು. 'ಆಚೆ ಹೋಗೋರಿಗೆ ರಜಾ ದಿನ ಅಂತಿರುತ್ತೆ, ಮನೇಲೇ ಚಾಕರಿ ಮಾಡೋರಿಗೆ ರಜವೆಲ್ಲಿ? ಅವರಿಗೆ ರಜವಿರೋ ದಿನವಂತೂ ನಮಗೆ ಓವರ್ ಟೈಮ್. ಎದುರು ಮನೆಯವರು ಅವರವರ ಕೆಲ್ಸ ಅವ್ರು ಮಾಡ್ಕೋತಾರೆ,

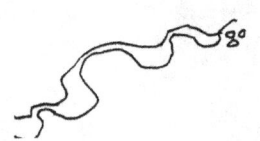

ಅವ್ರ ಗಂಡ ಎಷ್ಟು ಚೆನ್ನಾಗಿ ಕೈಗೇ ಕಾಫಿ ತಂದುಕೊಟ್ಟರು. 'ನಂದೂ ಒಂದು ಬದುಕು, ಮಾಡೋ ಕೆಲ್ಸಕ್ಕೆ ಒಂದು ಚೂರು ಬೆಲೆ ಇಲ್ಲ' ಅವಳ ಗೊಣಗಾಟವನ್ನು ಕೇಳೋ ಕಿವಿಯೂ ಸುತ್ತ ಇರಲಿಲ್ಲ.

'ಪ್ರತೀ.. ಇವತ್ತು ನನ್ನ ಕಾಲೇಜ್ ಫ್ರೆಂಡ್ಸ್ ಇಬ್ಬರು ಅವರ ಕುಟುಂಬದ ಜೊತೆ ಮನೇಗ್ ಬರ್ತಾರೆ ಕಣೇ' ಫೋನ್ ಕಟ್ ಮಾಡುತ್ತಾ ಆನಂದ್ ಖುಷಿಯಾಗಿ ಹೇಳಿದ. ಆ ಮಾತಿಂದ ಅಡುಗೆ ಮನೆಯೆಂಬ ಕಾರ್ಖಾನೆಯಲ್ಲಿ ಅವತ್ತಿನ ಪ್ರೊಡಕ್ಶನ್ ಎಂದಿಗಿಂತ ಹೆಚ್ಚಾಗಿ ಶುರುವಾಗಬೇಕಾಯಿತು. ಅಲ್ಲಿ ನೌಕರ, ಮ್ಯಾನೇಜರ್ ಎಲ್ಲರೂ ಒಬ್ಬರೇ. ತರಕಾರಿ ಹಚ್ಚಿ ಕೊಡ್ತೀನಿ ಅಂತ ಸಹಾಯ ಮಾಡೋಕೆ ಬಂದ ಆನಂದ್ ಆಫೀಸ್‌ನಲ್ಲಿ ಏನೋ ತುರ್ತು ಕೆಲ್ಸ ಅಂತ ಲ್ಯಾಪ್ಟಾಪ್ ಆನ್ ಮಾಡಿ ಕೂತ. ಮಾವ ದಿನಕ್ಕೊಂದು ಸಲ ರೂಮಿನಿಂದ ಹೊರ ಬಂದು ಪೂಜೆ ಮಾಡಿ ರೂಮಿಗೆ ಸೇರಿಕೊಂಡರೇ ಮತ್ತೆ ಬರುವುದು ನಾಳೆಯೇ. ಟಿವಿ, ಪುಸ್ತಕದಲ್ಲಿ ದಿನ ಕಳೆಯುತ್ತಾರೆ.

ಸಾಯಂಕಾಲ ಮನೆಗೆ ಬಂದ ಅತಿಥಿಗಳು ಕಾಫಿ, ಬಾಳೇಕಾಯಿ ಬಜ್ಜಿ, ರಾತ್ರಿ ಊಟಕ್ಕೆ ಬಿರಿಯಾನಿ, ಶಾವಿಗೆ ಪಾಯಸ ಎಲ್ಲವನ್ನು ಸವಿದು ಶಹಬಾಷ್ಗಿರಿ ಅನ್ನೋ ರಿಟರ್ನ್ ಗಿಫ್ಟ್ ಕೊಟ್ಟರು, ಒಂದಿಬ್ಬರು ತಾವು ಕುಕರಿ ಶೋಗೆ ಬಂದಿರೋ ತೀರ್ಪುಗಾರರೇನೋ ಅನ್ನುವಂತೆ ಒಂದೊಂದರಲ್ಲೂ ಏನು ಹೆಚ್ಚಾಗಿದೆ? ಏನು ಕಮ್ಮಿಯಾಗಿದೆ? ಬೇರೆ ಏನಾಗಬೇಕಿತ್ತು ಅಂತ ಚಾಚೂ ತಪ್ಪದೆ ರಿಪೋರ್ಟ್ ಕೊಟ್ಟರು.

'ಸ್ವಲ್ಪ ಅಜೀರ್ಣ ಆಗಿದೆ, ಜೀರಿಗೆ ಕಷಾಯ ಮಾಡಿಕೊಡಮ್ಮ' ಮಾವ ತಮಗಾದ ತೊಂದರೆ ಜೊತೆಗೆ ಅದರ ಮದ್ದನ್ನೂ ಒಂದೇ ಸಾಲಿನಲ್ಲಿ ಹೇಳಿದಾಗ ಕಷಾಯವೂ ತಯಾರಾಗಿ ಬಂತು. ಬಂದವರಲ್ಲೊಬ್ಬಳು ತನ್ನ ಉದ್ದ ಕೂದಲಿಗೆ ರಬ್ಬರ್ ಸೇರಿಸಿಕೊಳ್ಳುತ್ತಾ 'ಜೀರಿಗೆ ಕಷಾಯಕ್ಕೆ ಸಕ್ಕರೆಗಿಂತ ಬೆಲ್ಲ ಹಾಕಿದರೆ ಹೆಚ್ಚು ಒಳ್ಳೇದು' ಅನ್ನೋ ಉಚಿತ ಸಲಹೆ ಕೊಟ್ಟಾಗ ಪ್ರತಿಮಾಗೆ ಎಲ್ಲಿತ್ತೋ ಸಿಟ್ಟು 'ನೀವೇ ಮಾಡಿಕೊಟ್ಟಿದ್ದರೆ ಇನ್ನೂ ಒಳ್ಳೆದಾಗಿರುತ್ತಿತ್ತು' ಅಂದುಬಿಟ್ಟಳು. ಜೋರಾಗಿ ಬರುತ್ತಿದ್ದ ಮಳೆ

ಇದ್ದಕ್ಕಿದ್ದಂತೆ ನಿಂತುಹೋದಂತೆ ಸದ್ದುಗದ್ದಲದ ಮನೆ ಒಂದೇ ಕ್ಷಣದಲ್ಲಿ ಮೌನವಾಯಿತು. ಮನೆಗೆ ಬಂದಾಗ ಸಾಧ್ವೀಮಣಿಯಂತಿದ್ದವಳು ಈಗ ದುರ್ಗಿಯ ರೂಪ ತಾಳ್ತಿದ್ದಾಳೆ ಅಂತನಿಸಿ ಒಬ್ಬಬ್ಬರೇ ಕಾಲು ಕಿತ್ತರು.

ಮನೆಹೊರಗೆ ಬೀದಿ ದೀಪವನ್ನು ನೋಡ್ತಾ ಪ್ರತಿಮಾ ಆರಾಮ್ ಚೇರಿನಲ್ಲಿ ಒರಗಿ ಕೂತಿದ್ದಳು, ಮುಖ ತೊಳೆದ ಮೇಲೆ ಒರೆಸಿಕೊಳ್ಳದಿದ್ದರಿಂದ ಹಣೆ ಮೇಲಿಂದ ನೀರು ಕುತ್ತಿಗೆ ತನಕ ಇಳಿಯುತ್ತಿತ್ತು. 'ಬೇಕಂತಲೇ ಹೀಗೆ ಸ್ನೇಹಿತರ ಮುಂದೆ ಅವಮಾನ ಆಗೋ ಹಾಗೆ ಮಾಡ್ದೆ ಅಲ್ವ' ಆನಂದ್ ಸಣ್ಣದಾಗಿ ದನಿ ಏರಿಸಿ ಕೇಳಿದ. ಪ್ರತಿಮಾ 'ಎಲ್ಲಾ ಕೆಲ್ಸ ಮಾಡೋದ್ ಅಲ್ದೇ ನಿಮ್ ಸ್ನೇಹಿತ್ರು ಹತ್ರ ಅಡುಗೆ ಪಾಠ ಬೇರೆ ಕೇಳ್ಬೇಕಾ? ನನ್ ಕಷ್ಟ ಯಾರು ಕೇಳ್ತಾರೆ? ಮನೇಲ್ ಎಲ್ಲಾರನ್ನೂ ನಾನೇ ಗಮನಿಸ್ಬೇಕು, ಹೊಗಳಿಕೆ ಬೇಡ.. ಅದನ್ನ ಗಮನಿಸ್ತೀರಾ ಹೋಗ್ಲಿ? ಅವಳೂ ದೂರಿದಳು.

ಒಬ್ಬರಿಗೊಬ್ಬರ ಮೇಲೆ ಆಪಾದನೆ ಹೊರೆಸುತ್ತಿರುವಾಗ ಎದುರು ಮನೆಯವರ ಕಾರ್ ಬಂದು ನಿಂತಿತು. ಒಳಗಿಂದ ಖುಷಿಯಾಗಿ ಶ್ರೀನಿವಾಸ್ ಅವರ ಕುಟುಂಬ ಇಳಿಯಿತು. ಅವರ ಕೈಲಿರೋ ಬ್ಯಾಗುಗಳನ್ನು ನೋಡಿದರೆ ಗೊತ್ತಾಗುತ್ತಿತ್ತು ಅವರೆಲ್ಲರೂ ಭರ್ಜರೀ ಶಾಪಿಂಗ್ ಮಾಡಿ ಬಂದಿದ್ದಾರೆ ಎಂದು.

ಪ್ರತಿಮಾ 'ಒಂದು ದಿನವಾದರು ಆಚೆ ಹೋಗೋಣ ಅಂತ ನಿಮ್ಮ ಬಾಯಲ್ಲಿ ಬಂದಿದ್ದೀಯ? ಅವ್ರನ್ನ ನೋಡಿ'. ಆನಂದ್ 'ಇವತ್ತೊಂದಿನಕ್ಕೆ ಹೀಗ್ ಹೇಳ್ತೀಯಲ್ಲಾ.. ಎರಡ್ ವಾರದ್ ಹಿಂದೇ ತಾನೆ ಸಿನೆಮಾಗೆ ಹೋಗಿದ್ವಲ್ಲೇ' 'ನಿಮ್ಮ ಆಫೀಸ್‌ನಲ್ಲಿ ಫ್ರೀ ಟಿಕೆಟ್ ಕೊಟ್ಟಿದ್ರು ಅದಕ್ಕೆ, ಇವತ್ತಿನ್ ಬಗ್ಗೆ ಮಾತ್ರ ಅಲ್ಲ.. ನೋಡ್ತೀನಲ್ಲ? ಅವ್ರ್ ಮನೇಲಿ ದಿನಾ ಖುಷಿಯಾಗಿರ್ತಾರೆ, ನಮ್ಮನೆ ತರ ಅಲ್ಲ' ಅವಳ ಕಂಪ್ಲೇಂಟ್‌ಗಳ ಬಾಲ ಬೆಳಿತಾ ಹೋದಂತೆ ಆನಂದ್ ತಾಳ್ಮೆ ಒಡೆದು ಮನೆಯೊಳಗೆ ಹೋಗಿಬಿಟ್ಟ, ರಾತ್ರಿ ಮೌನದಲ್ಲೇ ಕಳೀತು.

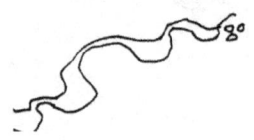

ಆನಂದ್ ಎಂದಿಗಿಂತ ಬೇಗ ಎದ್ದು ತಾನೇ ಡಿಕಾಕ್ಶನ್ ಹಾಕೋಕೆ ಬಂದ. ಹಿಂದೆಯೇ ಬಂದ ಪ್ರತಿಮಾ 'ಒಂದು ದಿನ ಮಾಡಿದ್ರೆ ಎಲ್ಲಾ ಆಗಲ್ಲ, ನೆನ್ನೆ ಆಗಿದ್ದಕ್ಕೆ ಇವತ್ತು ಒಳ್ಳೇವ್ರು ಅನ್ನಿಸ್ಕೊಳ್ಳೋಕ್ ಬರ್ಬೇಡಿ' ಜಗಳ ಮುಂದುವರೀತು. 'ಪ್ರತಿದಿನ ಮಾಡೋಕೆ ನಿನ್ ತರ ನಾನು ಮನೇಲೇ ಕೂತಿರ್ತೀನಾ? ಕೆಲ್ಸ ಇರುತ್ತಲ್ವಾ' ಆತ ಅಂದ. ಪ್ರತಿಮಾಗೆ ತಾನು ಸಂಪಾದನೆ ಮಾಡ್ತಿಲ್ಲ ಅಂತ ಹಂಗಿಸುತ್ತಿದ್ದಾನೆ ಅಂತ ಸಿಟ್ಟು ಬಂದಿತು.

ಆನಂದ್ ತನ್ನ ವಾದ ಶುರುಮಾಡಿದ 'ಕೆಲ್ಸದವಳು ಒಳ್ಳೇ ರಂಗೋಲಿ ಹಾಕಲ್ಲ, ತೊಳೆದ ಪಾತ್ರೆಯಲ್ಲಿ ಜಿಡ್ಡು ಹಾಗೇ ಇರುತ್ತೆ ಅಂತ ನೀನೇ ಬೇಡ ಅಂದೆ, ಈಗ ಆ ಕೆಲ್ಸಾನ ನಾನ್ ಮಾಡೋಕ್ ಆಗುತ್ತಾ? ಎದುರು ಮನೆಯವರನ್ನ ತರ್ತೀಯಲ್ಲ, ಅವರು ಕೆಲ್ಸಕ್ಕೆ ಹೋಗೊ ಮುಂಚೇನೇ ಎಲ್ಲಾ ಮುಗ್ಸಿ ಹೋಗ್ತಾರೆ. ಮನೇಲಿರೋರೇ ಹೀಗೆ! ಇಡೀ ದಿನ ಕೆಲಸವನ್ನ ಎಳೆದಾಡಿಕೊಂಡು ಮಾಡ್ತಿರ್ತೀರಾ!' ಗಂಡ ಹೆಂಡಿರ ಮಧ್ಯೆ ಸಗಣಿ ಎರಚಾಟ ಮುಂದುವರೀತು. ಯಾಕ್ ಬೇಕಿತ್ತು ಈ ಮದುವೆ? ಸಂಸಾರ? ನನಗೇ ಯಾಕೆ ಎಲ್ಲಾ ಕಷ್ಟಗಳೂ ಬಂದು ಸೇರಿಕೊಳ್ಳುತ್ತವೆ? ಇಬ್ಬರಿಗೂ ಅದೇ ಪ್ರಶ್ನೆ. ಇಬ್ಬರಿಗೂ ಉತ್ತರ ಸಿಗಲಿಲ್ಲ. ಇಬ್ಬರಿಗೂ ಎದುರು ಮನೆಯವರೇ ಉತ್ತಮ ಅನ್ನಿಸಿಹೋಯ್ತು.

ಅಂದು ಬೆಳಗ್ಗೆ ಪ್ರತಿಮಾ ಎಷ್ಟು ಕರೆದರೂ ಮಂಚ ಬಿಟ್ಟು ಎದ್ದು ಬರಲಿಲ್ಲ. ಆನಂದ್ ಫ್ರಿಜ್‌ಲಿದ್ದ ದೋಸೆ ಹಿಟ್ಟನ್ನು ಹೆಂಚಿಗೆ ಹುಯ್ದು ಡಬ್ಬಿಗೆ ತಿಂಡಿ ತುಂಬಿ ಮಕ್ಕಳನ್ನು ರೆಡಿ ಮಾಡಿ ಶಾಲೆಗೆ ಕರೆದುಕೊಂಡು ಹೋದ. ಗಂಡನೇ ಎಲ್ಲ ಕೆಲ್ಸ ಮಾಡಿದ ಅಂತ ಒಂದು ಮಟ್ಟದಲ್ಲಿ ಸಮಾಧಾನವಾದರೂ ನನ್ನ ಮುನಿಸಿಗೆ ಕ್ಷಮೆ ಕೇಳಲಿಲ್ಲ ಅನ್ನೋ ಅಸಮಧಾನ ಎದ್ದುನಿಂತಿತು.

ಸುಮ್ಮನೆ ಕೂತು ಬೋರಾಗಿ ಫೋನ್‌ನ ಹೋಮ್ ಸ್ಕ್ರೀನ್‌ನಲ್ಲಿದ್ದ ಸೋಶಿಯಲ್ ಮೀಡಿಯಾ ಆಪ್ ಒತ್ತಿದಾಗ ಹೊಸಾ ಪ್ರಪಂಚವೇ ತೆರೆದುಕೊಂಡಿತು. ಅದರ ತುಂಬಾ ಪ್ರತಿಮಾಳ ಸ್ನೇಹಿತೆಯರೆಲ್ಲಾ

ತಮ್ಮವರ ಜೊತೆ ರೆಸಾರ್ಟ್‌ಗೆ ಹೋದ ಫೋಟೋಗಳು, ಬೆಟ್ಟ, ಸಮುದ್ರ ಅಂತ ಟ್ರಿಪ್‌ಗೆ ಹೋಗಿದ್ದು, ವಿಧವಿಧವಾದ ತಿಂಡಿ ತಿನಿಸುಗಳ ಫೋಟೋ ಹಾಕಿಕೊಂಡಿದ್ದು ಕಣ್ಣು ಕುಕ್ಕಿತು. 'ರೀಲ್ಸ್'ನಲ್ಲಿ ತಮ್ಮ ಗಂಡಂದಿರ ಜೊತೆ ಕುಣೀತಿದ್ದರು, ಸಣ್ಣ ಮಕ್ಕಳು ಮುದ್ದಾಗಿ ಮಾತನಾಡುತ್ತಿದ್ದರು. ಪ್ರತಿಮಾ ತಲೇಲಿ ಹೊಸದೊಂದು ಕೊರತೆ ಶುರುವಾಯಿತು. ಹೋದ ಸಲ, ನಾವೂ ವಿಡಿಯೋ ಮಾಡೋಣ ಅಂತ ಕರೆದಾಗ 'ಇದೇನು ಹುಚ್ಚರ ಸಂತೆ! ಈ ತರ ನಾವು ಕುಣಿದ್ರೆ ಚೆನ್ನಾಗಿರಲ್ಲ' ಆನಂದ್ ಒಂದೇ ಮಾತಿಗೆ ಅವಳ ಆಸೆಗೆ ತಣ್ಣೀರೆರೆಚಿದ್ದ. ಇನ್ನು ಆರು ವರ್ಷದ ಮಗಳ ಜೊತೆ ವಿಡಿಯೋ ಮಾಡೋಕೆ ಹೋದಾಗ, ಮೂರು ವರ್ಷದ ಮಗ ಅತ್ತು ಕಿರುಚಿ ರಂಪಾಟ ಮಾಡಿದ್ದ. ಮಗಳೊಂದಿಗೆ ಸಿನಿಮಾ ಡೈಲಾಗ್ ವಿಡಿಯೋ ಮಾಡೋಕೆ ಹೋಗಿ ಮಗನ ಗೊಣ್ಣೆ ಒರೆಸೋ ವಿಡಿಯೋ ತಯಾರಾಗಿತ್ತು!

ಒಂದು ಸಲ ಒಳನುಗ್ಗಿದರೆ ಹೊರಬರಲಾಗದ ಹಾಗೆ ಹಿಡಿದುಕೊಳ್ಳೋ ಆಯಸ್ಕಾಂತ ಈ ಸಾಮಾಜಿಕ ತಾಣಗಳು. ಅದರ ಪ್ರಭಾವದಿಂದ

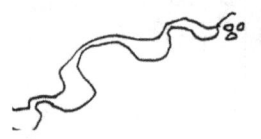

ಹೊರಬರಬೇಕಾದರೆ ದೊಡ್ಡ ಸಂಕಲ್ಪ ಶಕ್ತಿಯೇ ಬೇಕು! ಇನ್ನು ಪ್ರತಿಮಾ ಫೋನಿನ ಸ್ಕ್ರೀನಿಗೇ ಅಂಟಿಕೊಂಡಿದ್ದಳು. ಅವಳ ವಯಸ್ಸಿನ ಆಸುಪಾಸಿನವರೆಲ್ಲರೂ ಒಳ್ಳೊಳ್ಳೆ ಬಟ್ಟೆಗಳನ್ನು ಹಾಕಿಕೊಂಡು ತೆಳ್ಳಗೆ ಮಾಡೆಲ್‌ಗಳ ತರ ಕಾಣಿಸುತ್ತಿದ್ದರು. ಕನ್ನಡಿಯಲ್ಲಿ ತನ್ನನ್ನ ನೋಡಿಕೊಂಡಳು.. 'ನಾನು ಮಾತ್ರ ಇಬ್ಬರು ಮಕ್ಕಳನ್ನು ಹೆತ್ತು ಮನೆ ಕೆಲಸ ಮಾಡಿಕೊಂಡು ಯಾರಿಗೂ ಬೇಡದವಳಾಗಿದ್ದೇನೆ' ಅನ್ನೋ ಯೋಚನೆ ತಲೆಯಲ್ಲಿ ಜೋರಾಗಿ ಪ್ರತಿಧ್ವನಿಸುತ್ತಾ ಹೋಯಿತು.

ಆನಂದ್ ಹೆಂಡತಿಯನ್ನು ಓಲೈಸಲು ತಂದೆಯನ್ನು ತಂಗಿಯ ಮನೆಗೆ ಬಿಟ್ಟು ಬಂದಿದ್ದ. ಎಲ್ಲಿಗಾದರೂ ಹೋಗಿ ಬರೋಣ ಅಂತ ಕರೆದಾಗ ಪ್ರತಿಮಾ ತನಗಲ್ಲ ಅನ್ನುವಂತೆ ಕೂತಿದ್ದಳು. ಕೇಳಿ ಪಡೆದುಕೊಳ್ಳೋದು ಬೇಕಾಗಿಲ್ಲ ಅಂತ ಮನಸ್ಸು ಹಟ ಹಿಡಿದು ಸತ್ಯಾಗ್ರಹಕ್ಕೆ ಕೂತಿತ್ತು. ಗಂಡ ಆಫೀಸಿಗೆ ರಜೆ ಹಾಕಿ ಎಲ್ಲ ಕೆಲ್ಸವನ್ನು ತಾನೇ ಮಾಡಿ 'ಈಗ ಸಮಾಧಾನಾನಾ?' ಅಂತ ವ್ಯಂಗ್ಯ ಮಾಡಿದ. ಮನೆಯಲ್ಲಿ ಮಾತು ಕಮ್ಮಿಯಾದಂತೆ ಟಿವಿಯಲ್ಲಿ ವಾಲ್ಯೂಮ್ ಜಾಸ್ತಿ ಆಯಿತು. ಪ್ರತಿಮಾ ಟಿವಿ ಸೀರಿಯಲ್‌ನಲ್ಲಿ ನಡೀತಿದ್ದ ದೃಶ್ಯವನ್ನು ನೋಡಿ ಇನ್ನೂ ಮಂಕಾದಳು.

ಹೀರೋಯಿನ್ ಬೆಟ್ಟ ಹತ್ತಿದರೆ ಕಾಲು ನೋವಾಗುತ್ತದೆಯೆಂದು ಹೀರೋ ಅವಳನ್ನು ತೋಳಲ್ಲಿ ಎತ್ತಿಕೊಂಡು ನೂರಾರು ಮೆಟ್ಟಿಲು ಹತ್ತುತ್ತಿದ್ದ. 'ನಿನ್ನ ಜೊತೆ ನನ್ನ ಕಥೆ ಬೇರೊಂದು ಲೋಕ ಸೃಷ್ಟಿಸಿದೆ' ಹಿನ್ನೆಲೆಯಲ್ಲಿ ಬರ್ತಿದ್ದ ಇಂಪಾದ ಹಾಡು ಅವಳ ಮನಸಿನ ಬೆಂಕಿಗೆ ಪೆಟ್ರೋಲ್ ಸುರೀತಿತ್ತು. ಒಂದು ಸಂಚಿಕೆಯನ್ನೂ ಬಿಡದೆ ನೋಡ್ತೋ ಸೀರಿಯಲ್‌ನಲ್ಲಿ ಹೀರೋ ತನ್ನ ಹೆಂಡತಿಯನ್ನು ಅಷ್ಟು ಚೆನ್ನಾಗಿ ನೋಡಿಕೊಳ್ತಾನೆ, ಕಣ್ಣಲ್ಲಿ ಕಣ್ಣಿಟ್ಟು ರೊಮ್ಯಾಂಟಿಕ್ ಆಗಿ ನೋಡುತ್ತಾನೆ, ಅವಳ ಕಣ್ಣು ಮುಚ್ಚಿ ಸುಂದರವಾದ ಜಾಗಕ್ಕೆ ಕರೆದುಕೊಂಡು ಹೋಗಿ ಸರ್ಪ್ರೈಸ್ ಮಾಡುತ್ತಾನೆ, ಅವಳ ಕಣ್ಣಲ್ಲಿ ನೀರು ಬಂದ್ರೆ ತಾನೂ ಮರೆಯಲ್ಲಿ ಕಣ್ಣೀರು ಹಾಕ್ತಾನೆ!' ಆದ್ರೆ ಇಲ್ಲಿ? ನನ್ನ ಗಂಡ, ನಾನು ಜಗಳವಾಡಿದ್ದಕ್ಕೆ ಕಾಟಾಚಾರಕ್ಕೆ ಏನೋ ಮಾಡಿ ಮುಗಿಸಿ ನನ್ನ ಬಾಯಿ

ಮುಚ್ಚಿಸಲು ಕಾತರಿಸುತ್ತಿದ್ದಾನೆ. ಜೀವನದಲ್ಲಿ ನನ್ನ ಬಿಟ್ಟು ಬೇರೆ ಎಲ್ರೂ ಸಂತೋಷವಾಗಿದ್ದಾರೆ'. ಒಂದು ತಪ್ಪಿದರೆ ಇನ್ನೊಂದು ಯೋಚನೆ ಕಾಡಿ ಮನಸ್ಸು ವ್ಯಾಕುಲಗೊಂಡಿತು.

ಹೆಂಡತಿಯ ಜೊತೆಗಿದ್ದ ಮನಸ್ತಾಪದಿಂದ ಆನಂದ್‌ಗೆ ಕೆಲ್ಸದಲ್ಲಿ ಗಮನ ಕೊಡೋದಕ್ಕೆ ಕಷ್ಟವಾಯಿತು. ಸಮಸ್ಯೆಯನ್ನು ದೊಡ್ಡದು ಮಾಡ್ಬಾರ್ದು ಅಂದುಕೊಂಡಷ್ಟೂ ಸಂಕೀರ್ಣವಾಗುತ್ತಿತ್ತು. ಏನಾದರಾಗಲೀ ಸರಿ ಮಾಡ್ಬೇಕು ಅಂದುಕೊಂಡ.

'ಪ್ರತೀ ಹತ್ರ, ಮಾತೆತ್ತಿದರೆ ಜಗಳ, ಮುನಿಸು ಇಲ್ಲ ಅಳು. ಏನ್ ಮಾಡ್ಬೇಕು ಅಂತಾನೇ ಗೊತ್ತಾಗ್ತಿಲ್ಲ. ಈಗೀಗ ಮನೆ ಕೆಲ್ಸ ಮಾಡಿಕೊಡ್ತಿದ್ದೀನಿ, ಆಚೆ ಹೋಗೋಣ ಅಂದ್ರೆ ಅವ್ಳೇ ಎಲ್ಲಿಗೂ ಬರ್ತಿಲ್ಲ. ಮೊದ್ಲಿನ್ ಹಾಗೆ ಕೆಲ್ಸಕ್ಕೆ ಹೋಗು ಅಂತ ಹೇಳೋಣ ಅಂದುಕೊಂಡ್ರೆ, ಮಕ್ಕಳಾದ ಮೇಲೇ ಹೊರಗೆ ಕೆಲ್ಸ ಮಾಡೋ ಹುಮ್ಮಸ್ಸು ಈಗಿಲ್ಲ ಅದರ ಟಚ್ ಬಿಟ್ಟು ಹೋಗಿದೆ ಅಂತಾಳೆ. ಹಾಗಾಗಿ ಬಲವಂತ ಮಾಡೋಕೆ ಹೋಗ್ತಿಲ್ಲ. ಆದ್ರೆ ಅವ್ಳು ಖಿನ್ನತೆಗೆ ಒಳಗಾಗಿದ್ದಾಳೆ' ಅಂತ ಆನಂದ್ ತನ್ನ ತಂಗಿಯ ಹತ್ರ ಹೇಳಿಕೊಂಡಾಗ ಅಣ್ಣನ ಕಣ್ಣಲ್ಲಿದ್ದ ನೋವನ್ನ ಅರ್ಥ ಮಾಡಿಕೊಂಡ ಅವಳು ಫೋನ್ ನಂಬರ್ ಕೊಟ್ಟು ಅವರ ಹತ್ತಿರ ಮಾತನಾಡು ಏನಾದರೂ ಪರಿಹಾರ ಸಿಗುತ್ತದೆ ಎಂದಳು.

'ನನಗೇನಾದ್ರು ಹುಚ್ಚು ಹಿಡಿದಿದ್ದೀಯಾ? ಮನೋವೈದ್ಯರನ್ನ ಯಾಕೆ ಕರೆಸಿದ್ದೀರ?' 'ನಿನಗಲ್ಲ ಪ್ರತೀ, ನಮ್ಮಿಬ್ಬರ ಮನಸ್ತಾಪಕ್ಕೆ ಸರಿಯಾದ ಕಾರಣ ತಿಳಿದುಕೊಳ್ಳೋಣ, ಎಷ್ಟ್ ಸಂತೋಷವಾಗಿದ್ವಿ? ಯಾಕೆ ಹೀಗೆ ಆಗಿದ್ದೀವಿ. ಒಂದು ಸಲ ಮಾತಾಡೋಣ' ಪ್ರತಿಮಾಳ ಗಲಾಟೆಗೆ ಆನಂದ್ ಸಮಾಧಾನದಿಂದ ಉತ್ತರಿಸಿ ಕರೆದುಕೊಂಡು ಬಂದನು.

ಡಾಕ್ಟರ್ ಇಬ್ಬರನ್ನೂ ಕೂರಿಸಿಕೊಂಡು ಆದ ಘಟನೆಗಳನ್ನು ಕೂಲಂಕಷವಾಗಿ ಕೇಳಿಸಿಕೊಂಡರು. 'ನೀವು ಶ್ರೀನಿವಾಸ್ ಮನೆಯ ಎದುರು ಇರೋರು ಅಂತ ಗೊತ್ತಾಗಿ ಆಶ್ಚರ್ಯವಾಯ್ತು! ಅವರು ನನ್ನ ಪೇಶಂಟ್' ಡಾಕ್ಟರ್ ಬೃಂದಾ ಅಂದರು. ಎದುರು ಮನೆಯವರನ್ನು

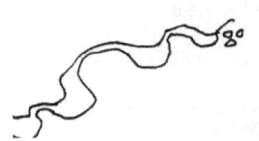

ತಮಗೆ ಹೋಲಿಸಿಕೊಂಡ ಪ್ರತಿಮಾ ಮತ್ತು ಆನಂದ್‌ಗೆ ಅವರ ಮನೆಯ ನಿಜವಾದ ಕತೆ ತಿಳಿದು ಶಾಕ್ ಆಯಿತು. 'ಅವರ ಮಗಳು ಸ್ನೇಹಾಗೆ ಶ್ವಾಸಕೋಶದ ಕ್ಯಾನ್ಸರ್ ಇದೆ!. ಶ್ರೀನಿವಾಸ್‌ನ ಮೊದಲ ಹೆಂಡತಿ ಅವರಿಗೆ ಡೈವೋರ್ಸ್ ಕೊಟ್ಟು ತಮ್ಮ ಮಗಳನ್ನು ನೋಡಲೂ ಸಹ ಬಿಡದಂತೆ ಕೋರ್ಟ್‌ನಿಂದ ಒಪ್ಪಿಗೆ ಪಡೆದಿದ್ದಳು. ಆ ನೋವಿನಿಂದ ಹೊರಬರಲು ಅವ್ರು ತಮ್ಮ ಎರಡನೇ ಹೆಂಡತಿ ಪದ್ಮಿನಿಯ ಮಗಳನ್ನ ತುಂಬಾ ಕಾಳಜಿ ಪ್ರೀತಿಯಿಂದ ನೋಡಿಕೊಳ್ತಾರೆ.

ಪದ್ಮಿನಿಯ ಗಂಡ ತೀರಿ ಹೋಗಿದ್ದಾರೆ. ಸ್ನೇಹ ಸಣ್ಣ ವಯಸ್ಸಿನಲ್ಲಿ ಅಪ್ಪನನ್ನು ಕಳೆದುಕೊಂಡು ಅಂಕಲ್‌ನೇ ಅಪ್ಪನಂತೆ ಹಚ್ಚಿಕೊಂಡುಬಿಟ್ಟಿದ್ದಾಳೆ. ಹಿಂದಿನ ಜೀವನದ ಕಷ್ಟಗಳನ್ನು ಮರೆತು ಇಬ್ಬರೂ ಹೊಸ ಜೀವನ ಕಟ್ಟಿಕೊಂಡು ಆದರಲ್ಲಿ ಸಂತೋಷ ಹುಡುಕುತ್ತಿದ್ದಾರೆ. ಅವರ ಕಷ್ಟ ಕೇಳಿ ಆನಂದ್-ಪ್ರತಿಮಾಗೆ ತಮ್ಮ ಮಧ್ಯೆ ಇಲ್ಲದ ಕಷ್ಟ ತಂದುಕೊಂಡು ಒದ್ದಾಡುತ್ತಿದ್ದೇವೆ ಅನ್ನಿಸಿತು.

ಡಾಕ್ಟರ್ ಮುಂದುವರೆಸಿದರು. 'ನಿಮ್ಮನ್ನು ನೋಡಿ ಅವರು ಮುದ್ದಾದ ಕುಟುಂಬ, ಇಬ್ರು ಪುಟ್ಟ ಮಕ್ಕಳು, ಮಾವ ಎಲ್ರೂ ಎಷ್ಟು ಚೆನ್ನಾಗಿದ್ದಾರೆ. ಬಂಧು ಮಿತ್ರರು ಮನೆಗೆ ಬಂದುಹೋಗ್ತಿರ್ತಾರೆ. ನಮ್ಮ ಜೀವನ ಹೀಗಾಗಿದ್ದಕ್ಕೆ ಯಾರೂ ಹತ್ರ ಬರೋದಿಲ್ಲ ಅಂತ ನಿಮ್ಮನ್ನ ಹೋಲಿಸಿಕೊಂಡು ನನ್ನ ಹತ್ರ ಹೇಳ್ತಿರ್ತಾರೆ. ನಿಮ್ಮನ್ನು ನೋಡಿ ಅವರಿಗೆ ಪರ್ಫೆಕ್ಟ್ ಸಂಸಾರ ಅನ್ನಿಸಿದೆ. ನಿಮ್ಮಿಂದ ಅವರು ಸ್ಫೂರ್ತಿ ತೆಗೆದುಕೊಂಡಿದ್ದರು, ಆದ್ರೆ ಯಾವತ್ತೂ ಕೊರಗಿರಲಿಲ್ಲ'.

ಭಗವಂತ, ಎಲ್ಲರ ಕಷ್ಟಗಳನ್ನು ಒಂದು ಮೇಜಿನ ಮೇಲೆ ಹಾಕಿ ಕಷ್ಟಗಳನ್ನು ಬದಲಾಯಿಸಿಕೊಳ್ಳಬಹುದೆಂಬ ಆಯ್ಕೆಯನ್ನೇನಾದರೂ ಕೊಟ್ಟರೆ, ಎಲ್ಲರೂ ತಮ್ಮ ತಮ್ಮ ಕಷ್ಟಗಳನ್ನೇ ಮರಳಿ ಪಡೀತಾರಂತೆ. ಯಾಕೆಂದರೆ ಬೇರೆಯವರ ಕಷ್ಟ ಇನ್ನೂ ದೊಡ್ಡದಾಗಿ ಕಾಣುತ್ತಿರುತ್ತದೆ. ಒಂದು ಕೆಟ್ಟ ದಿನದಿಂದ ನಮ್ಮ ಜೀವನವೇ ಕೆಟ್ಟದಾಗಿದೆ ಅಂದುಕೊಳ್ಳೋದು ತಪ್ಪು. ಸಾಮಾಜಿಕ ಜಾಲತಾಣಗಳಲ್ಲಿ ಯಾರು

ತಮ್ಮ ಕಷ್ಟಗಳನ್ನು, ಬೇಸರಗಳನ್ನು ಹಂಚಿಕೊಳ್ಳುತ್ತಾರೆ? ಅದು ಒಬ್ಬ ವ್ಯಕ್ತಿಯ ಜೀವನದ ಒಂದು ಸಣ್ಣ ಭಾಗವಷ್ಟೇ. ತಾನು ಎಲ್ಲರಿಗಿಂತಾ ಸುಖವಾಗಿದ್ದೇನೆ. ನನ್ನ ಜೀವನ ಕೂಲ್ ಅಂತ ತೋರಿಸಿಕೊಳ್ಳೋದಕ್ಕಷ್ಟೇ ಇರೋ ಜಾಗ. ಅದನ್ನು ನೋಡಿ ನಮ್ಮ ಜೀವನವನ್ನು ಅಳೆಯೋದಕ್ಕೆ ಹೋದರೆ ತಪ್ಪಾಗುತ್ತೆ. ಹಾಗಂತ ಜೀವನದಲ್ಲಿ ಸಂತೋಷವೇ ಇರೋದಿಲ್ಲ ಅಂತಲ್ಲ. ಪ್ರತಿದಿನ ಹೇಗೆ ಹಬ್ಬದೂಟ ಮಾಡೋಕಾಗಲ್ವೋ ಹಾಗೆ ಪ್ರತಿದಿನವೂ ವಿಶೇಷವಾಗಿರೋದಕ್ಕೆ ಸಾಧ್ಯವಿಲ್ಲ. ನಾವು ಒಂದು ಪೇಶಂಟ್ ಸಮಸ್ಯೆಯನ್ನು ಇನ್ನೊಬ್ಬರಿಗೆ ಹೇಳೋದಿಲ್ಲ. ಆದರೆ ನಿಮ್ಮ ವಿಚಾರದಲ್ಲಿ ಇದೇ ಪರಿಹಾರ ಆಗಿರೋದ್ರಿಂದ ಹೇಳಿದ್ದೀನಿ. ವಾಸ್ತವವಾಗಿ ಇರೋ ಸಣ್ಣ ಪುಟ್ಟ ಸಮಸ್ಯೆಯನ್ನು ಕೂತು ಬಗೆಹರಿಸಿಕೊಳ್ಳಿ. ಗುಡ್ ಲಕ್' ಡಾಕ್ಟರ್ ಮಾತು ಅಕ್ಷರಶಃ ಸತ್ಯ ಅನ್ನಿಸಿತು.

ಆನಂದ್ ಮತ್ತು ಪ್ರತಿಮಾಗೆ ತಮ್ಮ ಜೀವನ ಎಷ್ಟು ಸುಗಮವಾಗಿದೆ ಅನ್ನೋದು ಅರಿವಾಯಿತು. 'ಸಾರಿ ನಿನ್ನ ಬೇಜಾರು ಮಾಡಿಸ್ಬಿಟ್ಟೆ' ಆನಂದ್ ಕೈ ಹಿಡಿದು ಕೇಳಿಕೊಂಡ. 'ನಾನ್ ಇದನ್ನೆಲ್ಲಾ ಶುರು ಮಾಡಿದ್ದು.. ಕ್ಷಮಿಸಿ' ಪ್ರತಿಮಾ ಹೇಳಿದಳು. ಸಂಸಾರದಲ್ಲಿ ತಮ್ಮ ಜವಾಬ್ದಾರಿ ಏನು ಎಂಬುದನ್ನು ಸ್ಪಷ್ಟಮಾಡಿಕೊಂಡು ಅದರಂತೆ ನಡೆಯಬೇಕೆಂದು ಇಬ್ಬರೂ ನಿರ್ಧರಿಸಿಕೊಂಡರು.

'ನಿನ್ ಫೆವರೇಟ್ ಹೀರೋನ ನೋಡಿ ನನ್ನ ಬೈಕೊಳ್ಳಲ್ಲ ತಾನೆ? ಟಿವಿ ಸೀರಿಯಲ್‌ಗಳಲ್ಲಿ, ಸಿನೆಮಾದಲ್ಲಿ ನಟರು ಅವರಿಗೆ ಕೊಟ್ಟ ಡೈಲಾಗ್‌ಗಳನ್ನು ಹೇಳುತ್ತಾರೆ, ಶೂಟಿಂಗ್‌ನವರು ಅಣಿ ಮಾಡಿದ ಜಾಗಕ್ಕೆ ಹೀರೋ ಹೀರೋಯಿನ್‌ನ ಕರೆದುಕೊಂಡು ಹೋದ ಹಾಗೆ ತೋರಿಸುತ್ತಾರೆ. ಅದನ್ನೆಲ್ಲಾ ನಾನ್ ಮಾಡ್ಬೇಕು ಅಂದ್ರೆ ಇರೋ ಕೆಲ್ಸ ಬಿಡಬೇಕಾಗುತ್ತೆ' ಅಂತ ತಮಾಷೆ ಮಾಡಿದಾಗ ಪ್ರತಿಮಾ ತನ್ನ ದಡ್ಡತನವನ್ನು ಮರೆಮಾಚಲು ಬಾಯಿ ತುಂಬಾ ನಕ್ಕಳು. ಅಂದು ಪ್ರತಿಮಾ ಆನಂದ್ ತನ್ನ ಸೋಶಿಯಲ್ ಮೀಡಿಯಾ ಅಕೌಂಟ್‌ನಲ್ಲಿ ತನ್ನ ಫ್ಯಾಮಿಲಿ ಫೋಟೋ ಅಪ್ಲೋಡ್ ಮಾಡಿ 'ಸಂತೋಷ ಕಂಡುಕೊಳ್ಳೋದ್ರಲ್ಲಿರುತ್ತೆ' ಅಂತ ಕಾಪ್ಶನ್ ಬರೆದಳು.

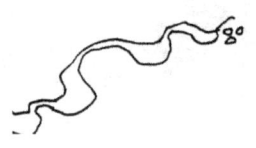

‘ಮಾತುಗಾರರಿದ್ದಾರೆ ಎಚ್ಚರಿಕೆ’

‘ಸಾರೆ ಜಹಾಸೆ ಅಚ್ಚಾ ಹಿಂದೂಸ್ತಾನ್ ಹಮಾರ..’ ತೊಟ್ಟಿಮನೆಯ ಹಜಾರದ ಟಿಪಾಯಿಯ ಮೇಲಿಟ್ಟಿದ್ದ ಬ್ಲೂಟೂತ್ ಸ್ಪೀಕರ್‌ನಿಂದ ಹಾಡು ಇಂಪಾಗಿ ಕೇಳಿಬರ್ತಿತ್ತು. ‘ನಮ್ ದೇಶದಲ್ಲಿದ್ದು, ನಮ್ಮ ಮನೇಲಿ ಕೂತ್ಕೊಂಡು ಈ ಹಾಡನ್ನ ಕೇಳೋದೇ ಸ್ವರ್ಗ’. ಏಳು ವರ್ಷ ಅಮೆರಿಕಾದಲ್ಲಿದ್ದು ವಾಪಸ್ ಆದ ಸುಸ್ತನ್ನೆಲ್ಲಾ ಒಂದೇ ಸಲಕ್ಕೆ ನೀವಾಳಿಸುವಂತೆ ನಿರಂಜನ್ ಹೇಳಿದ.

ಮಗ ಬಂದ ಸಂಭ್ರಮದಲ್ಲಿ ಅಮ್ಮ ನೊರೆ ನೊರೆಯಾದ ಬಿಸಿ ಕಾಫಿಯನ್ನ ಸೆರಗಲ್ಲಿ ಹಿಡಿದು ತಂದು ಕೈಗಿತ್ತಳು. ‘ಹಾಲ್ ಯಾಕಮ್ಮ

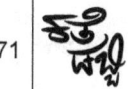

ಹಾಕ್ದೆ? ನೀವೆಲ್ಲಾ ಕಾಫಿನ ಮಿಲ್ಕ್ ಶೇಕ್ ಮಾಡ್ಕೊಂಡ್ ಕುಡಿಯೋದನ್ನ ಯಾವಾಗ್ ಬಿಡ್ತೀರ' ನಿರಂಜನ್ ಅಡುಗೆ ಮನೆಗೆ ಹೋಗಿ ತಾನೇ ಕಾಫಿ ಮಾಡಿಕೊಳ್ಳೋಕೆ ಶುರು ಮಾಡಿದ. ಅರವಿಂದಮ್ಮ ಮಗನನ್ನ ವಿಚಿತ್ರವಾಗಿ ನೋಡ್ತಾ, ಬರೀ ಡಿಕಾಕ್ಶನ್, ಅದ್ ಹೇಗ್ ಕುಡೀತಾನೋ! ಅವನಿಗೇ ಪ್ರೀತಿ' ಅಂದುಕೊಂಡಳು.

ನಿರಂಜನ್ ಕ್ಯಾಲಿಫೋರ್ನಿಯಾದ ಬ್ಯಾಂಕ್‌ನಲ್ಲಿ ಕೆಲ್ಸ ಮಾಡ್ತಿದ್ದು, ಒಂದು ತಿಂಗಳು ರಜೆ ಮಾಡಿ ತುಮಕೂರಿನ ಹತ್ತಿರದ ಅರೇಹಳ್ಳಿಯಲ್ಲಿ ಮಗನಿಗಾಗಿ ಶಬರಿಯಂತೆ ಕಾಯುತ್ತಿದ್ದ ಅಮ್ಮನನ್ನ ಕಾಣಲು ಹೆಂಡತಿ, ಮಗನ ಜೊತೆ ಬಂದಿದ್ದ. ಕುಟುಂಬದಲ್ಲಿ ಇವನೇ ಹೆಚ್ಚು ಓದಿದವ, ಇವನ ಸರ್ಕಲ್‌ನಲ್ಲಿ ಯಾರಾದ್ರೂ 'ಕೋಟ್ಯಾಧಿಪತಿ' ರಸಪ್ರಶ್ನೆ ಕಾರ್ಯಕ್ರಮಕ್ಕೆ ಹೋದರೆ 'ಫೋನ್ ಎ ಫ್ರೆಂಡ್' ಆಪ್ಶನ್ ತಗೊಂಡವರು ನಿರಂಜನನಿಗೇ ಫೋನ್ ಮಾಡುತ್ತಾರೆ. ಅಪರೂಪಕ್ಕೆ ಭಾರತಕ್ಕೆ ಬಂದವರು ಇರೋ ಸಮಯದಲ್ಲಿ ಹತ್ತಿರದವರ ಮದುವೆಯಲ್ಲೊಂದು ಹಾಜರಾತಿ, ತಿಂಗಳುಗಳಿಂದ ಉಳಿದ ಬ್ಯಾಂಕ್ ವ್ಯವಹಾರ, ಕಡಿಮೆ ಖರ್ಚಲ್ಲಿ ಮುಗಿದುಹೋಗುವ ಹಲ್ಲಿನ ಟ್ರೀಟ್ಮೆಂಟ್, ಹೀಗೆ ಹೊರಡುವ ಮುನ್ನ ಮುಗಿಸಬೇಕಾದ ಕೆಲ್ಸಗಳ ಪಟ್ಟಿ ಮಾಡಿಕೊಂಡು ಬರುವವರ ಸಾಲಿನಲ್ಲಿ ಇವನೂ ಸೇರಿದ್ದ.

ಮನೆ ಮುಂದೆ ಸಾರಿಸಿದ್ದ ಸಗಣಿ ನೀರು ಒಣಗಿ ರಟ್ಟಾಗಿತ್ತು. ಸೊಸೆ ಮೊಮ್ಮಗನಿಗೆ ಅಮೇರಿಕಾದ ಸೂರ್ಯ ಬಂದು ಎಬ್ಬಿಸಿರಲಿಲ್ಲ ವಾದ್ದರಿಂದ ಇನ್ನೂ ಮಲಗೇ ಇದ್ದರು. 'ಜಿಡ್ಡಿನ್ ಪಾತ್ರೆನೆಲ್ಲಾ ಒಟ್ಟಿಗೆ ಸೇರಿಸ್ಕೊಂಡ್ ತೊಳೀಬೇಡಾ ರೇಣು'. ಅರವಿಂದಮ್ಮ ಕೆಲ್ಸದವಳು ಪಾತ್ರೆ ತೊಳಿಯೋದನ್ನು ಕ್ವಾಲಿಟಿ ಕಂಟ್ರೋಲ್ ಮ್ಯಾನೇಜರ್‌ನ ಹಾಗೆ ನೋಡಿಕೊಳ್ಳುತ್ತಿದ್ದರು. 'ವಾಶಿಂಗ್ ಮೆಶಿನ್, ಡಿಶ್ ವಾಶರ್ ತಂದುಕೊಡ್ತೀನಿ ಅಂತ ಹೇಳಿದ್ರೆ ನೀನ್ ಕೇಳೋದೇ ಇಲ್ಲಮ್ಮ'. ಮಗನ ಮಾತು ಕಿವಿಗೆ ಬಿದ್ದರೂ ಅದು ಬೇಕಿರಲಿಲ್ಲ. ಅರವಿಂದಮ್ಮನಿಗೆ ತಾನೇ ಮುಂದೆ ನಿಂತು ಕೆಲ್ಸ ಮಾಡಿದಾಗ್ಲೇ ಸಮಾಧಾನ. ಯಂತ್ರಗಳು ನಮ್ಮ ಮಾತು ಕೇಳುವುದಿಲ್ಲ, ಅವು ಮಾಡಿಕೊಟ್ಟ ಕೆಲಸವನ್ನು ನಾವು

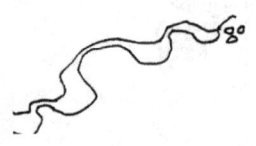

ಒಪ್ಪಬೇಕು. ನಾವೇ ಅವುಗಳ ಗುಲಾಮರು ಅನ್ನೋ ಭಾವನೇ ಮೂಡಿಸುತ್ತವೆ ಅನ್ನೋದು ಅವರ ದೂರು.

ಮಹೀಂದ್ರಾ ಎಕ್ಸ್‌ಯುವಿ ಕಾರನ್ನ ಒಂದು ಗುಡ್ಡ ಹತ್ತುವಂತೆ ಹತ್ತಿ ತನ್ನ ಎಳೇ ಕೈಯಲ್ಲಿ ಸೋಪ್ ನೀರಲ್ಲಿ ಬಟ್ಟೆ ಅದ್ದಿ ಕಾರನ್ನು ಒರೆಸುತ್ತಿದ್ದ, ಗಿರೀಶ. ಸ್ನಾನ ಮಾಡಿ ಬಂದ ನಿರಂಜನ ಅವನನ್ನು ನೋಡಿ 'ಇದ್ಯಾರು ಕಾರ್ ತೊಳೀತಿರೋದು? ನಾನ್ ಹೇಳಲಿಲ್ವಲ್ಲ ನಿನಗೆ?' ಕಾಳಜಿಯಿಂದ ಕೇಳಿದ. ಪಾತ್ರೆ ತೊಳೆದ ಕೈಯನ್ನ ಸೀರೆಯ ತುದಿಗೆ ಒರೆಸಿಕೊಂಡು ಬಂದ ರೇಣುಕಾ 'ಸರ್.. ಇವ್ನು ನನ್ ಮಗ, ಕಾರ್ ತೊಳಿಯೋಕೆ ಬಂದವ್ನೆ' ದೊಡ್ಡ ಕಾರನ್ನು ಒಬ್ಬನೇ ತೊಳೆಯುವಷ್ಟು ಬೆಳೆದಿದ್ದಾನೆ ಅನ್ನೋ ಹೆಮ್ಮೆಯಿಂದ ಹೇಳಿದಳು.

ನಿರಂಜನ ಹುಡುಗನ ಬಯೋಡೇಟ ಕೇಳೋಕೆ ಶುರು ಮಾಡಿದ. 'ಏನ್ ನಿನ್ ಹೆಸ್ರು? ಎಷ್ಟನೇ ಕ್ಲಾಸು? ಸ್ಕೂಲಿಗ್ ಹೋಗಲ್ವಾ?'. ಅವನು ವಿಚಾರಿಸಿದ ದಾಟಿಗೆ ಏನೋ ತಪ್ಪಾಗಿರಬೇಕೆಂದು ರೇಣುಕಾ ಭಯದಿಂದ ಉತ್ತರಿಸಿದಳು. 'ಗಿರೀಶಂಗೆ ಹತ್ತು, ಹನ್ನೊಂದು ವರ್ಷ ತುಂಬಿರ್ಬೋದು. ಸರ್ಕಾರಿ ಶಾಲೇಲ್ ಓದ್ತಿದ್ದಾನೆ, ಇವಾಗ್ ಶಾಲೆ ನಡೀತಿಲ್ಲ ಅದಕ್ಕೆ ಕೆಲ್ಸ ಮಾಡ್ತವ್ನೆ'. 'ನೋಡಮ್ಮ, ಅವ್ನ ಕೈಲಿ ಕೆಲ್ಸ ಮಾಡ್ಸೋದು ಬಾಲ ಕಾರ್ಮಿಕ ಪದ್ಧತಿ ಆಗುತ್ತೆ, ನಮ್ಮನೇಲಿ ಮಾತ್ರವಲ್ಲ ಎಲ್ಲೂ ನೀನು ಕೆಲ್ಸ ಮಾಡ್ಸಬೇಡ! ಮಾಡ್ಸಿದೋರ್ನ ಜೈಲಿಗ್ ಹಾಕ್ತಾರೆ. ಇಂಥ ತಪ್ಪುಗಳನ್ನ ನಡೆಯೋಕೆ ನಾನ್ ಬಿಡಲ್ಲ' ನಿರಂಜನ ಖಡಾ ಖಂಡಿತವಾಗಿ ನುಡಿದುಬಿಟ್ಟ. ಮಗನ ಕೈಲಿ ಸಣ್ಣಪುಟ್ಟ ಕೆಲ್ಸ ಮಾಡಿಸಿ ಪುಡಿಗಾಸು ಗಳಿಸುತ್ತಿದ್ದ ರೇಣುಕಾ ಊರಿಗೆ ಯಾರೋ ಕ್ರಾಂತಿಕಾರಿ ಬಂದಿದ್ದಾನೆ ಅನ್ನೋ ಹಾಗೆ ಬೆರಗುಗಣ್ಣಿನಲ್ಲಿ ನೋಡಿದಳು.

ಕುಂಬಾರ ತನ್ನ ಕೆಲಸಕ್ಕೆ ಅಂತ ತಯಾರು ಮಾಡಿಕೊಂಡಿದ್ದಾನೇನೋ ಅನ್ನೋ ಹಾಗೆ ಕಾಣೋ ಅರೆಹಳ್ಳಿಯ ಮಣ್ಣಿನ ರಸ್ತೆಗಳಲ್ಲಿ ಗಾಡಿಗಳು ಕುಪ್ಪಳಿಸುತ್ತಾ ಸಾಗುತ್ತಿದ್ದವು, ನೀರು ಸಣ್ಣದಾಗಿ ಬರ್ತಿದ್ದ ನಲ್ಲಿಯ ಮುಂದೆ ದೊಡ್ಡ ಬಾಯಿ ತೆರೆದುಕೊಂಡು ಹತ್ತಾರು

ಕೊಡಗಳು ಸಾಲುಗಟ್ಟಿ ಕಾಯುತ್ತಿದ್ದವು, ಯುವಕರು ಅಲ್ಲಲ್ಲಿ ಗುಂಪು ಕಟ್ಟಿಕೊಂಡು ಇಸ್ಪೀಟ್ ಆಡೋದಕ್ಕೆ, ಮೊಬೈಲಿಗೆ ತಮ್ಮ ಸಮಯವನ್ನು ಮುಡುಪಾಗಿಟ್ಟಿದ್ದರು. NRI ದೇಶಭಕ್ತ ನಿರಂಜನ್, ಹುಟ್ಟೂರನ್ನು ಒಂದು ಸುತ್ತು ಹಾಕಿಬಂದವನು ಊರ ಹಿರಿಯರ ಜೊತೆ ಹರಟೆಗೆ ಕೂತ.

'ನಾನು ಓದೋಕೆ ಹೋದಾಗ್ಲಿಂದ ನಮ್ ದೇಶ ಜನಸಂಖ್ಯೆಯೊಂದರಲ್ಲಿ ಬಿಟ್ಟು ಎಲ್ಲಾ ವಿಷಯದಲ್ಲೂ ಹಾಗೇ ಉಳಿದಿದೆ. ಬಡತನ, ಅನಕ್ಷರತೆ, ನಿರುದ್ಯೋಗ, ಗಲೀಜು, ಭ್ರಷ್ಟ ರಾಜಕಾರಣ..' ಚರ್ಚಾ ಸ್ಪರ್ಧೆಯಲ್ಲಿ ತೆಗೆದುಕೊಳ್ಳಬಹುದಾದ ಎಲ್ಲಾ ವಿಷಯಗಳ ಬಗ್ಗೆಯೂ ಮಾತನಾಡುತ್ತಾ ಬೇಜಾರು ಮಾಡಿಕೊಂಡ. 'ನಮ್ಮೂರಲ್ಲಾದ್ರೂ ಇದೆಲ್ಲಾ ಬದಲಾಗ್ಬೇಕು ಗೌಡ್ರೆ, ಮಾದರಿ ಹಳ್ಳಿಯಾಗ್ಬೇಕು' ಊರಿನ ಬಗ್ಗೆ ನಿರಂಜನನ ಕಾಳಜಿ ಕಂಡು ಎಲ್ಲರೂ ಮೆಚ್ಚಿಕೊಂಡರು.

ವಿದೇಶದಲ್ಲಿದ್ದರೂ ನಿರಂಜನ ಪ್ರಚಲಿತ ವಿದ್ಯಮಾನಗಳ ಬಗ್ಗೆ ಅಪ್ ಡೇಟ್ ಆಗಿದ್ದ. ಯಾವ ಪಕ್ಷ ಸಮರ್ಥವಾದದ್ದು, ಯಾರ ಆಳ್ವಿಕೆಯಿಂದ ದೇಶದ ಪರಿಸ್ಥಿತಿ ಸುಧಾರಿಸಬಹುದು ಅಂತ ವಾದ ಮಾಡೋದ್ರಲ್ಲಿ ನಿಸ್ಸೀಮನಾಗಿದ್ದ. ಆದರೆ ಅರವಿಂದಮ್ಮನಿಗೆ ಅಷ್ಟೆಲ್ಲಾ ದೊಡ್ಡ ಮಾತುಗಳಾಡೋದಕ್ಕೆ ಗೊತ್ತಾಗೋದಿಲ್ಲ. ಅವರೇನಿದ್ರೂ ಹಳ್ಳಿಯಲ್ಲಿ ಕಷ್ಟ ಅಂತ ಬಂದವರಿಗೆ ಅಕ್ಕಿಯೋ, ಬೇಳೇನೋ, ಕೈಗೊಂದಷ್ಟು ಕಾಸನ್ನು ಕೊಟ್ಟು ಕಳಿಸುತ್ತಾರೆ. ಊರಿನ ಹೆಣ್ಣುಮಕ್ಕಳಿಗೆ ಅರವಿಂದಮ್ಮನ ಮನೆಯ ಹಿತ್ತಲ ಬಾಗಿಲು ತವರುಮನೆಯಂತಾಗಿದೆ. ಮುಂದಿನ ಬಾಗಿಲಿಂದ ತಂದರೆ ಗಂಡನಿಗೆ ಗೊತ್ತಾಗಿ ಬಿಡುತ್ತದೆಂದು ಸೆರಗಲ್ಲಿ ಬಚ್ಚಿಟ್ಟುಕೊಂಡು ತಂದ ಅರವಿಂದಮ್ಮನ ದಾನ ಹೆಣ್ಣುಮಕ್ಕಳ ಮನೆಯ ಭವಿಷ್ಯನಿಧಿಯಂತಾಗಿತ್ತು.

`Mom see that' ಮೊದಲ ಸಲ ಭಾರತಕ್ಕೆ ಬಂದಿದ್ದ ಒಂಭತ್ತು ವರ್ಷದ ಗಗನ್ ಮರದ ಮೇಲೆ ಬಿಟ್ಟಿದ್ದ ಸೀಬೆಕಾಯಿಯನ್ನು ವಾಸ್ಕೋಡಗಾಮ ಭಾರತವನ್ನು ಕಂಡುಹಿಡಿದ ಹಾಗೆ ತೋರಿಸುತ್ತಾ

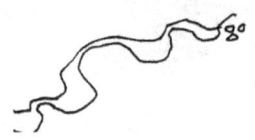

ಖುಷಿಯಲ್ಲಿ ಹೇಳಿದ. `Which fruit is that' ಅಂತ ಕೇಳಿದಾಗ ಗಿರೀಶ, ಅದಾ.. ಸೀಬೇಕಾಯಿ ಅಂದ. ಅವನಿಗೆ ಅರ್ಥವಾಗದೇ ಇದ್ದದ್ದನ್ನ ಗಮನಿಸಿ `That is guava' ನೆನಪು ಮಾಡಿಕೊಂಡು ಹೇಳಿದ. 'ಪರ್ವಾಗಿಲ್ವೇ ಸರಿಯಾಗಿ ಹೇಳ್ದೆ. ಇಂಗ್ಲಿಷ್ ಮೀಡಿಯಮ್ಮಾ?' ನಿರಂಜನ್ ಆಶ್ಚರ್ಯದಿಂದ ಕೇಳಿದ. 'ಇಲ್ಲ ಸರ್ ಕನ್ನಡ ಮೀಡಿಯಮ್, ಆದ್ರೆ ಇಂಗ್ಲಿಷ್ ಮಾತಾಡೋಕೆ ಇಷ್ಟ' ಗಿರೀಶ ಉತ್ಸಾಹದಲ್ಲಿ ಹೇಳಿ ಓಡಿ ಹೋಗಿ ಛಂಗನೆ ಮರ ಹತ್ತಿ ಮೂರು ಸೀಬೇಕಾಯಿ ಕಿತ್ತು ತಂದ. ಅಮ್ಮನ ಮುದ್ದಿನಿಂದ ಬೆಣ್ಣೆಯಂತ ಮೈ ಬೆಳೆಸಿಕೊಂಡಿದ್ದ ಗಗನ್‌ಗೆ ಈಗ, ಮರದ ಮೇಲೆ ಬಿಟ್ಟಿದ್ದ ಸೀಬೇಕಾಯಿಗಿಂತ ಅಷ್ಟು ಚುರುಕಾಗಿ ಅದನ್ನು ಕಿತ್ತು ತಂದ ಹುಡುಗನೇ ಸೋಜಿಗವೆನಿಸಿದ.

'ಗಿರಿ, ನಾಳೆ ಚಪ್ಪರದೋರನ್ನ ಕರ್ಕೊಂಡ್ ಬಾ, ತೆಂಗಿನ್ ಗರಿ ಹಸಿಹಸಿರಾಗಿರ್ಬೇಕು, ಆಗ್ಲೇ ನೋಡೋಕೆ ಚಂದ,' ಹಣಕಾಸಿನ ಸಮಸ್ಯೆಯ ಕಾರಣ, ಅರವಿಂದಮ್ಮ ತಂಗಿ ಮಗಳ ಮದುವೆಯ ಜವಾಬ್ದಾರಿಯನ್ನು ತಾವೇ ವಹಿಸಿಕೊಂಡಿದ್ದರು. 'ಅಮ್ಮ, ಅವ್ನಿಗ್ ಯಾಕೆ ಕೆಲ್ಸ ಹೇಳ್ತಿಯಾ? ನಿಂಗೆ ಆನ್ಲೈನ್ ತರಗತಿ ಇಲ್ವೇನೋ?' ನಿರಂಜನ್ ಕೇಳಿದ 'ನಡಿಯುತ್ತೆ ಸರ್, ನನ್ ಹತ್ರ ಸ್ಮಾರ್ಟ್ ಫೋನ್ ಇಲ್ಲ. ಪುಸ್ತಕದಿಂದಲೇ ನಂಗೇನ್ ಗೊತ್ತಾಗುತ್ತೋ ಅಷ್ಟ್ ಓದ್ಕೋತೀನಿ' ಅಂದ.

ನಿರಂಜನ ಹುಡುಗನನ್ನು ಪ್ರೋತ್ಸಾಹಿಸುವ ದಾಟಿಯಲ್ಲಿ, ಗೌರ್ಮೆಂಟ್ ಸ್ಕೂಲ್‌ನಲ್ಲಿ ಓದಿ ಸಾಧನೆ ಮಾಡಿರೋರು ಎಷ್ಟ್ ಜನ ಇಲ್ಲ? ಇವತ್ತಿನ್ ಎಜುಕೇಶನ್ ಸಿಸ್ಟಮ್ ಕೆಟ್ಟುಹೋಗಿದೆ ಅಷ್ಟೆ. ನಿಂಗೇನಾದ್ರು ಬೇಕಿದ್ರೆ ಕೇಳು ನಾನ್ ಸಹಾಯ ಮಾಡ್ತೀನಿ ಅಂದ. ಮಗನ ಓದಿಗೆ ಮೊಬೈಲ್ ಕೊಡಿಸಲಾಗದ ರೇಣುಕಾಗೆ ನಿರಂಜನನ ಮಾತುಗಳು ಆಶಾಭಾವನೆ ಮೂಡಿಸಿತ್ತು.

ಹಿಂದಿನ ಬಾಗಿಲಲ್ಲಿ ಅರವಿಂದಮ್ಮ ಹಸಿವೆಯೆಂದು ಬಂದವಳಿಗೆ ಮೂರು ಸೇರು ಅಕ್ಕಿಯನ್ನ ಕೊಡುತ್ತಿದ್ದಳು. ಇದನ್ನು ನೋಡಿದ

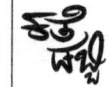

ನಿರಂಜನ 'ಇನ್ನೂ ನಿನ್ನ ಬ್ಯಾಕ್ ಡೋರ್ ಸರ್ವೀಸ್ ಬಿಟ್ಟಿಲ್ವಾ? ಚಿಕ್ಕ ವಯಸ್ಸಿನಿಂದ ನೋಡ್ತಿದ್ದೀನಿ ಅವರಿವರಿಗೆ ದಾನ ಮಾಡೋದೇ ಆಯ್ತು, ಸಣ್ಣ ಪುಟ್ಟ ದಾನದಿಂದ ಏನು ಪ್ರಯೋಜನ ಆಗುತ್ತಮ್ಮ?' ಮೊಬೈಲ್‌ನಲ್ಲಿ ಫೋಟೋ ತೋರಿಸುತ್ತಾ 'ಇವ್ರು ಯಾರು ಗೊತ್ತಾ? ಲೆನಿನ್ ಅಂತ. ಎಲ್ಲರೂ ಕಷ್ಟ ಪಟ್ಟು ದುಡೀಬೇಕು, ಎಲ್ರೂ ಸಂಪತ್ತನ್ನ ಹಂಚಿಕೊಳ್ಬೇಕು ಅನ್ನೋದು ಇವನ ವಾದ. ನಾನೂ ಅದನ್ನೇ ಹೇಳೋದು ಗಂಡು ಹೆಣ್ಣು ಸಮಾನರಾಗಿ ಓದ್ಬೇಕು, ದುಡೀಬೇಕು. ಆಗ ಯಾರೂ ಯಾರಿಗೂ ಕೈಚಾಚೋ ಪರಿಸ್ಥಿತಿ ಬರೋದಿಲ್ಲ. ಬಡವರಿಗೆ ಸರ್ಕಾರ ಉಚಿತ ಅಕ್ಕಿ ಕೊಡೋ ತರ ನೀನೂ ಮಾಡಿದ್ರೆ ಅವ್ರಿನ್ನೂ ಸೋಂಬೇರಿಗಳಾಗುತ್ತಾರೆ'. ಮಗನ ಆದರ್ಶದ ಮಾತುಗಳು ಹೊರಗೆ ದೇಹಿ ಅಂತ ಬಂದವರಿಗೆ ಕೇಳಿಸಬಾರದೆಂದು ಅರವಿಂದಮ್ಮ ಬಾಗಿಲು ಹಾಕಿದಳು.

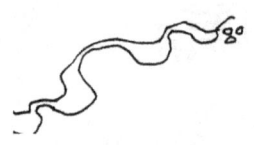

ಅಂದು ಬೆಳಗ್ಗೆಯೇ ಗಿರೀಶ ಅರವಿಂದಮ್ಮನ ಮನೆಗೆ ಓಡಿ ಬಂದಿದ್ದ. 'ಅಂಕಲ್ ಹೈಪೋಕ್ರಿಸಿ ಅಂದ್ರೇನು?' ನಿರಂಜನನಿಗೆ ಅರ್ಥವಾಗ್ದೇ ಇದ್ದಾಗ ಗಿರೀಶ `hypocrisy' ಅಂತ ಸ್ಪೆಲಿಂಗ್ ನೆನಪು ಮಾಡಿಕೊಂಡು ಹೇಳಿದ. ಪೇಪರ್ ಓದುತ್ತಾ ಇದ್ದಾಗ ಕಂಡ ಈ ಪದ ಅವನಿಗೆ ಅರ್ಥವಾಗಿರಲಿಲ್ಲ. ನಿರಂಜನ 'ಅದು ಹೈಪೋಕ್ರಿಸಿ ಅಲ್ಲ ಅದು, ಹಿಪಾಕ್ರಿಸಿ.. ಅಂದ್ರೆ.. ಮಾತಾಡೋದೊಂದು ಮಾಡೋದೊಂದು' ಎಷ್ಟೋ ಜನ ಉದ್ದುದ್ದ ಭಾಷಣ ಬಿಗಿತಾರೆ. ಆದ್ರೆ ಜೀವನದಲ್ಲಿ ಅದ್ಯಾವುದನ್ನೂ ಅಳವಡಿಸಿಕೊಳ್ಳೋದಿಲ್ಲ ಅಂತ ಹೇಳಿದಾಗ ಗಿರೀಶನಿಗೆ ಮೆದುಳಲ್ಲಿ ಬಲ್ಬ್ ಹತ್ತಿದಂತಾಗಿ 'ಓ ಗೊತ್ತಾಯ್ತು ಸರ್.. ನಮ್ ಶಾಲೆನಲ್ಲಿ ಒಬ್ರು ಮೇಷ್ಟ್ರು ನಮ್ ಕ್ಲಾಸ್ ಹುಡ್ಗೀರು ಹಣೇಗೆ ಬೊಟ್ಟು ಇಟ್ಕೊಂಡಿಲ್ಲ ಅಂದ್ರೆ ಬೈತಾರೆ, ಉದ್ದ ಲಂಗ ಹಾಕೋಬೇಕು, ಅದು ನಮ್ ಸಂಸ್ಕೃತಿ ಅಂತ ಭಾಷಣ ಬಿಗೀತಾರೆ, ಆದ್ರೆ ಅವ್ರ ಹೆಂಡ್ತಿ, ಮಕ್ಳು ಹಣೆಗೆ ಒಂದು ದಿನಾನೂ ಬೊಟ್ಟು ಇಟ್ಕೊಳ್ಳಲ್ಲ, ಯಾವಾಗ್ಲು ಚಡ್ಡಿ ಪ್ಯಾಂಟ್‌ನೇ ಹಾಕೋತಾರೆ'. ಗಿರೀಶನ ಮುಗ್ದ ಉದಾಹರಣೆ ನಿರಂಜನನಿಗೆ ನಗು ತರಿಸಿತ್ತು.

ಮನೆ ಬಾಗಿಲಿಗೆ ತಂದುಹಾಕಿದ್ದ ತಾಂಬೂಲಕ್ಕೆ ಬೇಕಾದ ತೆಂಗಿನ ಕಾಯಿಗಳನ್ನು ಅರವಿಂದಮ್ಮ ಪರೀಕ್ಷಿಸುತ್ತಿದ್ದರು. ನಿರಂಜನ ಏನ್ ರೇಟು ಅಂತ ಕೇಳಿದಾಗ ಮಾಲಿ ಒಂದು ಕಾಯಿಗೆ 18 ರುಪಾಯಿ, ಒಟ್ಟು 120 ಕಾಯಿ ತಂದಿದ್ದೇನೆ ಅಂದ. ಗಗನ್ ಫೋನ್‌ನ ಕ್ಯಾಲ್ಕ್ಯುಲೇಟರ್‌ನ ತೆಗೆದು ಲೆಕ್ಕ ಮಾಡೋಷ್ಟ್ರಲ್ಲಿ ಗಿರೀಶ ಎರಡು ಸಾವಿರದ ನೂರಾ ಅರವತ್ತು ಅಂತ ಹೇಳಿದ. ಶಾಲೆಯಲ್ಲಿ ಕ್ಯಾಲ್ಕ್ಯುಲೇಟರ್ ಬಳಸುತ್ತಿದ್ದ ಗಗನ್‌ಗೆ ಥಟ್ ಅಂತ ಉತ್ತರ ಕೇಳಿ ಇದು ಗೆಸ್ ಮಾಡಿ ಹೇಳಿದ್ದಾನೋ ಇಲ್ಲ. ಇವನ ಲೆಕ್ಕ ನಿಜವಾಗಿಯೂ ಇಷ್ಟು ಸ್ಪೀಡ್ ಇದ್ಯೋ ಅಂತ ತಿಳಿದುಕೊಳ್ಳೋ ಕುತೂಹಲ ಮೂಡಿತು.

ತನ್ನ ಕ್ಯಾಲ್ಕ್ಯುಲೇಟರ್‌ನಲ್ಲಿ ನಂಬರ್‌ಗಳನ್ನು ಗುಣಿಸಿ ಇದು ಎಷ್ಟು? ಅದು ಎಷ್ಟು? ಅಂತ ಪ್ರಶ್ನೆ ಕೇಳಿದಾಗ ಗಿರೀಶ ಪಟ ಪಟ ಅಂತ

ಸರಿಯಾದ ಉತ್ತರ ಕೊಟ್ಟ. ಅಪ್ಪ ಮಗ ದಂಗಾಗಿದ್ದನ್ನು ಕಂಡು ಗಿರೀಶ 'ನಾನು ಟೌನ್ ಸಿಗ್ನಲ್ ಅಲ್ಲಿ ಹೂ ಮಾರೋಕೆ ಹೋಗ್ತೀನಲ್ಲಾ ಚಿಲ್ಲರೆಗೆ ತಡ ಮಾಡಿದ್ರೆ ಗಿರಾಕಿ ಹೊರಟು ಬಿಡ್ತಾರೆ. ಅದಕ್ಕೆ ಬೇಗ ಲೆಕ್ಕ ಮಾಡೋದನ್ನ ಕಲಿತಿದ್ದೀನಿ' ಅಂದ. ನಿರಂಜನ ರೇಣುಕಾಗೆ ನೀವು ನಿಮ್ಮ ಮಗನ ಪ್ರತಿಭೆಯನ್ನ ಗುರುತಿಸುತ್ತಿಲ್ಲ, ಗಿರಿ ತುಂಬಾ ಬುದ್ಧಿವಂತ, ಅವನಿಗೆ ಪ್ರೋತ್ಸಾಹ ಸಿಕ್ರೇ ಏನಾದ್ರು ಸಾಧನೆ ಮಾಡ್ತಾನೆ ಅಂದಾಗ ದೊಡ್ಡ ಮನುಷ್ಯರ ಬಾಯಲ್ಲಿ ಬಂದ ಹೊಗಳಿಕೆ ಕೇಳಿ ರೇಣುಕಾ ಉಬ್ಬಿಹೋದಳು.

'ಸರ್ ನನ್ ಮಗನ್ನ ದೊಡ್ ಶಾಲೆಗೆ ಸೇರಿಸ್ಬೇಕು ಅಂತಿದ್ದೆ ಆದ್ರೆ ಅಲ್ಲೆಲ್ಲಾ ತಂದೆ ತಾಯಿಗಳೂ ಓದಿರ್ಬೇಕು ಅಂತಾರೆ, ನಮ್ಮನೇಲಿ ನಾನು ನನ್ಗಂಡ ಇಬ್ರೂ ಹೆಬ್ಬೆಟ್ಟುಗಳು, ನೀವು ಬಂದು ಒಂದ್ ಸಲ ಮಾತಾಡಿದ್ರೆ ಅವ್ನಿಗೆ ಅಲ್ಲಿ ಸೀಟ್ ಸಿಗ್ಬೋದು' ಕೈಬೆರಳನ್ನು ಒಂದಕ್ಕೊಂದು ಒತ್ತಿಕೊಳ್ಳುತ್ತಾ ಹಿಂಜರಿಕೆಯಿಂದ ಕೇಳಿದಳು. ದೇವತೆಗಳು ಶ್ರೀವಿಷ್ಣುವಿನ ಹತ್ತಿರ ತಮ್ಮ ಕಷ್ಟಗಳನ್ನು ಹೇಳಿಕೊಂಡಾಗ ಅವತಾರವೆತ್ತಿ ಅವರಿಗೆ ನೆರವಾಗುವೆ ಅಂತ ಅಭಯಹಸ್ತ ತೋರುವಂತೆ, ಗಿರೀಶ ಒಳ್ಳೇ ಶಾಲೆ ಸೇರುವುದಕ್ಕೆ ತಾನು ಗಾರ್ಡಿಯನ್ ಆಗಿ ಬಂದು ಸಹಿ ಹಾಕಿ ಅಡ್ಮಿಶನ್ ಮಾಡಿಸಿಕೊಡುವುದಾಗಿ ನಿರಂಜನ ಆಶ್ವಾಸನೆ ಕೊಟ್ಟ.

ಅಂದು ರಾತ್ರಿ ರೇಣುಕಾಗೆ ನಿದ್ರೆ ಬರದೆ ಆಕಾಶ ನೋಡುತ್ತಾ ನಿಂತಳು. ನಿಷ್ಪ್ರಯೋಜಕ ಗಂಡನ ಜೊತೆ ಕಟ್ಟಿಕೊಂಡ ಕತ್ತಲೆಯ ಸಂಸಾರದಲ್ಲಿ ಮಗನೇ ಆಶಾಕಿರಣವಾಗಿದ್ದ. ಒಂದು ದಿನ ನಿರಂಜನನ ಹಾಗೆ ಮಗನೂ ದೊಡ್ಡ ಮನುಷ್ಯನಾಗಿ ಅರವಿಂದಮ್ಮನವರು ಹೆಮ್ಮೆ ಪಡುವಂತೆ ನಾನೂ ಹೆಮ್ಮೆಪಡುತ್ತೇನೆ ಅನ್ನೋ ವಿಶ್ವಾಸ ಮೂಡಿ ಕಣ್ಣಂಚಲ್ಲಿ ನೀರು ಜಿನುಗಿತು. ನೀಲಾಕಾಶದಲ್ಲಿ ವಿಮಾನವೊಂದು ದೂರದ ನಕ್ಷತ್ರಗಳನ್ನು ಮಾತನಾಡಿಸಲು ಹೋದಂತೆ ಕಾಣ್ತಿತ್ತು. ಅದನ್ನು ನೋಡ್ತಿದ್ದ ಗಿರೀಶ 'ನಂಗೂ ಒಂದ್ ದಿನ ಏರೋಪ್ಲೇನ್‌ನಲ್ಲಿ ಹೋಗ್ಬೇಕು ಅಂತ ಆಸೆ ಅಮ್ಮ' ಅಂದ. 'ನೀನು ಸರ್ ತರಾನೇ ಚೆನ್ನಾಗಿ ಓದಿ ಬೇರೆ ದೇಶದಲ್ಲಿ ಕೆಲ್ಸ ತೊಗೋ ಆಗ ಹೋಗ್ಬೋದು' ಅಂದಳು. 'ನಾವು ಓದಿ ಬೇರೆ

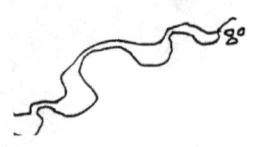

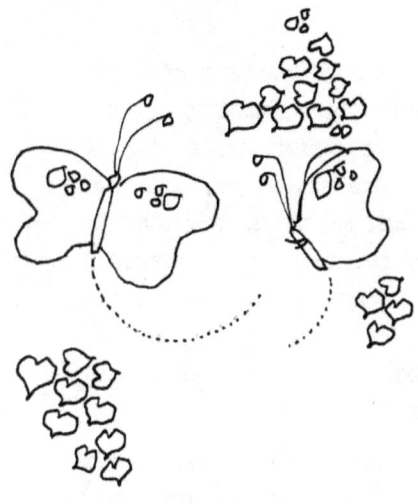

ದೇಶದಲ್ಲಿ ಯಾಕೆ ಕೆಲ್ಸಕ್ಕೆ ಸೇರ್ಬೇಕು? ನಮ್ ದೇಶದಲ್ಲೇ ದುಡಿದು, ವಿಮಾನದಲ್ಲಿ ಪ್ರವಾಸಕ್ಕೆ ಅಂತ ನೀನು ನಾನು ಹೋಗ್ಬೋದಲ್ವಾ? ಗಿರೀಶ ಅರಿವಿಲ್ಲದೇ ಆಳವಾದ ಪ್ರಶ್ನೆ ಕೇಳಿದ್ದ.

ನಮ್ಮ ದೇಶದಲ್ಲಿ ದೊಡ್ಡ ಸಾಧನೆಯೆಂದರೆ, ನಮ್ಮ ದೇಶ ಬಿಟ್ಟು ಹೋಗಿ ಹೊರದೇಶದಲ್ಲಿ ನೆಲೆಸೋದು ಅಂತ ಲಕ್ಷಾಂತರ ವಿದ್ಯಾವಂತರು ನಂಬಿದ್ದನ್ನೇ ಏನೂ ಓದದೇ ಇರೋ ರೇಣುಕಾ ಕೂಡ ನಂಬಿದ್ದಳು.

ಯಾರ ಮನೆಯ ಮದುವೆಯಾದರೇನು.. ತಮ್ಮ ಮನೆಯ ಮದುವೆ ಯಂತೆ ಅಕ್ಕ ಪಕ್ಕದ ಮನೆಯ ಹೆಂಗಸರು ಸಿಂಗಾರ ಮಾಡಿಕೊಂಡಿದ್ದರು. ಚಿಕ್ಕಮ್ಮನ ಮಗಳ ಮದುವೆಗೆ ವಿಮಾನದಲ್ಲಿ ಬಂದಿದ್ದ ನಿರಂಜನನ ಕುಟುಂಬವೇ ಮದುಮಕ್ಕಳಿಗಿಂತ ಮುಖ್ಯ ಆಕರ್ಷಣೆಯಾಗಿತ್ತು, ಅದರಲ್ಲೂ ಗಗನ್ ಮಾತಾಡುತ್ತಿದ್ದ ಅಮೆರಿಕನ್ ಆಕ್ಸೆಂಟ್‌ನ ಇಂಗ್ಲಿಷ್‌ಗೆ ಎಲ್ಲರೂ ಮೂಕವಿಸ್ಮಿತರಾಗಿದ್ದರು.

ಭಾಷೆ ಬರದೇ ಇದ್ರೂ ಅವನ ಮಾತನ್ನ ಕೇಳೋಕೆ 'ವಾಟ್ಸ್ ಯುವರ್ ನೇಮ್' ಅಂತ ಪದೇ ಪದೇ ಶುರು ಮಾಡುತ್ತಿದ್ದರು. 'ಅಂಕಲ್ ಅಮೆರಿಕಾ ಹೇಗಿರುತ್ತೆ?' ಗಿರೀಶ ಸ್ವರ್ಗದ ವರ್ಣನೆ ಕೇಳುವಷ್ಟು ಕುತೂಹಲದಿಂದ ಕೇಳಿದ. 'ಅದು ದೊಡ್ಡ ದೇಶ, ಮೂಲಭೂತ ಸೌಕರ್ಯಗಳು ಚೆನ್ನಾಗಿವೆ, ಜನರ ಕೈಲಿ ದುಡ್ಡಿದೆ, ತುಂಬಾ ಸ್ವಚ್ಛವಾದ ದೇಶ, ಯಾರೂ ರಸ್ತೆಯಲ್ಲಿ ಕಸ ಹಾಕಲ್ಲ, ಟ್ರಾಫಿಕ್ ನಿಯಮಗಳನ್ನ ಪಾಲನೆ ಮಾಡ್ತಾರೆ' ಅಂತ ನಿರಂಜನ್ ವಿವರಿಸಿದ. ಭೂರಿ ಭೋಜನ ಸವಿದು ಗಿಫ್ಟ್ ಪೇಪರ್‌ಗಳು, ಬಾಳೆ ಹಣ್ಣಿನ ಸಿಪ್ಪೆಗಳನ್ನು ಎಲ್ಲೆಂದರಲ್ಲಿ ಎಸೆದು ಗಲೀಜು ಮಾಡುತ್ತಾ, ಅವರಿವರ ಬಗ್ಗೆ ಮಾತನಾಡುತ್ತಾ ಹೋಗುವ ಜನರನ್ನ ಗಿರೀಶ ನೋಡುತ್ತಾ ನಿಂತ.

'ಇದೊಂದು ಕೆಲ್ಸ ಆದ್ರೆ ತುಂಬಾ ಜನಕ್ಕೆ ಉಪಕಾರ ಆಗುತ್ತೆ' ಅರವಿಂದಮ್ಮನಿಗೆ ಪರಿಚಯವಿದ್ದ ವೃದ್ಧಾಶ್ರಮದವರು ರಿನೋವೇಶನ್ ಕೆಲ್ಸಕ್ಕೆ ದೇಣಿಗೆ ಕೇಳುತ್ತಿದ್ದರು. ತನ್ನ ಮಗ ಸಮಾಜಸೇವೆಯಲ್ಲಿ ಬಹಳ ಆಸಕ್ತಿ ಇಟ್ಟುಕೊಂಡಿದ್ದಾನೆ, ಆದರ್ಶವಾದಿ ಅಂತ ಹೆಮ್ಮೆಯಿಂದ ಹೇಳಿಕೊಂಡಾಗ ಅವರು ಸಹಾಯಹಸ್ತ ಕೋರಿದ್ದರು. ನಿರಂಜನನಿಗೆ ವಿಷಯ ತಿಳಿಸಿದಾಗ, ಅದಕ್ಕೇನಂತೆ ಒಂದು ಸಲ ನನ್ನ ಆಡಿಟರ್ ಹತ್ರ ಮಾತಾಡ್ತೀನಿ, ನಾನೂ ಆದಾಯ ತೆರಿಗೆ ಕಮ್ಮಿ ಆಗೋ ಹಾಗೆ ಯಾವುದರಲ್ಲಾದ್ರೂ ಹೂಡಿಕೆ ಮಾಡ್ಬೇಕು ಅಂತಿದ್ದೆ, ತಿಳಿಸುತ್ತೇನೆ ಅಂದು ಹೋದ. ಮಗನ ಹತ್ತಿರ ಮೊದಲ ಬಾರಿ ಏನನ್ನೋ ಕೇಳಿಕೊಂಡ ಅರವಿಂದಮ್ಮನಿಗೆ ಅವನು ಅಡ್ಡ ಗೋಡೆಯ ಮೇಲೆ ದೀಪ ಇಟ್ಟಹಾಗೆ ಆಡಿದ ಮಾತಿನಿಂದ ಪರಿಚಯಸ್ಥರ ಮುಂದೆ ಇರುಸುಮುರುಸಾಯಿತು.

ಮನೆಮುಂದಿನ ಚಪ್ಪರ ಮಧ್ಯಾಹ್ನದ ಬಿಸಿಲನ್ನು ತಡೆದು ತಂಗುದಾಣವಾಗಿಸಿತ್ತು. ಅದರಡಿ ತಾಂಬೂಲ ಜಗಿಯುತ್ತಾ ಕೂತಿದ್ದ ಜನರ ಮಧ್ಯೆ ನಿರಂಜನನ ಅಧ್ಯಕ್ಷತೆಯಲ್ಲಿ ಊರಿನ ಅಭಿವೃದ್ಧಿಯ ಚರ್ಚೆ ಶುರುವಾಗಿತ್ತು. ನಮ್ಮ ಹಳ್ಳಿಯ ಸಮಸ್ಯೆಗಳನ್ನು ಪರಿಹರಿಸಲು ಸರ್ಕಾರದ ಮಾಡಿರೋ ಯೋಜನೆಗಳಿಂದ ನೀವು ಉಪಯೋಗ

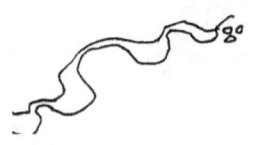

ಪಡೆದುಕೊಳ್ಬೇಕು. ಇಲ್ಲ ಅಂದ್ರೆ ಯೋಜನೆಗಳಿಗೆ ಮೀಸಲಾದ ಹಣ ಸರಿಯಾಗಿ ವಿನಿಯೋಗ ಆಗೋದಿಲ್ಲ. ಯೋಜನೆಗಳನ್ನು ಸರಿಯಾಗಿ ಕಾರ್ಯರೂಪಕ್ಕೆ ಬರುತ್ತಿಲ್ಲದ ಕಾರಣ ನಮ್ಮ ದೇಶ ಇನ್ನೂ ಅಭಿವೃದ್ಧಿ ಆಗಿಲ್ಲ.

ಮೊದಲು ನೀವು ಸರಿಯಾದ ಜನರಿಗೆ ವೋಟ್ ಹಾಕ್ಬೇಕು ಅಂತ ಪಾಠ ಮಾಡಿದ. ಊರವರಿಗೆ ಅವನ ಮಾತುಗಳು ಕಬ್ಬಿಣದ ಕಡಲೆಯಂತನಿಸಿ ಕೋಲೆ ಬಸವನ ಹಾಗೆ ತಲೆಯಾಡಿಸಿದರು. ಗಿರೀಶ 'ನೀವು ಭಾರತದೋರಲ್ವಾ? ನಿಮ್ಗೂ ವೋಟ್ ಮಾಡೋಕೆ ಅವಕಾಶ ಇರುತ್ತಾ?' ಅಂತ ಕೇಳಿದಾಗ, ನಿರಂಜನ ಹೇಗೆ ನಾವು ಆನ್‌ಲೈನ್‌ನಲ್ಲಿ ವೋಟ್ ಮಾಡ್ತೀವಿ, ಎನ್ ಆರ್ ಐ ವೋಟಿಂಗ್ 30% ಇರುತ್ತೆ ಅನ್ನೋದನ್ನ ವಿವರಿಸಿದ. 'ಹಾಗಾದ್ರೆ ನೀವೆಲ್ಲಾ ಒಳ್ಳೇ ಜನಗಳಿಗೆ ವೋಟ್ ಮಾಡಿರ್ತೀರಲ್ಲ' ಗಿರೀಶ ವಿಶ್ವಾಸದಿಂದ ಕೇಳಿದಾಗ ತಾನು ವೋಟಿಂಗ್ ದಿನ ಆಫೀಸ್‌ನಲ್ಲಿ ಪ್ರೆಸೆಂಟೇಶನ್‌ಗೆ ತಯಾರು ಮಾಡಿಕೊಳ್ತಿದ್ದು ನೆನಪಾಯಿತು.

ಗಿರೀಶನನ್ನು ನಿರಂಜನ್ ದೊಡ್ಡ ಶಾಲೆಗೆ ಸೇರಿಸುತ್ತಾನಂತೆ ಅನ್ನೋ ಮಾತು ವೈರಸ್‌ನಂತೆ ಹರಡಿತು. ಊರಿನವರು ಅರವಿಂದಮ್ಮನ ಮಗ ಬಹಳ ಒಳ್ಳೆಯವರು, ಅವರ ಮುಂದಾಳತ್ವದಲ್ಲಿ ಸ್ವಚ್ಚತಾ ಆಂದೋಲನ ಕಾರ್ಯಕ್ರಮವನ್ನು ಮಾಡ್ಬೋದು, ಇಂತಹ ತಿಳಿದವರ ಮೂಲಕ ರಸ್ತೆಗೆ ಡಾಂಬರು ಹಾಕಿಸಲು ತಹಶೀಲ್ದಾರರನ್ನು ಕೇಳಿಕೊಂಡರೆ ಆ ಸಮಸ್ಯೆನೂ ಬಗೆಹರಿಯುತ್ತೆ ಅಂತ ಮಾತನಾಡಿಕೊಂಡು ಅರವಿಂದಮ್ಮನ ಮನೆ ಮುಂದೆ ಸಭೆ ಸೇರಿದರು. ನಿರಂಜನ 'ನಮ್ಮೂರಿಗೆ ಒಳ್ಳೇದಾಗುತ್ತೆ ಅಂದ್ರೆ ಅಷ್ಟೂ ಮಾಡೋಕಾಗ್ದೇ ಏನು? ನಾನ್ ಬರ್ತೀನಿ ನೀವು ಯಾವತ್ತು ಅಂತ ತಿಳಿಸಿ' ಅಶ್ವಾಸನೆ ಕೊಟ್ಟ.

ರೇಣುಕಾ ಗಿರೀಶನ ಹಳೇ ಶಾಲೆ ಬಿಡಿಸಿ ಹೊಸಾ ಶಾಲೆಯ ಅಪ್ಲಿಕೇಶನ್ ಫಾರ್ಮ್ ತಂದಳು. ಸಮವಸ್ತ್ರದ ಬಟ್ಟೆ ತಂದು ಹೊಲಿಯೋಕೆ ಕೊಟ್ಟಳು, ಗಿರೀಶ ದೂರದ ಶಾಲೆಗೆ ಸೈಕಲ್‌ನಲ್ಲಿ ಹೋಗುವ ಕನಸು

ಕಂಡ. ಮಗ ಸುತ್ತ ಮುತ್ತ ಹಳ್ಳಿಯಲ್ಲೇ ದೊಡ್ಡ ಶಾಲೆಗೆ ಹೋಗ್ತಾನೆ ಅನ್ನೋ ಖುಷಿ ತಾಯಿಯ ಮುಖದಲ್ಲಿ ಎದ್ದು ಕಾಣುತ್ತಿತ್ತು.

ಅಡ್ಮಿಶನ್‌ನ ದಿನ ಗಂಟೆ ಹನ್ನೊಂದರೂ ನಿರಂಜನ ಬಂದಿರಲಿಲ್ಲ. ಹಿಂದಿನ ದಿನವಷ್ಟೇ ರೇಣುಕಾ ನೆನಪು ಮಾಡಿಬಂದಿದ್ದಳು. ಸ್ವತಃ ಪ್ರಯತ್ನ ಮಾಡೋಕೆ ಹೋದಾಗ ಶಾಲೆಯ ಕಛೇರಿಯಲ್ಲಿ ಗಿರೀಶನ ವಿವರ ಕೇಳಿ, ನಿರಂಜನ್ ಅವರ ಕಡೆಯವರು ಅಂದ ಮಾತ್ರಕ್ಕೆ ಶಾಲೆಗೆ ಸೇರಿಸಿಕೊಳ್ಳಲಾಗೋದಿಲ್ಲ. ನಾವು ನಮ್ಮ ಶಾಲೆಯಲ್ಲಿ ಅಂತರ್ರಾಷ್ಟ್ರೀಯ ಮಟ್ಟದ ಶಿಕ್ಷಣ ಕೊಡ್ತೀವಿ, ಹೋಮ್ ವರ್ಕ್, ಪ್ರಾಜೆಕ್ಟ್ ವರ್ಕ್ ಎಲ್ಲಾ ಇಂಗ್ಲಿಷ್‌ನಲ್ಲಿರುತ್ತೆ, ನಿಮಗೆ ಅದನ್ನೆಲ್ಲಾ ಮಾಡಿಸೋಕೆ ಆಗುತ್ತಾ? ಅದಕ್ಕೆ ನಾವು ಪಾಲಕರ, ಪೋಷಕರ ವಿದ್ಯಾಭ್ಯಾಸವನ್ನು ಪರಿಗಣಿಸೋದು ಅಂದಾಗ ರೇಣುಕಾ ಜವಾಬ್ ಹೇಳಲಾಗದೇ ಹೋದಳು.

ಆ ದಿನ ಹಳ್ಳಿಯವರೂ ಸಹ ನಿರಂಜನ ತಮ್ಮ ಪರವಾಗಿ ತಹಶೀಲ್ದಾರ್ ಜೊತೆ ಮಾತನಾಡಲು ಬರ್ತಾರೆ ಅಂತಾರೆ ಅಂತ ಕಾಯ್ತಾ ನಿಂತಿದ್ದರು. ಸಮಯ ಕಳೆಯಿತು, ಆದ್ರೆ ನಿರಂಜನನ ಕಾರು ಆ ಕಡೆ ಕಾಣಿಸಲಿಲ್ಲ. ಕಾದು ಕಾದು ಸಾಕಾಗಿ ಎಲ್ಲರೂ ಅರವಿಂದಮ್ಮನ ಮನೆಗೆ ಹೊರಟರು.

'ಅರ್ಜೆಂಟ್ ಆಗಿ ಕೆಲ್ಸ ಇತ್ತಂತ ಟಿಕೆಟ್ ಬುಕ್ ಮಾಡಿ ನನ್ ಹತ್ರವೂ ಸರಿಯಾಗಿ ಹೇಳ್ದೆ ಹೊರಟುಬಿಟ್ಟ ಕಣಮ್ಮ' ಅರವಿಂದಮ್ಮ ಬೇಜಾರಿನಲ್ಲಿ ಹೇಳಿದಳು. ನಿರಂಜನ ಕುಟುಂಬ ಸಮೇತ ಬೆಳಗ್ಗಿನ ಫ್ಲೈಟ್‌ಗೆ ಮಧ್ಯ ರಾತ್ರೀನೇ ಮನೆ ಬಿಟ್ಟಿದ್ದ. ಮಧ್ಯ ರಾತ್ರಿ ಬ್ರಿಟಿಷರು ಬಿಟ್ಟುಹೋದ ಭಾರತದಲ್ಲೇ ತನ್ನ ಆದರ್ಶದ ಮಾತುಗಳನ್ನೂ ಬಿಟ್ಟು ಹೋಗಿದ್ದ. ಒಂದು ಸಮಾಜದ ವಿಭಜನೆಗೆ ಕಾರಣ ಎಡಪಂಥೀಯರು–ಬಲಪಂಥೀಯರಲ್ಲ, ಮಹಿಳಾವಾದ–ಪಿತೃಪ್ರಭುತ್ವವಾದವಲ್ಲ, ಇಂತಹ ಹಿಪಾಕ್ರಸಿ ಅನ್ನೋದನ್ನ ಸಾಬೀತುಪಡಿಸಿ ಹೋಗಿದ್ದ.

ಗಿರೀಶನನ್ನು ಹೊಸ ಶಾಲೆಗೆ ಸೇರಿಸೋದಕ್ಕೆ, ಊರ ಅಭಿವೃದ್ಧಿ ಕಾರ್ಯಗಳಿಗೆ ಕೊಟ್ಟ ಮಾತನ್ನು ಗಾಳಿಗೆ ತೂರಿ ಹೋದ ಮಗನ ವರ್ತನೆಗೆ ಅರವಿಂದಮ್ಮ ಕಣ್ಣೀರು ಹಾಕಿದರು. 'ನಿನ್ನ ಮಗನನ್ನ ಆ

ಶಾಲೆಗೆ ಸೇರಿಸೋಕಾಗುತ್ತೋ ಇಲ್ವೋ ಗೊತ್ತಿಲ್ಲ. ಆದ್ರೆ ಅವನ ತರಗತಿಗೆ ಅನುಕೂಲ ಆಗೋಹಾಗೆ ಒಂದು ಮೊಬೈಲ್ ತೆಗೆದುಕೊಳ್ಳೋಣ. ಅಷ್ಟಾದ್ರೂ ಮಾಡ್ತೀನಿ' ತಪ್ಪಿತಸ್ಥೆಯ ಭಾವದಿಂದ ಹೇಳಿದರು. 'ನಿಮ್ಮ ಹಾಗೆ ಎಲೆಮರೆ ಕಾಯಿಯಂತೆ ಹಿಂದಿನ ಬಾಗಿಲಿನಿಂದ ಸಹಾಯ ಮಾಡುವ ಗುಣ ಎಲ್ರಿಗೂ ಇರಲ್ಲಮ್ಮ, ದೇಶದ್ ಬಗ್ಗೆ ದೊಡ್ ದೊಡ್ ಮಾತಾಡೋ ತುಂಬಾ ಜನರನ್ನ ನೋಡಿದ್ವಿ. ಅವರಲ್ಲಿ ಇನ್ನೊಬ್ಬ ಅಷ್ಟೇ!' ಊರವರು ಸಮಾಧಾನದ ಮಾತನಾಡಿದರು.

ಅರೇಹಳ್ಳಿಯಲ್ಲಿ ಎಂದಿನಂತೇ ಕೋಳಿ ಕೂಗಿತು, ಕೆಲಸಕ್ಕೆ ಹೊರಟವರ ಗಾಡಿಯ ಚಕ್ರಗಳು ಮಣ್ಣಿನ ರಸ್ತೆಯ ಮೇಲೆ ಗುರುತುಮಾಡಿದವು, ಆಕಾಶದಲ್ಲಿ ಹಾರಿದ ವಿಮಾನವನ್ನೇ ನೋಡ್ತಾ ನಿಂತ ಗಿರೀಶನಿಗೆ ಅಮ್ಮ ಸಗಣಿ ಸಾರಿಸಲು ನೆನಪಿಸಿದಳು.

ಕಾಣೆಯಾದವರ ಬಗ್ಗೆ ಪ್ರಕಟಣೆ

ಒಂದಾನೊಂದು ಕಾಲದಲ್ಲಿ, ದಟ್ಟ ಅರಣ್ಯದ ಮಧ್ಯೆ ಪ್ರಾಣಿಗಳ ಸಭೆ ನೆರೆದಿತ್ತು. ಗಂಧದ ಮರದ ಸಿಂಹಾಸನದ ಮೇಲೆ ಕಾಡಿನ ರಾಜ ಠೀವಿಯಿಂದ ಕೂತಿದ್ದರು. ಅಮ್ಮ ಕೋತಿಯೊಂದು, ತನ್ನ ಪುಟ್ಟ ಮರಿಯನ್ನು ಕಳೆದುಕೊಂಡು, ಕಣ್ಣೀರು ಹಾಕುತ್ತಾ ತನಗಾದ ನೋವನ್ನು ವಿವರಿಸುತ್ತಿತ್ತು. ಜಿಂಕೆ, ಆನೆ, ನರಿ, ತೋಳ, ಕರಡಿ ಸೇರಿದಂತೆ ಎಲ್ಲವೂ ಕನಿಕರದಿಂದ ಅವಳ ಮಾತುಗಳನ್ನು ಕೇಳುತ್ತಿದ್ದವು. 'ನನ್ನ ಕಂದನನ್ನು ಆ ಮನುಷ್ಯರು ಬಲೆಗೆ ಬೀಳಿಸಿಕೊಂಡು ಗಾಡಿಯಲ್ಲಿ ಕರೆದುಕೊಂಡು ಹೋಗಿದ್ದಾರೆ ಮಹಾರಾಜ, ನಾನು ಊರೊಳಗೆ ಹೋಗಿ ನನ್ನ ಮಗುವನ್ನು ಹುಡುಕಿಕೊಂಡು

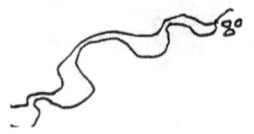

ಬರುತ್ತೇನೆ' ಅಮ್ಮ ಕೋತಿಯು ಅಪ್ಪಣೆ ಕೇಳಿದಾಗ ದಪ್ಪ ಧ್ವನಿಯ ಕಾಡಿನ ರಾಜ ಗಂಟಲು ಸರಿ ಮಾಡಿಕೊಂಡು ಮಾತನಾಡಿತು.

'ಮನುಷ್ಯರು ಒಂದು ಸಲ ನಮ್ಮವರನ್ನ ಕರೆದುಕೊಂಡು ಹೋದರೆ, ಎಂದಿಗೂ ವಾಪಸ್ಸು ಕಳಿಸಿಲ್ಲ, ನಮ್ಮ ಆನೆ ಗಜಾನನ, ಹುಲಿರಾಯ ಎಲ್ಲರನ್ನು ಸರ್ಕಸ್ ನವರು ಕರೆದುಕೊಂಡು ಹೋಗಿ ವರ್ಷಗಳೇ ಆಯ್ತು, ನಾಪತ್ತೆ. ಇನ್ನು ನಿನ್ನ ಮರಿ ಸಿಗುವ ಸಾಧ್ಯತೆ ಕಮ್ಮಿ ವ್ಯರ್ಥ ಪ್ರಯತ್ನ ಮಾಡ್ಬೇಡ'. ಸಿಂಹವು ಎಚ್ಚರಿಕೆ ಕೊಟ್ಟಾಗ ಅಮ್ಮ ಕೋತಿ, ನಮ್ಮ ದೂರದ ನೆಂಟರು ಊರಲ್ಲೇ ವಾಸ ಮಾಡ್ತಾರೆ, ಅವರಿಂದ ನಂಗೆ ಸಹಾಯ ಸಿಗ್ಬೋದು ಮಹಾರಾಜ, ಒಂದು ಸಲ ಪ್ರಯತ್ನ ಮಾಡ್ತೀನಿ ನನ್ನ ಕಂದ ನಂಗೆ ಬೇಕು ಅಂತ ಕಣ್ಣೀರು ಹಾಕಿತು. ತಾಯಿಯ ಕರುಳನ್ನು ನೋಯಿಸಬಾರದೆಂದು ಮಹಾರಾಜ ಒಳ್ಳೇದಾಗಲಿ ಎಂದು ಹರಸಿ ಕಳಿಸಿಕೊಟ್ಟಿತು.

ಸುತ್ತಲೂ ಮರಗಳಿದ್ದ ಗೊಂಡಾರಣ್ಯದಿಂದ ಸುತ್ತಲೂ ಮನೆಗಳಿರುವ ದಾರಿ ಸಿಗುವ ತನಕ ಅಮ್ಮ ಕೋತಿಯ ಪ್ರಯಾಣ ಬೆಳೆದಿತ್ತು. ಮರದಿಂದ ಮರಕ್ಕೆ ನೆಗೆಯುತ್ತಾ, ಒಂದಷ್ಟು ದೂರ ನಾಲ್ಕು ಕಾಲಲ್ಲಿ ನಡೆಯುತ್ತಾ, ಎಲ್ಲಾದರೂ ತನ್ನ ಮರಿ ಕಾಣಬಹುದೇ ಅನ್ನೋ ತವಕದಿಂದ ನೋಡ್ತಾ ಮುಂದೆ ಸಾಗಿತು. ರಸ್ತೆಯಲ್ಲಿ ಒಬ್ಬ ಹೆಂಗಸು ತಲೆಯ ಮೇಲೆ ಹುಲ್ಲಿನ ಹೊರೆಯನ್ನು ಹೊತ್ತುಕೊಂಡು, ಕಂಕುಳಲ್ಲಿ ಮಗುವನ್ನು ಎತ್ತುಕೊಂಡು ಹೋಗ್ತಿದ್ದನ್ನು ನೋಡಿದಾಗ, ತಾನು ತನ್ನ ಮರಿಯನ್ನು ಹೊಟ್ಟೆಗೆ ಅಪ್ಪಿಕೊಂಡು ಕಾಡೆಲ್ಲಾ ಸುತ್ತಿದ್ದು ನೆನಪಾಯಿತು.

ಮರದಿಂದ ಹಣ್ಣುಗಳನ್ನು ಕಿತ್ತು ಕೊಡುತ್ತಿತ್ತು, ಮೈಮೇಲೆ ಮಲಗಿಸಿಕೊಂಡು ಕೂದಲಲ್ಲಿದ್ದ ಹೇನುಗಳು ಮರಿಗೆ ಕಚ್ಚದಂತೆ ಬೆರಳಲ್ಲಿ ಕುಕ್ಕುತ್ತಿತ್ತು. ಮರಿ ಕೋತಿ ಅಂದ್ರೆ ಎಲ್ಲರಿಗೂ ಮುದ್ದು. ತುಂಟಾಟ ಮಾಡೋದು, ಬೇರೆ ಕೋತಿಗಳ ಮೇಲೆ ಬಿದ್ದು ಅವುಗಳನ್ನು ರೇಗಿಸೋದು ಅದಕ್ಕೆ ಇಷ್ಟವಾದ ಆಟವಾಗಿತ್ತು. ಇಷ್ಟು ಲವಲವಿಕೆಯಿಂದಿದ್ದಕ್ಕೇ ಕಣ್ಣುಬಿದ್ದು ನನ್ನಿಂದ ನನ್ನ ಕಂದ ದೂರವಾಗಿಯೇನೋ ಎಂದು ಅಮ್ಮ ಕೋತಿ ವ್ಯಥೆಪಟ್ಟಿತು.

ಗದ್ದೆ, ತೋಟ, ನದಿ, ಬಾವಿಗಳನ್ನು ದಾಟಿ ಎಷ್ಟು ದೂರಬಂದರೂ ಮನುಷ್ಯರನ್ನು ಬಿಟ್ಟು ಯಾರೂ ಕಾಣಲಿಲ್ಲ. ಕಿಲೋಮೀಟರ್ ಗಟ್ಟಲೆ ಕ್ರಮಿಸಿದ್ದರಿಂದ ಬಳಲಿ ಅಮ್ಮ ಕೋತಿಗೆ ಬಾಯಾರಿಕೆಯಾಗಿತ್ತು. ಪಕ್ಕದಲ್ಲಿದ್ದ ಮರವನ್ನು ನಿಧಾನವಾಗಿ ಹತ್ತುತ್ತಾ ತುದಿ ತಲುಪಿ ಸುತ್ತ ನೋಡಿದಾಗ ದೂರದಲ್ಲಿ ಒಂದು ಕೊಳಾಯಿ ಮುಂದೆ ಕೊಡವಿಟ್ಟು ಒಂದಿಬ್ಬರು ಹೆಂಗಸರು ನಿಂತಿದ್ದರು. ಅಮ್ಮ ಕೋತಿ ಖುಷಿಯಿಂದ ಕೊಳಾಯಿ ಹತ್ತಿರ ಹೋದಾಗ ಹೆಂಗಸರ್ಯಾರೂ ಇರಲಿಲ್ಲ, ಕೈಯಲ್ಲಿ ಕೊಳಾಯಿಯನ್ನು ತಿರುಗಿಸಿದಾಗ ನೀರು ಬರಲೇ ಇಲ್ಲ. ಏಕೆ ಅವರೆಲ್ಲಾ ಹೊರಟುಹೋದರೆಂದು ಈಗ ಅರ್ಥವಾಯಿತು. ಆದ್ರೆ ದಾಹ ಹೆಚ್ಚಾಗಿ ಗಂಟಲು ಒಣಗಿತು.

ಮೊದಲು ತನ್ನ ಹಸಿವು, ದಣಿವಾರಿಸಿಕೊಳ್ಳಬೇಕೆಂದು ಅಮ್ಮ ಕೋತಿಯು ಊರಿನ ಒಳದಾರಿ ಹಿಡಿಯಿತು. ಮನೆಗಳ ಮುಂದೆ ಅಲ್ಲಲ್ಲಿ ಮಕ್ಕಳು ಆಡುತ್ತಿದ್ದವು, ಹೆಂಗಸರು ಬಟ್ಟೆ ಒಗೆಯುತ್ತಿದ್ದರು, ಕಸ ಗುಡಿಸುತ್ತಿದ್ದರು. ಬಿಟ್ಟರೆ ಬಾಯಿಗೆ ಹಾಕಿಕೊಳ್ಳುವಂಥದ್ದೇನೂ ಕಣ್ಣಿಗೆ ಕಾಣಲಿಲ್ಲ. ಉದ್ದ ಬಾಲವನ್ನು ಎತ್ತಿಕೊಂಡು ಅಮ್ಮ ಕೋತಿ ಹೆಂಚಿನ ಮೇಲೆ ನಡೆಯುತ್ತಾ ಮುಂದೆ ಹೋದಾಗ ಜನ ಗುಂಪುಗುಂಪಾಗಿ ಹೋಗುತ್ತಿರೋದು ಕಾಣಿಸಿತು. ಅಲ್ಲಿ ಏನಾದರೂ ತಿನ್ನೋಕೆ ಸಿಗಬಹುದೆಂದೆಣಿಸಿ ಅತ್ತ ಹೋಯಿತು.

ಪುಟ್ಟ ಹನುಮಂತನ ಗುಡಿ ಮುಂದೆ ಜನ ಸೇರಿದ್ದರು. ಬಾಗಿಲಿಗೆ ತೋರಣ ಕಟ್ಟಿದ್ದರು. ಹೂವಿನಿಂದ ಅಲಂಕಾರ ಮಾಡಿದ್ದರು, ಹನುಮಂತನಿಗೆ ಉದ್ದಿನ ವಡೆಯ ಹಾರ ಹಾಕಿದ್ದರು, ಮುಂದೆ ನೈವೇದ್ಯಕ್ಕೆ ಹಣ್ಣುಗಳು, ಉಸಲಿ, ಮೊಸರನ್ನ ಇಟ್ಟಿದ್ದರು. ಕೋತಿಗೆ ಗರ್ಭಗುಡಿಯಲ್ಲಿದ್ದ ಮೂರ್ತಿಯನ್ನು ನೋಡಿ ಆಶ್ಚರ್ಯವಾಯಿತು! ತನ್ನ ಹಾಗೆ ಮುಖ, ತನ್ನ ಹಾಗೆ ಬಾಲ, ಕೈಕಾಲುಗಳು. ಕೈಲಿ ಬೆಟ್ಟ ಹಿಡಿದು ನಿಂತಿದ್ದ ಮೂರ್ತಿಯನ್ನು ನೋಡಿ ಒಂದು ಕ್ಷಣ ಸ್ತಬ್ಧವಾಗಿ ಹೋಯಿತು. ಇಲ್ಲಿಯ ಜನ ನನ್ನ ಹಾಗೇ ಇರೋ ಈ ಮೂರ್ತಿಗೆ

ತುಂಬಾ ಗೌರವ ಕೊಡ್ತಾರೆ ಅಂದುಕೊಂಡು ಎಲ್ಲರೂ ಮಾಡಿದ ಹಾಗೆ ತಾನೂ ಕೈ ಮುಗಿದು ನಮಸ್ಕಾರ ಮಾಡಿತು.

ಪೂಜೆ ಮುಗಿಸಿದವರು ಪ್ರಸಾದ ಹಂಚಿಕೊಳ್ಳುತ್ತಿದ್ದನ್ನು ಕಂಡು ಹಸಿವಾಗಿದ್ದ ಕೋತಿಗೆ ಜೀವ ಬಂದಂತಾಯಿತು. ಅವರ ಹತ್ತಿರ ಹೋದಾಗ ಕೆಲವರು ಹೆದರಿ ದೂರ ಓಡಿದರು, ಧೈರ್ಯ ಮಾಡಿ ಪ್ರಸಾದದ ಕಡೆ ಹೆಜ್ಜೆಯಿಟ್ಟಾಗ ಕೆಲವರು ಓಡಿಸಲು ಮುಂದಾದರು. ಅಮ್ಮ ಕೋತಿ ತನಗೆ ಹಸಿವಾಗಿದೆ ಅಂತ ಅರ್ಥಮಾಡಿಸಲು ಗುರ್ರ್ ಎಂದು ಇನ್ನೊಂದು ಹೆಜ್ಜೆ ಮುಂದಿಟ್ಟಿದಾಗ ಒಂದಿಬ್ಬರು ಕಲ್ಲನ್ನು ಕೈಗೆತ್ತಿಕೊಂಡರು, ಏನಾದರಾಗಲಿ ಒಂದು ದೊನ್ನೆಯನ್ನು ಎತ್ತಿಕೊಳ್ಳುವ ಅಂತ ನಿರ್ಧಾರ ಮಾಡಿ ಇನ್ನೊಂದಿಷ್ಟು ಮುಂದೆ ಹೋದ ಕೋತಿಯ ಮೇಲೆ ಯಾರೋ ಒಬ್ಬ ಕಲ್ಲು ತೂರೇಬಿಟ್ಟ, ಜೋರಾಗಿ ಎಸೆದ ಕಲ್ಲು ಭುಜಕ್ಕೆ ತಾಗಿ ರಕ್ತ ಒಸರಿತು. ನೋವಿಗೆ ತಲೆ ಸುತ್ತಿದಂತಾಯಿತು. ಅಮ್ಮ ಕೋತಿ ನಿಧಾನವಾಗಿ ಹೆಜ್ಜೆ ಇಡುತ್ತಾ ಹತ್ತಿರವಿದ್ದ ಬಂಡೆಯ ಹಿಂದೆ ಅವಿತು ಕುಳಿತುಕೊಂಡಿತು. ಹಸಿವು, ಸುಸ್ತು, ಮೇಲಿಂದ ಕಲ್ಲಿಂದಾದ ಗಾಯದಿಂದ ಅನಾಯಾಸವಾಗಿ ಕಣ್ಣು ಒದ್ದೆಯಾಯಿತು.

ಇದ್ಯಾಕೆ ಹೀಗೆ? ನನ್ನ ತರವೇ ಇರೋ ವಿಗ್ರಹಕ್ಕೆ ಹೂವಿನಿಂದ ಅಲಂಕಾರ ಮಾಡಿ, ಮುಂದೆ ಹಣ್ಣು ಹಂಪಲು ಇಟ್ಟು, ಧೂಪ ದೀಪ ಹಚ್ಚಿ ಎಲ್ಲರೂ ನಮಸ್ಕರಿಸುತ್ತಿದ್ದರು. ನಾನು ಬಂದರೆ ಯಾಕೆ ಹೀಗೆ ನಡೆದುಕೊಂಡರು? ನಾನೇನಾದರೂ ತಪ್ಪು ಮಾಡಿದ್ದೇನಾ? ಅಥವಾ ನನ್ನ ಮಗುವನ್ನು ವಾಪಸ್ ಕರೆದುಕೊಂಡು ಹೋಗಲು ಬಂದಿರುವುದು ಗೊತ್ತಾಗಿ ಇವರು ನನ್ನನ್ನು ವಾಪಸ್ ಕಳಿಸಲು ಪ್ರಯತ್ನ ಮಾಡುತ್ತಿದ್ದಾರಾ? ಉತ್ತರ ಸಿಗದೆ ಯಕ್ಷಪ್ರಶ್ನೆ ಹಾಗೇ ಉಳಿದುಕೊಂಡಿತು.

'ನಮ್ಮ ಧರ್ಮದಲ್ಲಿ ಮನುಷ್ಯ ಜನ್ಮಕ್ಕೆ ಕೊಟ್ಟಷ್ಟೇ ಪ್ರಾಮುಖ್ಯತೆಯನ್ನು ಪ್ರಾಣಿ, ಪಕ್ಷಿಗಳಿಗೂ ಕೊಟ್ಟಿದ್ದಾರೆ. ಹಾಗಾಗಿಯೇ ವಿಷ್ಣುವಿಗೆ ಗರುಡ ವನ್ನು, ದುರ್ಗಿಗೆ ಸಿಂಹವನ್ನು, ಗಣೇಶನಿಗೆ ಇಲಿಯನ್ನು, ಸುಬ್ರಹ್ಮಣ್ಯನಿಗೆ ನವಿಲನ್ನೂ, ಶಾರದೆಗೆ ಹಂಸವನ್ನು, ಹೀಗೆ ಒಂದೊಂದು ದೇವರಿಗೂ

ಒಂದೊಂದು ವಾಹನವೆಂದು ಹೇಳೋದು. ಕಾಮಧೇನು, ಅಂದ್ರೆ ಗೋವಿನ ದೇಹದಲ್ಲಿ ಕೋಟ್ಯಾಂತರ ದೇವತೆಗಳಿದ್ದಾರೆ ಅಂತ ನಂಬಿದ್ದೇವೆ. ದೇವರು ಸೃಷ್ಟಿಸಿರೋ ಈ ಎಲ್ಲಾ ಜೀವರಾಶಿಗೂ ಬದುಕೋ ಹಕ್ಕು ಸಮನಾಗಿದೆ, ಆದರೆ ಮಾನವ ತನ್ನ ಬುದ್ಧಿಶಕ್ತಿಯನ್ನು ಬಳಸಿಕೊಂಡು ಬೇರೆ ಜೀವಿಗಳ ಮೇಲೆ ದಬ್ಬಾಳಿಕೆ ಮಾಡುತ್ತಿದ್ದಾನೆ, ಕಾಡುಗಳನ್ನು ಕಡಿದು ಪ್ರಾಣಿಗಳ ನೈಸರ್ಗಿಕ ಆವಾಸಸ್ಥಾನವನ್ನು ನಾಶಮಾಡುತ್ತಿದ್ದಾನೆ. ಹನುಮಂತನ ಭಕ್ತರಾದ ನಾವು ಎಲ್ಲಾ ಜೀವಿಗಳನ್ನು ಸಮನಾಗಿ ಕಾಣೋಣ' ದೇವಸ್ಥಾನದ ಪುರೋಹಿತರ ಪ್ರವಚನವನ್ನು ಭಕ್ತಾದಿಗಳು ಕೇಳಿಸಿಕೊಂಡು ಚಪ್ಪಲಿ ಮೆಟ್ಟಿ ಹೊರಟರು.

ಖಾಲಿ ಹೊಟ್ಟೆಯಲ್ಲಿ ನರಳುತ್ತಿದ್ದ ಅಮ್ಮ ಕೋತಿಯ ವಿಚಾರದಲ್ಲಿ 'ತಲ್ಲಣಿಸದಿರು ಕಂಡ್ಯ ತಾಳು ಮನವೇ, ಎಲ್ಲರನು ಸಲಹುವನು ಇದಕೆ ಸಂಶಯವಿಲ್ಲ' ಅನ್ನೋ ಕನಕದಾಸರ ಮಾತು ಸತ್ಯವಾಯಿತು. ಚಿಕ್ಕಮಗುವೊಂದು ನಡೆಯುವಾಗ ಎಡವಿ, ಪ್ರಸಾದವನ್ನು ಕೆಳಗೆ ಬೀಳಿಸಿಕೊಂಡಿತು. ಅದನು ಎತ್ತಿಕೊಳ್ಳಲು ಹೋದಾಗ ಅವರಮ್ಮ ಮಗುವನ್ನು ತಡೆದು ಎತ್ತುಕೊಂಡು ಹೋದಳು. ಅಮ್ಮ ಕೋತಿ ನಾನು ಬೇಜಾರು ಮಾಡಿಕೊಂಡಿದ್ದು ಈ ಗುಡಿಯೊಳಗಿರೋ ಕೋತಿರಾಜನಿಗೆ ಗೊತ್ತಾಗಿರಬೇಕು ಅದಕ್ಕೇ ಹೀಗೆ ಮಾಡಿದ್ದಾನೆ ಅಂದುಕೊಂಡು ಮನದಲ್ಲೇ ನಮಿಸಿತು. ಹೊಟ್ಟೆಗೆ ಪ್ರಸಾದ ಬಿದ್ದಾದ ಮೇಲೆ ಗಾಯದ ನೋವು ಗೊತ್ತಾಗಲಿಲ್ಲ.

ಹೊಸ ಉತ್ಸಾಹದಿಂದ ಮೈಯೆಲ್ಲಾ ಕಣ್ಣಾಗಿಸಿಕೊಂಡು ಅಮ್ಮ ಕೋತಿ ತನ್ನ ಶೋಧನಾ ಕಾರ್ಯವನ್ನು ಮುಂದುವರಿಸಿತು. ಹೊಲದಲ್ಲಿ ಎತ್ತುಗಳು ಉಳುತ್ತಿದ್ದವು, ಕತ್ತೆಯು ಹೊರೆಯನ್ನು ಸಾಗಿಸುತ್ತಿತ್ತು, ಕೋಳಿ, ಕುರಿ, ನಾಯಿ ಹಸುಗಳು ಮನೆಯ ಜನರಲ್ಲೊಬ್ಬರಂತೆ ಮನುಷ್ಯರ ಜೀವನದಲ್ಲಿ ಬೆರೆತುಹೋಗಿದ್ದನ್ನು ನೋಡಿ, ಕಾಡಿನಲ್ಲೇ ಹುಟ್ಟಿ ಬೆಳೆದ ಕೋತಿಗೆ ಸೋಜಿಗವೆನಿಸಿತು. ಈ ಸಾಕು ಪ್ರಾಣಿಗಳ ಹಾಗೆಯೇ ತನ್ನ ಮರಿಯೂ ಎಲ್ಲಾದರೂ ಸುರಕ್ಷಿತವಾಗಿರುತ್ತದೆ ಅನ್ನೋ ಭರವಸೆ ಮೂಡಿತು.

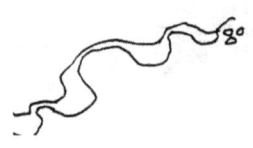

ಇದ್ದಕ್ಕಿದ್ದಂತೆ ದೊಡ್ಡ ಶಬ್ದಕೇಳಿ ಬಂದಿತು. ಮಣ್ಣಿನ ರಸ್ತೆಯಲ್ಲಿ ಧೂಳೆದ್ದಿತು. ನಾಯಿಯೊಂದು ತನ್ನ ಬಾಲಕ್ಕೆ ಕಟ್ಟಿದ್ದ ಪಟಾಕಿಯ ಶಬ್ದಕ್ಕೆ ಹೆದರಿ ದಿಕ್ಕಾಪಾಲಾಗಿ ಓಡುತ್ತಿರುವಾಗ ಅದರ ಹಿಂದೆ ಐದಾರು ಹುಡುಗರು ದೊಡ್ಡ ಸಾಧನೆ ಮಾಡಿರೋ ಹಾಗೆ ಕೇಕೆ ಹಾಕುತ್ತಾ ಚಪ್ಪಾಳೆ ತಟ್ಟುತ್ತಾ ಓಡಿಬರುತ್ತಿದ್ದರು. ಈಗಷ್ಟೇ ಮನುಷ್ಯರ ಮಧ್ಯೆ ತನ್ನ ಮರಿ ಸುರಕ್ಷಿತವಾಗಿರಬಹುದು ಅಂತೆನ್ನಿಸಿದ್ದ ಅಮ್ಮ ಕೋತಿಗೆ ಈ ದೃಶ್ಯದಿಂದ ಆ ವಿಶ್ವಾಸ ಮಂಕಾಯಿತು.

ನನ್ನ ಮರಿಗೂ ಇದೇ ತರ ಹಿಂಸೆ ಮಾಡುತ್ತಿರಬಹುದಾ ಎನಿಸಿ ಭಯ ಕಾಡಿತು. ತನ್ನ ಯೋಚ್ನೆಗೆ ಲಗಾಮು ಹಾಕಿ ತಕ್ಷಣ ನಾಯಿಯ ಸಹಾಯಕ್ಕೆ ಮುಂದಾಯಿತು. ನಾಯಿಯ ಹಿಂದೆ ಓಡಿ ತನ್ನ ಚೂಪಾದ ಹಲ್ಲುಗಳನ್ನು ಪ್ರದರ್ಶಿಸುತ್ತಾ ಆ ಹುಡುಗರನ್ನು ಪರಚುವ ಹಾಗೆ ಜೋರಾಗಿ ಗುರ್ರ್ ಎನ್ನುತ್ತಾ ಹೆದರಿಸಿದಾಗ ಹುಡುಗರು ಕಾಲ್ಕಿತ್ತರು. ನಾಯಿಯ ಬಾಲಕ್ಕೆ ಕಟ್ಟಿದ್ದ ಪಟಾಕಿಯನ್ನು ಕಿತ್ತೆಸೆಯಿತು. ನಾಯಿಗೆ ಹೋದ ಜೀವ ಬಂದಂತಾಗಿ ಕುಂಯ್ ಕುಂಯ್ ಅನ್ನುತ್ತಾ ಸುಸ್ತಾಗಿ ಮಲಗಿಕೊಂಡಿತು.

'ನೀನು ಬರ್ಲಿಲ್ಲ ಅಂದಿದ್ರೆ ಆ ಹುಡುಗ್ರು ಇವತ್ತು ನನ್ನ ಸುಮ್ಮನೆ ಬಿಡ್ತಿರ್ಲಿಲ್ಲ, ತುಂಬ ಉಪಕಾರವಾಯಿತು' ನಾಯಿ ಕೃತಜ್ಞತೆ ಹೇಳಿ ಅಮ್ಮ ಕೋತಿಯ ಮೈಯನ್ನು ನೆಕ್ಕಿತು. ಊರಿಗೆ ಹೊಸಬರಂತೆ ಕಾಣಿಸಿದ ಅಮ್ಮ ಕೋತಿಯ ಬಗ್ಗೆ ವಿಚಾರಿಸಿದಾಗ ತಾನು ಕಾಡಿನಿಂದ ನನ್ನ ಮರಿಯನ್ನು ಹುಡುಕಿಬಂದಿದ್ದೇನೆ ಅಂತ ತಿಳಿಸಿತು. ನಾಯಿಯು ತನಗೆ ಉಪಕಾರ ಮಾಡಿದ್ದಕ್ಕೆ ಪ್ರತ್ಯುಪಕಾರ ಮಾಡ್ಬೇಕು ಅಂದುಕೊಂಡಿತು.

ಊರಿನಲ್ಲಿ ಯಾರ್ಯಾರ ಮನೇಲಿ ಯಾವ್ಯಾವ ಪ್ರಾಣಿ ಪಕ್ಷಿಗಳನ್ನು ಸಾಕಿಕೊಂಡಿದ್ದಾರೆ ಅಂತ ತೋರಿಸುತ್ತಾ ನಾಯಿಯು ಅಮ್ಮ ಕೋತಿಯನ್ನು ಕರೆದುಕೊಂಡು ಹೊರಟಿತ್ತು. ಒಂದು ಮನೆಯ ಮುಂದೆ ದೊಡ್ಡ ಗಲಾಟೆಯಾಗುತ್ತಿತ್ತು ಯಾರೋ ಯಾರಿಗೋ ಬೈಯುತ್ತಿದ್ದ. 'ಯಾಕೆ ಜಗ್ಳ ಆಡುತ್ತಿದ್ದಾರೆ?' ಅಮ್ಮ ಕೋತಿ ಕುತೂಹಲದಿಂದ

ಕೇಳಿತು. 'ಬಿಳೀ ಟೋಪಿ ಹಾಕೊಂಡಿರೋನಿಗೂ ಬಿಳೀ ನಾಮ ಹಾಕೊಂಡಿರೋನಿಗೂ ಒಬ್ಬರ ಕಂಡ್ರೆ ಒಬ್ಬರಿಗೆ ಆಗಲ್ಲ, ಇಬ್ಬರೂ ಅಕ್ಕಪಕ್ಕದ ಮನೆಯವರು' ನಾಯಿ ಉತ್ತರಿಸಿತು. 'ಯಾಕೆ? ನನ್ ಮರೀನ ಕದ್ದಹಾಗೆ ಏನಾದ್ರು ಕಳ್ಳತನ ಆಗಿದ್ಯಾ?' 'ಇಲ್ಲ, ಅವರಿಬ್ಬರಿಗೂ ಬೇರೆ ಬೇರೆ ದೇವರಂತೆ'. ನಾಯಿ ಹೇಳಿದಾಗ ಅಮ್ಮ ಕೋತಿಗೆ ಮನುಷ್ಯರ ಲಾಜಿಕ್ ಅರ್ಥವಾಗದೇ ಹೋಯಿತು.

'ಗುಡಿಯಲ್ಲಿದ್ದವರು ಎಲ್ಲಾ ಜೀವಿನೂ ಒಂದೇ ಅಂತಿದ್ರು, ಅಂದಮೇಲೆ ಮನುಷ್ಯ ಮನುಷ್ಯರಲ್ಲಿ ಬೇಧ ಭಾವ ಹೇಗೆ ಬಂತು? ಕಾಡಿನಲ್ಲಿ ನಾವು ಎಂದಿಗೂ ಜಗಳ ಆಡೋದೇ ಇಲ್ಲ, ಎಷ್ಟು ಅನ್ಯೋನ್ಯವಾಗಿದ್ದೀವಿ ಗೊತ್ತಾ' ಎಂದಿತು. ಅದ್ ಹೇಗೆ ಅನ್ಯೋನ್ಯವಾಗಿರ್ತೀರಾ? ಹುಲಿ ಜಿಂಕೇನ ತಿನ್ನುತ್ತೆ, ಹಾವು ಕಪ್ಪೇನ ತಿನ್ನುತ್ತೆ ಆಗ ಜಗಳ ಆಗೋದಿಲ್ವ ಅಂತ ನಾಯಿ ಕೇಳಿದ್ದಕ್ಕೆ ಅಮ್ಮ ಕೋತಿ ನನಗೆ ಹಣ್ಣು, ಕಾಯಿ ಇದ್ದ ಹಾಗೆ ಅವುಗಳ ಮಾಂಸ ಆಹಾರ ಅಷ್ಟೇ. ಅಷ್ಟಕ್ಕೆಲ್ಲಾ ನಾವು ಜಗಳ ಆಡೋದಿಲ್ಲ ಅಂದಿತು. ಮನುಷ್ಯರ ಮಧ್ಯೆ ಜೀವಿಸಿದ್ದ ನಾಯಿಗೆ ಮುಂದೆ ವಾದ ಮಾಡಲು ತಿಳಿಯಲಿಲ್ಲ.

ನಾಯಿ ತನ್ನ ಸ್ನೇಹಿತರಿಗೆಲ್ಲಾ ಹೇಳಿ ಊರಿಗೆ ಯಾವುದಾರರೂ ಹೊಸಾ ಕೋತಿ ಮರಿ ಬಂದಿದೆಯಾ ಅಂತ ವಿಚಾರಿಸಿಕೊಂಡು ಬಂದಿತು, ಆದ್ರೆ ಏನೂ ಸುಳಿವು ಸಿಗಲಿಲ್ಲ. ಅಮ್ಮ ಕೋತಿ ಅಕ್ಕ ಪಕ್ಕದ ಊರಿನಲ್ಲೆಲ್ಲಾ ನೋಡಿಕೊಂಡು ಬಂದರೂ ಪ್ರಯೋಜನವಾಗಲಿಲ್ಲ. ನಾಯಿ, ತಾನಿದ್ದ ಜಾಗದಲ್ಲಿ ಅಮ್ಮ ಕೋತಿಗೆ ಆಶ್ರಯ ಮಾಡಿಕೊಟ್ಟಿತು. ತನಗೆ ಹಾಕಿದ ರೊಟ್ಟಿಯನ್ನು ನಾಯಿ ಹಂಚಿ ತಿಂದಿತು. ಅಗಾಗ ಅಮ್ಮ ಕೋತಿ, ಊರ ದೊಡ್ಡ ಮನೆಯ ಗೋಡೆಗೆ ಹಾಕಿದ್ದ ಜಿಂಕೆಯ ಚರ್ಮ, ಆನೆಯ ಕೊಂಬು, ಹುಲಿಯ ಮುಖ ಎಲ್ಲವನ್ನು ನೋಡುತ್ತಾ, ನನ್ನ ಮರಿಯನ್ನೇನಾದರೂ ಕತ್ತರಿಸಿ ಗೋಡೆಗೆ ನೇತುಹಾಕಿರಬಹುದೇ ಅನ್ನೋ ಭಯದಿಂದ ಬೆಚ್ಚಿ ಬೀಳುತ್ತಿತ್ತು.

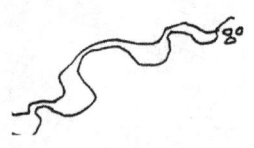

ತಿಂಗಳಾದರೂ ಅಮ್ಮ ಕೋತಿಗೆ ಮರಿ ಸಿಗಲಿಲ್ಲ. ನಿನ್ ಮರಿ ಎಲ್ಲಿದ್ರೂ ಚೆನ್ನಾಗಿರುತ್ತೆ, ಬೇಜಾರಾಗ್ಬೇಡ ಅಂತ ನಾಯಿ ಸಮಾಧಾನ ಮಾಡಿತು. ಇಲ್ಲಿದ್ದು ಉಪಯೋಗವಿಲ್ಲ ಎನಿಸಿ ಇನ್ನೇನು ಹೊರಡ ಬೇಕೆನ್ನುವಷ್ಟರಲ್ಲಿ ಏನೋ ಶಬ್ದ ಕೇಳಿಸಿತು. ಮತ್ತೇನಾದರೂ ಗಲಾಟೆ ನಡೆಯುತ್ತಿದೆಯೇನೋ ಅಂತ ನೋಡಿದ್ರೆ ಡಂಗೂರದವ 'ಊರಲ್ಲಿ ಇಂದು ಜಾತ್ರೆ ನಡೀತಿದೆ ಎಲ್ಲರೂ ಬನ್ನಿ' ಅಂತ ಡಂಗೂರ ಬಡಿಯುತ್ತಾ ಹೋದ. 'ಜಾತ್ರೆಯಲ್ಲಿ ಸುತ್ತ ಮುತ್ತಲಿನ ಊರಿನಿಂದ ತುಂಬಾ ಜನ ಸೇರ್ತಾರೆ ಅಲ್ಲಿ ಒಂದು ಸಲ ಅದೃಷ್ಟ ಪರೀಕ್ಷೆಮಾಡೋಣ'. ನಾಯಿಯ ಮಾತಿನಿಂದ ಡಂಗೂರದ ಶಬ್ದದ ಹಾಗೆ ಅಮ್ಮ ಕೋತಿಯ ಎದೆ ಬಡಿತ ಜೋರಾಯಿತು. ಜಾತ್ರೆಯಲ್ಲಿ ತನ್ನ ಮಗು ಸಿಗುತ್ತೆ ಅನ್ನೋ ನಂಬಿಕೆ ಇಲ್ಲದಿದ್ದರೂ ಅಮ್ಮ ಕೋತಿಗೆ ಇದು ತನ್ನ ಕೊನೇ ಅವಕಾಶ ಅನ್ನಿಸಿತು.

ಹೂವಿನಂಗಡಿಗಳು, ತರಾವರಿ ಸೀರೆ ಬಟ್ಟೆಗಳನ್ನು ತೊಟ್ಟ ಮಕ್ಕಳು ಕೈಲಿ ಆಟಿಕೆಯನ್ನೋ, ಬಣ್ಣಬಣ್ಣದ ಬಲೂನುಗಳನ್ನು, ತಿಂಡಿಗಳನ್ನು ತಿನ್ನುತ್ತಾ ಜಾತ್ರೆ ಬೀದಿಯಲ್ಲಿ ನಡೆಯುತ್ತಿದ್ದರು. ದೇವಸ್ಥಾನದ ಗೋಪುರದ ಮೇಲೆ ಕೂತು ನೋಡುತ್ತಿದ್ದ ಅಮ್ಮ ಕೋತಿಗೆ ಇಡೀ ಜಾತ್ರೆಯೇ ಕಾಣಿಸುತ್ತಿತ್ತು. ಎಲ್ಲೆಲ್ಲೂ ಮನುಷ್ಯರೇ ಇರೋ ಜಾಗದಲ್ಲಿ ತನ್ನ ಮರಿ ಎಲ್ಲಿ ಕಾಣಸಿಗುತ್ತದೆ ಅಂದುಕೊಳ್ಳುವಷ್ಟರಲ್ಲಿ ದೂರದಲ್ಲಿ ಜನರು ಏನನ್ನೋ ನೋಡುತ್ತಾ ಸುತ್ತುಗಟ್ಟಿರುವುದು ಕಾಣಿಸಿತು. ಅಮ್ಮ ಕೋತಿ ಕುತೂಹಲದಿಂದ ಗೋಪುರದಿಂದ ಇಳಿದು ಪ್ರಾಂಗಣದ ಗೋಡೆಯ ಮೇಲೆ ನಡೆದುಬಂದು ನೋಡಿದಾಗ ತನ್ನ ಕಣ್ಣನ್ನು ತಾನೇ ನಂಬಲಾರದಂತಾಯಿತು.

ಕೆಂಪು ಜಾಕೆಟ್ ಹಳದಿ ಚಡ್ಡಿ ಹಾಕಿದ ಮರಿ ಕೋತಿಯನ್ನು ಮಾಲೀಕ ಕುಣಿಸುತ್ತಿದ್ದ. ತಾಳಕ್ಕೆ ತಕ್ಕಂತೆ ಅವನು ಆಡಿಸಿದಂತೆ ಕುಣಿಯುತ್ತಿದ್ದ ಕೋತಿ ಮರಿಯನ್ನು ಜನ ಕೇಕೆ ಹಾಕುತ್ತಾ, ಚಪ್ಪಾಳೆ ತಟ್ಟುತ್ತಾ ನೋಡಿ ಆನಂದಿಸುತ್ತಿದ್ದರು. ದೇವಸ್ಥಾನದಲ್ಲಿ ದೇವರಿಗೆ ಬಟ್ಟೆ ಹಾಕಿದ ಹಾಗೆ ತನ್ನ ಮರಿಗೂ ಜರಿಯ ಬಟ್ಟೆ ಹಾಕಿದ್ದನ್ನು ನೋಡಿ ದೇವರನ್ನು ಪೂಜಿಸಿದಂತೆ

ಇದೂ ಒಂದು ತರಹದ ಪೂಜೇನಾ ಅನ್ನೋ ಗೊಂದಲದಲ್ಲಿದ್ದ ಅಮ್ಮ ಕೋತಿಗೆ ಉತ್ತರ ಕಂಡುಕೊಳ್ಳೋದು ಕಷ್ಟವಾಗಲಿಲ್ಲ. ಏಕೆಂದರೆ ಮಾಲೀಕ ಜನರು ಕೊಡುತ್ತಿದ್ದ ತಿಂಡಿಗಳನ್ನು, ದುಡ್ಡನ್ನು ತನ್ನ ಚೀಲಕ್ಕೆ ತುಂಬಿಸಿಕೊಳ್ಳುತ್ತಿದ್ದ.

ಅಮ್ಮ ಕೋತಿ ಊರಲ್ಲಿದ್ದ ಅನುಭವದಿಂದ ತಾನು ನೋಡಿದ ಬೇರೆ ಪ್ರಾಣಿಗಳ ಹಾಗೆ ತನ್ನ ಮರಿಯೂ ಮನುಷ್ಯರ ಸಹಾಯಕ್ಕೆ ನಿಂತಿದೆ ಅಂತ ಅರ್ಥ ಮಾಡಿಕೊಂಡಿತು. ಅಲ್ಲಿಂದಲೇ ಗುರ್ ಗುರ್ರ್ ಅಂತ ಕೂಗಿದ್ದು ಮರಿ ಕೋತಿಗೆ ಕೇಳಲಿಲ್ಲ. ಮರಿ ಕೋತಿ ಅದರ ಪಾಡಿಗೆ ಕಲಾಪ್ರದರ್ಶನ ಮಾಡೋದರಲ್ಲಿ ನಿರತವಾಗಿತ್ತು. ಅಮ್ಮ ಕೋತಿ ಮರಿಯನ್ನು ಗುಂಪಿನ ಹತ್ತಿರ ಬಂದಾಗ ದೊಣ್ಣೆ, ಕಲ್ಲನ್ನು ತೊಗೊಂಡು ಓಡಿಸಿದರು. ಇದರಿಂದ ತನ್ನ ಕಂದನನ್ನು ಕಾಪಾಡಲು ಇದು ಸರಿಯಾದ ಜಾಗವಲ್ಲ ಅಂತ ಗೊತ್ತಾಯಿತು.

ಸಾಯಂಕಾಲ ಸೂರ್ಯ ಮುಖ ಕೆಂಪಗೆ ಮಾಡಿಕೊಂಡು ನಾಚುತ್ತಿದ್ದ. ಜಾತ್ರೆ ಮುಗಿದು ಜನರೆಲ್ಲಾ ತಮ್ಮ ಬಂಡಿ ಹತ್ತಿದರು, ಅಮ್ಮ ಕೋತಿ ಮಾಲೀಕ ಹೊರಡೋದನ್ನೇ ಕಾಯುತ್ತಿತ್ತು. ಮಾಲೀಕ ತಾವು ಉಳಿಕೊಳ್ಳಲು ಹಾಕಿಕೊಂಡಿದ್ದ ಟೆಂಟ್ ಅನ್ನು ಮುಚ್ಚುತ್ತಿದ್ದ. ಮಾಲೀಕನ ಮಗಳು ಅವತ್ತಿನ ಸಂಪಾದನೆಯನ್ನು ಎಣಿಸಿ ಅಪ್ಪನಿಗೆ ಕೊಟ್ಟಳು. ಗಂಟು ಮೂಟೆ ಕಟ್ಟಿಕೊಂಡು ಅವನು ಮರಿ ಕೋತಿಯನ್ನು ತನ್ನ ಚೀಲದಲ್ಲಿ ಕೂರಿಸಬೇಕು ಅನ್ನುವಷ್ಟರಲ್ಲಿ ಅಮ್ಮ ಕೋತಿ ಅವನ ಮೇಲೆಗರಿ ಅವನನ್ನು ಪರಚಿ ಬೀಳಿಸಿತು, ಅನಿರೀಕ್ಷಿತ ಆಕ್ರಮಣದಿಂದ ಅವನು ಚೇತರಿಸಿಕೊಳ್ಳೋ ಮುನ್ನ ಅಮ್ಮ ಕೋತಿ ತನ್ನ ಮರಿಯನ್ನು ತಬ್ಬಿ ಅಲ್ಲಿಂದ ಓಟ ಕಿತ್ತಿತು.

ಜೀವ ಬಾಯಿಗೆ ಬರುವ ಹಾಗೆ ಓಡುತ್ತಿದ್ದ ಅಮ್ಮನ ಹೊಟ್ಟೆಯನ್ನು ಗಟ್ಟಿಯಾಗಿ ಅಪ್ಪಿಕೊಂಡಿದ್ದ ಮರಿ ಕೋತಿ 'ಅಮ್ಮ, ಓಡ್ಬೇಡ.. ನಿಂತುಕೋ ಅಮ್ಮ' ಅಂತ ಕೂಗಿಕೊಳ್ಳುತ್ತಿತ್ತು. ತನ್ನ ಕಂದನಿಗೆ ಭಯವಾಗಿರಬಹುದೆಂದೆಣಿಸಿದ ಅಮ್ಮ ಕೋತಿ ಅಪಾಯವಿಲ್ಲದ ಜಾಗ

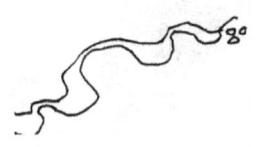

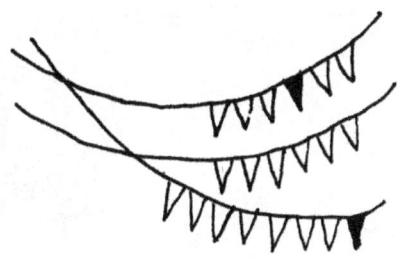

ನೋಡಿ, ಓಡುವುದನ್ನು ನಿಲ್ಲಿಸಿ ಅಪ್ಪಿ ಮುದ್ದಾಡಿತು. ಅಮ್ಮನನ್ನು ನೋಡಿ ಮರಿಕೋತಿಗೆ ಅಳುವೇ ಬಂದುಬಿಟ್ಟಿತು. ಇಲ್ಲಿಂದ ಹೊರಟರೆ ಮುಂದೆ ಕಾಡಲ್ಲೇ ನಿಲ್ಲೋದು ಅನ್ನೋ ಅವಸರದಲ್ಲಿ ಅಮ್ಮ ಕೋತಿ ಇದ್ದರೆ, ಮರಿ ಕೋತಿಯ ಯೋಚನೆಯೇ ಬೇರೆಯಾಗಿತ್ತು. ತಾನು ವಾಪಸ್ಸು ತನ್ನ ಮಾಲೀಕನ ಹತ್ತಿರ ಹೋಗ್ತೀನಿ ಅಂತ ಕೇಳಿಕೊಂಡಿತು.

ಅಮ್ಮ ಕೋತಿಗೆ ಮರಿಯ ಮಾತನ್ನು ಜೀರ್ಣಿಸಿಕೊಳ್ಳಲಾಗಲಿಲ್ಲ. 'ಅಮ್ಮ ಅವರು ಹೊಟ್ಟೆಪಾಡಿಗಾಗಿ ಈ ಕೆಲ್ಸ ಮಾಡ್ತಿದ್ದಾರೆ, ನಮಗೆ ಹೇಗೋ ಆಹಾರ ಸಿಗುತ್ತೆ ಆದ್ರೆ ಮನುಷ್ಯರಿಗೆ ದುಡ್ಡು ಬೇಕಲ್ವಾ? ನಾನು ನಿನ್ ಜೊತೆ ಬಂದ್ರೆ ಅವರೆಲ್ಲಾ ಉಪವಾಸ ಇರ್ಬೇಕಾಗುತ್ತೆ. ಅಲ್ಲಿ ಇದ್ದಳಲ್ಲ ಆ ಹುಡುಗಿ? ಅವಳು ಒಂದು ದಿನವೂ ಅವರಪ್ಪ ನನಗೆ ಹೊಡೆಯೋಕೆ ಬಿಟ್ಟಿಲ್ಲ. ಕಾಡಲ್ಲಿರೋದಕ್ಕಿಂತ ನಮ್ಮಿಂದ ಅವರಿಗೆ ಸಹಾಯ ಆದ್ರೆ ಒಳ್ಳೇದಲ್ವಾ' ಅಮ್ಮ ಕೋತಿಗೆ ತನ್ನ ಮರಿಯ ತ್ಯಾಗವನ್ನ ನೋಡಿ ಬಾಯಿಕಟ್ಟಿದಂತಾಯಿತು. 'ನನ್ ನೆನಪಿಗೆ ಇದನ್ನ ಇಟ್ಟುಕೋ ಅಮ್ಮ' ಅಮ್ಮನ ಕೈಗೆ ತನ್ನ ಕೈಲಿದ್ದ ಕಡಗವನ್ನು ಬಿಚ್ಚಿಕೊಟ್ಟು ವಾಪಸ್ ಓಡಿತು.

ಸೂರ್ಯ ಮುಳುಗುವ ಹೊತ್ತಿಗೆ ಮರಿ ಕೋತಿ ಹುಡುಗಿಯ ಭುಜದ ಕೂತು ಮೇಲೆ ಆಡುತ್ತಾ ಹೋಗುವುದನ್ನ ದೂರದಿಂದ ಅಮ್ಮ ಕೋತಿ ನೋಡುತ್ತಾ ಕಣ್ಣೊರೆಸಿಕೊಂಡಿತು.

ಕಾಣದ ಕಡಲಿಗೆ..

ಸರಿ ಗ ಮ ಪ ದ ನಿ ಸ.. ಬೆರಳಣಿಕೆಯ ಇಂಪಾದ ಧ್ವನಿಗಳನ್ನು ಒಂದಷ್ಟು ಕರ್ಕಶ ಧ್ವನಿಗಳು ಮರೆ ಮಾಚಲು ಪ್ರಯತ್ನಿಸುತ್ತಿದ್ದವು. 'ಹಾಡುವಾಗ ಯಾಕೆ ಕತ್ತೆ ಥರ ಕಿರುಚೋದು?.' ಮೇಡಮ್ ಸ್ಟ್ರಿಕ್ಟ್ ಆಗಿ ಕೇಳಿದರು. ಅವರ ನೀಳವಾದ ಬೆರಳುಗಳು ಟೇಬಲ್ ಮೇಲೆ ತಡಕಾಡಿ ಶ್ರುತಿ ಪೆಟ್ಟಿಗೆಯನ್ನು ಆಫ್ ಮಾಡಿತು. ಕ್ಲಾಸ್ ನಿಶ್ಯಬ್ದವಾದಾಗ ಮೇಡಮ್ ಕೈಯ್ನಲ್ಲಿದ್ದ ವಾಚ್‌ನ ಬಟನ್ ಒತ್ತಿದರು. ವಾಯ್ಸ್- ಇಲೆವೆನ್ ಟ್ವೆಂಟಿಟು ಎ.ಎಂ. ಎಂದಿತು.

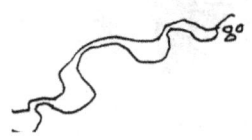

ಮೂವತ್ತೈದರ ಆಸುಪಾಸಿನ ಶ್ರೀದೇವಿ ಮೇಡಮ್ ಬೆಂಗಳೂರಿನ ಸಾಂದೀಪನಿ ಶಾಲೆಯಲ್ಲಿ ಸಂಗೀತ ಟೀಚರ್ ಆಗಿ ಸೇರಿ ಏಳು ವರ್ಷಗಳು ಕಳೆದಿದ್ದವು. ಅವಳ ಲಕ್ಷಣವಾದ ಮುಖಕ್ಕೆ ದೃಷ್ಟಿ ಬೀಳಬಾರದೆಂದು ದೇವರೇ ದೃಷ್ಟಿ ದೋಷ ಕೊಟ್ಟುಬಿಟ್ಟಿದ್ದರು. 'ಮೇಡಮ್ ತಲೆ ನೋವ್ ಬರೋ ಹಾಡನ್ನೆಲ್ಲಾ ಬಿಟ್ಟು ಯಾವ್ದಾದ್ರು ಐಟಮ್ ಸಾಂಗ್ ಹೇಳಿಕೊಡಿ.' ಟೀಚರ್‌ಗೆ ಕಣ್ಣುಕಾಣಲ್ಲ ಅನ್ನೋ ಧೈರ್ಯದಿಂದ ಏಳನೇ ತರಗತಿಯ ಹುಡುಗ ಡೈಲಾಗ್ ಹೇಳಿ ಕ್ಲಾಸ್‌ನಲ್ಲಿ ಹೀರೋ ಆಗೋಕ್ ಹೊರಟಿದ್ದ. 'ಯಾವ್ ಹಾಡು ಬೇಕು ನಿಂಗೆ?' ಮೇಡಮ್ ಕೇಳಿದಾಗ ಹುಡುಗ್ರೆಲ್ಲ ಗುಸು ಗುಸು ಶುರು ಮಾಡಿದ್ರು. 'ಬಸಣ್ಣಿ ಬಾ.. ಬಸಣ್ಣಿ ಬಾ..' ಗಂಟಲು ಒಡೆದ ಧ್ವನಿಯಲ್ಲಿ ಅದೇ ಹುಡುಗ ಹಾಡಲು ಶುರುಮಾಡಿದ.

ಮೊದಲ ಸಾಲು ಮುಗಿಯುವ ಮುನ್ನ ಅವನ ಬೆನ್ನ ಮೇಲೆ ಏಟು ಬಿದ್ದಿದ್ದವು. ಧ್ವನಿ ಬಂದ ಕಡೆ ಹೆಜ್ಜೆ ಹಾಕಿದ ಶ್ರೀದೇವಿ ಮೂರನೇ ಬೆಂಚಿನ ಮೂಲೆಯಲ್ಲಿ ಕೂತಿದ್ದವನ ಭುಜವನ್ನು ಗಟ್ಟಿಯಾಗಿ ಹಿಡಿದು ಇನ್ನೊಂದು ಸಲ ಅಶಿಸ್ತು ತೋರಿಸದಂತೆ ಪೆಟ್ಟು ಕೊಟ್ಟಳು. ತಪ್ಪಿಸಿಕೊಳ್ಳಲು ಹೋದರೆ ಬೆನ್ನು ಬಿಟ್ಟು ಬೇರೆಬೇರೆ ಕಡೆಯೂ ಏಟು ಬಿದ್ದಿರುತ್ತಿತ್ತು. ದೃಷ್ಟಿ ಕಮ್ಮಿಯಾದವರ ಶ್ರವಣ ಜ್ಞಾನವನ್ನು ಕಡೆಗಣಿಸಿದ ಹುಡುಗ ಹೀರೋ ಆಗೋ ಬದಲು ಕಮಿಡಿಯನ್ ಆಗಿದ್ದ.

ಶ್ರೀದೇವಿಗೆ ಹುಟ್ಟಿದಾಗಲಿಂದ ಕಣ್ಣು ಬರಲ್ಲ. ತಂದೆ ತಾಯಿ ಸುತ್ತದ ದೇವಸ್ಥಾನವಿಲ್ಲ, ಮಾಡದ ವ್ರತವಿಲ್ಲ. ತೋರಿಸದ ಕಣ್ಣಾಸ್ಪತ್ರೆಯಿಲ್ಲ. ಆಪ್ಟಿಕ್ ನರ ದುರ್ಬಲವಾಗಿದ್ದರಿಂದ ಮಗುವಿನ ಸಮಸ್ಯೆಗೆ ಪರಿಹಾರವೇ ಇರಲಿಲ್ಲ. ವಾಸ್ತವವನ್ನು ಒಪ್ಪಿಕೊಂಡು, ಸಾಮಾನ್ಯ ಮಕ್ಕಳಂತೆಯೇ ತಮ್ಮ ಮಗಳ ಭವಿಷ್ಯ ರೂಪಿಸಲು ಹೊರಟರು. ಮಗಳನ್ನು ಕಂಡವರ್ಯಾರಾದರೂ ಅಂಗವಿಕಲೆ ಅಂತ ಸಂಬೋಧಿಸಿದರೆ, ವಿಕಲಚೇತನರು ಅಂತ ಕರೀರಿ ಅಂತ ನೋವನ್ನು ಮರೆಮಾಚಿ, ಭಂಡತನದಿಂದ ಹೇಳುತ್ತಿದ್ದರು.

ಅಪ್ಪ ಅಮ್ಮನ ಕಣ್ಮಣಿ ಬೇರೆ ಮಕ್ಕಳಿಗಿಂತ ಹೆಚ್ಚಿನ ಶ್ರದ್ಧೆ, ನೆನಪಿನ ಶಕ್ತಿ ಹೊಂದಿದ್ದರಿಂದ ಕ್ಲಾಸ್‌ಗೆ ಮೊದಲು ಬರುತ್ತಿದ್ದಳು. ಬ್ರೈಲ್‌ನಲ್ಲೇ ಓದಿ ಪಿಯುಸಿ ಪಾಸ್ ಮಾಡಿದಳು. ಸಾಮಾನ್ಯವಾಗಿ ಕಣ್ಣು ಕಾಣದವರು ಪರಾವಲಂಬಿಗಳಾಗಿರುತ್ತಾರೆ, ನಾನು ಹಾಗೇ ಆಗಬಾರದೆಂಬ ಛಲದಿಂದ ಸಣ್ಣ ವಯಸ್ಸಿನಿಂದ ಕಲಿತ ಶಾಸ್ತ್ರೀಯ ಸಂಗೀತವನ್ನೇ ವೃತ್ತಿಯಾಗಿ ತೆಗೆದುಕೊಳ್ಳಬೇಕೆಂದು ನಿರ್ಧಾರ ಮಾಡಿ ಸಂಗೀತದಲ್ಲಿ ಎಂ.ಎ ವ್ಯಾಸಂಗ ಮಾಡಿ ಸ್ಪೆಶಲ್ ಅಪಾಯಿಂಟ್ಮೆಂಟ್ ಕೋಟದಲ್ಲಿ ಕೆಲಸ ಗಿಟ್ಟಿಸಿಕೊಂಡಳು.

'ಬಿಪಿ ಚೆಕ್ ಮಾಡಿದ್ಯಾ? ಎಷ್ಟಿದೆ?' ಶ್ರೀದೇವಿ ಕೇಳಿದಾಗ ಅಪ್ಪ ತಡವರಿಸಿದ್ದರಲ್ಲೇ ಪರೀಕ್ಷೆ ಮಾಡಿಲ್ಲ ಅಂತ ಗೊತ್ತಾಗಿತ್ತು. ಅಪ್ಪ ಕೂತಿದ್ದ ಸೋಫಾ ಇದ್ದ ದಿಕ್ಕಲ್ಲಿ ಅಡೆತಡೆಯಿಲ್ಲದೆ ನಡೆದು ಬಂದು, ಇವತ್ತು ಬಿಪಿ ಪರೀಕ್ಷೆ ಮಾಡೋತನಕ ಬಿಡೋದಿಲ್ಲ ಅನ್ನುವಂತೆ ಕೈಕಟ್ಟಿ ನಿಂತಳು. '220 ಬೈ 105 ತೋರಿಸ್ತಿದ್ಯಮ್ಮ'. 'ಸರಿಯಾಗಿ ಹೇಳ್ತಿದ್ಯ ತಾನೇ? ನನ್ನ ಟಾಕಿಂಗ್ ವಾಚಿನ ಹಾಗೆ ಈ ಬಿಪಿ ಮಿಶನ್ನೂ ಧ್ವನಿ ಬರೋತರ ಸಿಗುತ್ತಾ ಅಂತ ತಿಳಿದುಕೊಳ್ಬೇಕು'. ಯಶೋಧೆ ಕೃಷ್ಣನ ತುಂಟಾಟವನ್ನು ಪ್ರಶ್ನಿಸಿದ ಧಾಟಿಯಲ್ಲಿ ತರಾಟೆಗೆ ತಗೊಂಡಳು.

ಅಪ್ಪ ತಿಂಡಿ ತಿಂದು ಮಾತ್ರೆ ತಗೊಂಡ ಮೇಲೆ ಶ್ರೀದೇವಿ ಸುಮ್ಮನಾದಳು. ತನ್ನ ಪಾಡಿಗೆ ಹಾರ್ಮೋನಿಯಮ್ ನುಡಿಸುತ್ತಿದ್ದ, ಯಾವುದೋ ಆಲಾಪನೆ ಶುರು ಮಾಡಿದ ಮಗಳನ್ನು ನೋಡಿ ನೋವಿನಿಂದ ಮಾತು ಶುರುಮಾಡಿದರು. 'ನಿನ್ನನ್ನ ನಾನು ನೋಡಿಕೊಳ್ಳಬೇಕು, ನೀನೇ ನನ್ನ ನೋಡ್ಕೋಳ್ಳೋ ಹಾಗಾಯ್ತಲ್ಲಮ್ಮ. ನಿಮ್ಮಮ್ಮ ಬದುಕಿದ್ದಿದ್ರೆ ನಿಂಗೆಷ್ಟೋ ಎಷ್ಟು ಸಹಾಯ ಆಗ್ತಿತ್ತು. ಆಗ ಮದ್ವೇ ಅಂತೂ..' ಅಪ್ಪಾ! ಅಂತ ಜೋರಾಗಿ ಬಂದ ಶ್ರೀದೇವಿಯ ಧ್ವನಿ ಮಾತನ್ನು ಮುಂದುವರಿಸಲು ಬಿಡಲಿಲ್ಲ.

ಲಂಚ್ ಟೈಮ್ ಆದ್ದರಿಂದ ಕಾರಿಡಾರ್‌ನಲ್ಲಿ ಮಕ್ಕಳು ಅಡ್ಡಾದಿಡ್ಡಿಯಾಗಿ ಓಡಾಡುತ್ತಿದ್ದರು. ಶ್ರೀದೇವಿ ಊಟ ಮಾಡಿ ಸ್ಟಾಫ್‌ರೂಮ್ ಕಡೆಗೆ

ನಿಧಾನವಾಗಿ ನಡೆಯುತ್ತಿದ್ದಳು. 'ಮ್ಯಾಮ್ ಪ್ಲೀಸ್ ಸ್ವಲ್ಪ ಬೇಗ ಹೋಗ್ತೀರಾ?' ಅಪರಿಚಿತ ಧ್ವನಿಯೊಂದು ಅಸಮಾಧಾನದಲ್ಲಿ ಮಾತನಾಡಿತು. ಶ್ರೀದೇವಿ ನಡೆಯೋದನ್ನ ನಿಲ್ಲಿಸಿ ಕಾರಿಡಾರ್‌ನ ಗೋಡೆಗೆ ಒರಗಿ ಜಾಗ ಬಿಟ್ಟಾಗ ಜಾಗ ಕೇಳಿದವಳು ಶ್ರೀದೇವಿಯ ಕೈಲಿದ್ದ ವಾಕಿಂಗ್ ಸ್ಟಿಕ್ ನೋಡಿದಳು. 'ಸಾರಿ, ನಂಗೆ ಗೊತ್ತಾಗ್ಲಿಲ್ಲ. ನಾನು ಇಲ್ಲಿಗೆ ಹೊಸದಾಗಿ ಕೆಲ್ಸಕ್ ಸೇರಿದ್ದು ಇವತ್ತೇ ಮೊದಲ ದಿನ' ಆಕೆ ಮಹಾಪರಾಧ ಮಾಡಿದವಳಂತೆ ಗಡಿಬಿಡಿಯಲ್ಲಿ ಹೇಳಿದಳು.

ಶ್ರೀದೇವಿ ನಗುತ್ತಾ, 'ಪರವಾಗಿಲ್ಲ, ನೀವು ಅರ್ಜೆಂಟ್‌ನಲ್ಲಿದ್ರಿ ಅಂತ ಕಾಣುತ್ತೆ, ಮೊದಲ ದಿನ ಎಲ್ಲಾ ಗೊಂದಲಮಯವಾಗಿರುತ್ತೆ' ಅಂತ ಸಮಾಧಾನ ದಿಂದ ಹೇಳಿದಳು. ಕಣ್ಣು ಕಾಣದ ಹೆಣ್ಣು ಇಷ್ಟು ಸಕಾರಾತ್ಮಕವಾಗಿ ರೋದನ್ನು ನೋಡಿ ಆಶ್ಚರ್ಯವಾಗಿ ಶ್ರೀದೇವಿಯ ವ್ಯಕ್ತಿತ್ವದ ಮೇಲೆ ಆಕೆಗೆ ಆಸಕ್ತಿಯೂ ಹುಟ್ಟಿತು. 'ನನ್ ಹೆಸ್ರು ಕುಮುದ ಅಂತ. ಬನ್ನಿ ನಾನು ಸ್ಟಾಫ್‌ರೂಮಿಗೆ ಹೋಗ್ತಿರೋದು'. ಶ್ರೀದೇವಿಯ ಕೈಲಿದ್ದ ವಾಕಿಂಗ್ ಸ್ಟಿಕ್ ಅನ್ನು ಮಡಚಿಟ್ಟು ಅವಳ ಕೈ ಹಿಡಿದು ಜೋಪಾನವಾಗಿ ಕರೆದುಕೊಂಡು ಹೋದಳು.

ಶಾಲೆಯಲ್ಲಿ ಇಷ್ಟ್ ಜನ ಇದ್ದಾರೆ, ಮಕ್ಕಳು ಬೇಡ, ಟೀಚರ್ಸ್‌ನಾದ್ರೂ ಜೊತೆಗೆ ಕರೆದುಕೊಂಡು ಓಡಾಡಬಹುದಲ್ಲ ಅಂತ ಕೇಳಿದ ಪ್ರಶ್ನೆಗೆ, ಶ್ರೀದೇವಿ 'ನಂಗೆ ಒಬ್ಬಳೇ ಓಡಾಡಿ ಅಭ್ಯಾಸ ಇದೆ' ಎಂದು ಮುಗುಳ್ನಗುತ್ತಾ ಉತ್ತರಿಸಿದಳು. ಶ್ರೀದೇವಿ ಬೇರೆಯವರ ಸಹಾಯ ಅಪೇಕ್ಷಿಸದ ಸ್ವಾಭಿಮಾನಿ ಅನ್ನೋದು ಎಷ್ಟು ಸತ್ಯವೋ ಅವಳ ಸುತ್ತ ಸಹಾಯಕ್ಕೆ ಮುಂದಾಗುವ ಜನಗಳೂ ಇಲ್ಲ ಅನ್ನೋದು ಅಷ್ಟೇ ಸತ್ಯ ಅನ್ನೋದು ಕೆಲಸಕ್ಕೆ ಸೇರಿದ ಕೆಲವೇ ದಿನಗಳಲ್ಲಿ ಕುಮುದಾಗೆ ಅರ್ಥವಾಗಿತ್ತು.

ಆಟೋ ಶ್ರೀದೇವಿಯ ಮನೆಯ ಮುಂದೆ ಬಂತು ನಿಂತಿತು 'ರೆಹ್ಮಾನ್ ಅಣ್ಣ, ಎಷ್ಟಾಯ್ತು ಹೇಳಿ. ನಾನ್ ತಾನೇ ಬೀನ್ಸು ಕ್ಯಾರೆಟ್ಟು ತಂದುಕೊಡು ಅಂದಿದ್ದು' ಶ್ರೀದೇವಿ ಆಟೋದಿಂದ ಇಳಿದು ಹೇಳಿದಳು. ಏಳು

ವರ್ಷದಿಂದ ಶಾಲೆಗೆ ಕರೆದುಕೊಂಡು ಹೋಗಿಬರೋ ಅಟೋ ಡ್ರೈವರ್ ಒತ್ತಾಯ ಮಾಡಿದ್ದಕ್ಕೆ ಮೆಲ್ಲಗೆ ಎಪ್ಪತ್ತೈದು ಅಂದ. ಶ್ರೀದೇವಿ ತನ್ನ ಪರ್ಸ್‌ನಿಂದ ಹಣವನ್ನು ತೆಗೆದು ನೋಟಿನ ಆಕಾರ ಮತ್ತು ಗಾತ್ರವನ್ನು ಬೆರಳಿನಲ್ಲಿ ಮುಟ್ಟಿ, ಇದು ಐವತ್ತು, ಇದು ಇಪ್ಪತ್ತು, ದಪ್ಪಗಿರೋ ಕಾಯಿನ್ ಐದು ರುಪಾಯಿ. ಸರಿಯಾಗಿದ್ದೀಯ? ಅಂತ ಎಣಿಸಿಕೊಟ್ಟಾಗ ರೆಹ್ಮಾನ್ ನಿಮ್ ಲೆಕ್ಕಾನ ಗಲತ್ ಅನ್ನೋಕಾಗುತ್ತಾ ಅಕ್ಕ ಅಂದು ಅವಳನ್ನು ಗೇಟ್ ತನಕ ಬಿಟ್ಟು ಆಟೋ ತಿರುಗಿಸಿಕೊಂಡು ಹೋದ.

ಮನೆಯೊಳಗೆ ಹೋಗುವಷ್ಟರಲ್ಲಿ ನೀವಿಲ್ಲೇ ಇರೋದಾ..? ಅನ್ನೋ ಪರಿಚಿತ ಧ್ವನಿ ಕೇಳಿಸಿತು. 'ಅರೇ ಕುಮುದಾ, ಬನ್ನಿ ಒಳಗೆ' ಶ್ರೀದೇವಿ ಖುಷಿಯಾಗಿ ಸ್ವಾಗತ ಮಾಡಿದಳು. 'ನಾನು ಎಂಟನೇ ಕ್ರಾಸ್‌ನಲ್ಲೇ ಇರೋದು.. ನನ್ ಮಗ ಇಲ್ಲೇ ಸ್ಕೇಟಿಂಗ್ ಕ್ಲಾಸ್‌ಗೆ ಬರ್ತಾನೆ, ಮನೆಯೋರು ಕೆಲ್ಸ ಇದೆ ಅಂದ್ರು'. ತಾನಿಲ್ಲಿ ಹೇಗೆ ಅನ್ನೋದನ್ನ ಕುಮುದ ವಿವರವಾಗಿ ಹೇಳಿದಳು. ಹಾಗಾದ್ರೆ ನಾವಿಬ್ರೂ ನಮ್ಮ ಆಟೋಲೇ ಒಟ್ಟಿಗೇ ಸ್ಕೂಲಿಗ್ ಹೋಗಿ ಬರ್ಬೋದಲ್ಲ ಅಂತ ಕೇಳಿದಾಗ ಕುಮುದಾ ಸಂಕೋಚಪಟ್ಟುಕೊಂಡಳು. ಶ್ರೀದೇವಿ 'ನೀವು ಆಟೋದಲ್ಲೆಲ್ಲಾ ಬರಲ್ಲ ಅಂದ್ರೆ ನಾನು ಡ್ರೈವರ್‌ಲೆಸ್ ಕಾರ್ ತೊಗೊಳ್ತೀನಿ, ಅದ್ರಲ್ಲಿ ಅಳವಡಿಸಿರೋ ರೋಬೋನೇ ಕಾರ್ ಓಡಿಸುತ್ತೆ, ಅದ್ರಲ್ಲಿ ಹೋಗೋಣ' ತುಂಟನಗೆ ಬೀರುತ್ತಾ ಹೇಳಿದಳು. ಅಂದು ಅಚಾನಕ್ಕಾಗಿ ಸಿಕ್ಕು, 'ಒಂದು ನಿಮಿಷ ಬಂದು ಹೋಗಿ' ಅನ್ನೋ ಒತ್ತಾಯಕ್ಕೆ ಮನೆಯೊಳಗೆ ಕಾಲಿಟ್ಟ ಕುಮುದಾಗೆ ಅವರ ಅಡುಗೆ ಮನೆಯಲ್ಲಿ ತಾನೇ ಕಾಫಿ ಮಾಡುವಷ್ಟು ಆಪ್ತತೆ ಬೆಳೆಯಿತು. 'ಆ ಡಬ್ಬಿಯಲ್ಲ ಪಕ್ಕದ ಸ್ಟೀಲ್ ಡಬ್ಬಿಯಲ್ಲಿ ಸಕ್ಕರೆ ಇದೆ' ಮುಚ್ಚಳ ತೆಗೆಯೋ ಶಬ್ದದಲ್ಲೇ ಯಾವ ಡಬ್ಬಿ ಅಂತ ಹೇಳೋ ಶಬ್ದವೇಧಿ ವಿದ್ಯೆಯನ್ನರಿತ ಸ್ನೇಹಿತೆಯನ್ನು ಕುಮುದಾ ಹುಬ್ಬೇರಿಸಿ ನೋಡಿದಳು.

ಶ್ರೀದೇವಿಯ ಕೋಣೆ ತುಂಬಾ ವಿಭಿನ್ನವಾಗಿತ್ತು. ಸಾಕಷ್ಟು ಪುಸ್ತಕಗಳು, ಬ್ರೈಲ್‌ನಲ್ಲಿ ಬರೆದಿರುವಂತದ್ದು, ಜನಪದ ಹಾಡು, ಚಲನ ಚಿತ್ರಗೀತೆ,

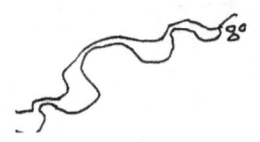

ದೇವರನಾಮ, ಶಾಸ್ತ್ರೀಯ ಸಂಗೀತ, ಭಾವಗೀತೆಗಳ ಸಾಹಿತ್ಯಗಳನ್ನು ಬೇರೆ ಬೇರೆ ಪುಸ್ತಕಗಳಲ್ಲಿ ಪ್ರತ್ಯೇಕವಾಗಿ ಬರೆದಿಟ್ಟುಕೊಂಡಿದ್ದಳು. ಇನ್ನೊಂದೆಡೆ ಹಾರ್ಮೋನಿಯಮ್, ಶೃತಿಪೆಟ್ಟಿಗೆ ಇದ್ದ ಸಂಗೀತಮಯವಾದ ಕೋಣೆ ಅದು.

ಪೇಪರ್ ಮೇಲೆ ಪಿನ್ನಿನಿಂದ ತೂತು ಮಾಡಿ ಚುಕ್ಕಿ ರಂಗೋಲಿ ಇಟ್ಟಂತೆ ಕಾಣುತ್ತಿದ್ದ ಪುಸ್ತಕವನ್ನು ನೋಡುತ್ತಿದ್ದ ಕುಮುದಾ ಈ ಬ್ರೈಲ್‌ನ ಓದೋದು ಹೇಗೆ ಹೇಳಿಕೊಡೆ, ನಾನೂ ಒಂದಷ್ಟು ಹಾಡುಗಳನ್ನು ಕಲೀಬಹುದು ಅಂತ ಆಸಕ್ತಿಯಿಂದ ಕೇಳಿದಳು. ಶ್ರೀದೇವಿ ಅದೇನು ದೊಡ್ಡ ವಿದ್ಯೆ ಅಲ್ಲ. ಪ್ರಪಂಚದ ಕುರುಡರಿಗೆಲ್ಲಾ ಇದೊಂದೇ ಭಾಷೆ. ನಮ್ಮ ಭಾಷೆ ದೊಡ್ಡದು! ನಮ್ಮ ಭಾಷೆ ಹೆಚ್ಚು! ಅನ್ನೋರ ಮಧ್ಯೆ, ತಾರತಮ್ಯವಿಲ್ಲದೆ 'ನಾವು ಬ್ರೈಲ್ ಲಿಪಿಯವರು' ಅಂತ ಒಗ್ಗಟ್ಟು ತೋರಿಸಬಹುದು ಎಂದು ನಕ್ಕಳು.

ಕುಮುದಾ ಕಣ್ಣು ಮುಚ್ಚಿ ಬೆರಳಲ್ಲಿ ಫೀಲ್ ಮಾಡುತ್ತಾ ನಿಧಾನವಾಗಿ ಬ್ರೈಲ್ ಕಲಿಕೆ ಶುರುಮಾಡಿದಳು. ಎರಡು ನಿಮಿಷ ಕಣ್ಣು ಮುಚ್ಚಿದರೆ ತಲೆ ತಿರುಗಿದಂತಾಗುತ್ತಿದೆ. ಆದರೆ ಶ್ರೀದೇವಿಯ ಬಾಳೇ ಕತ್ತಲೆಯಾಗಿದೆಯಲ್ಲ ಎಂದು ಮೊದಮೊದಲು ಕುಮುದಾಗೆ ಅನ್ನಿಸಿತು, ಆದರೆ ಬರ್ತಾ ಬರ್ತಾ, ಕಣ್ಣು ಮುಚ್ಚಿದರೆ ಅದೊಂದು ಧ್ಯಾನ ಸ್ಥಿತಿ ಅನ್ನಿಸಿತು. ಕಣ್ಣು ಕಾಣದವರಿಗೆ ಈ ಬಾಹ್ಯ ಪ್ರಪಂಚದ ವಿಷಯಗಳು ವಿಚಲಿತಗೊಳಿಸಲ್ಲ. ಅವರು ಬೆಳ್ಳಗಿದ್ದಾರೆ, ಇವರ ಮುಖದಲ್ಲಿ ಮೊಡವೆಯಿದೆ, ಇವರ ಹತ್ತಿರ ಚೆನ್ನದ ನೆಕ್ಲೇಸ್ ಇದೆ, ಅವರ ಹತ್ರ ಐ ಫೋನ್ ಇದೆ.. ಊಹೂ.

ಕಣ್ಣಿಗೆ ಕಾಣೋ ಪ್ರಪಂಚದಲ್ಲಿ ಎಷ್ಟೆಲ್ಲಾ ಡಿಸ್ಟ್ರಾಕ್ಷನ್‌ಗಳು! ಒಳಗಣ್ಣಲ್ಲಿ ತಮ್ಮದೇ ಪ್ರಪಂಚವನ್ನು ಕಂಡುಕೊಳ್ಳಲು, ಅಂತರಂಗಕ್ಕೆ ಹತ್ತಿರವಿರಲು ಈ ಊನ ಒಂದು ವರವೇ ಸರಿ ಅನ್ನಿಸಿತು.

ಅಂದು ಮೋಡ ಕವಿದು ಮಧ್ಯಾಹ್ನ ಎರಡು ಗಂಟೆಗೇ ಸಾಯಂಕಾಲ ವಾದಂತಿತ್ತು. ವಾತಾವರಣವನ್ನು ಗಮನಿಸಿ ಮಳೆ ಬರೋ ತರ ಇದೆ, ನಮ್ಮನೆ ಉಪ್ಪಿಟ್ ವರ್ಲ್ಡ್ ಫೇಮಸ್ ತಿಂದು ಆಮೇಲೆ ಹೊರಡು ಅಂದು ಶ್ರೀದೇವಿ ಈಳಿಗೆ ಮಣೆಯಲ್ಲಿ ತರಕಾರಿ ಹೆಚ್ಚೋಕೆ ಶುರು ಮಾಡಿದಳು. ಪ್ಲಾಟ್‌ಫಾರ್ಮ್ ಮೇಲೆ ಕೂತ ಕುಮುದಾ ಅವಳ ಕೆಲ್ಸವನ್ನು ವಿಶ್ವದ ಎಂಟನೇ ಅದ್ಭುತ ಅನ್ನುವಂತೆ ಕಣ್ಣಗಲಿಸಿ ನೋಡುತ್ತಿದ್ದಳು. ಈಳಿಗೆ ಮಣೆಯ ಚೂಪಾದ ಅಂಚಿಗೆ ಒಂದು ಬೆರಳನ್ನು ಅಡ್ಡ ಕೊಟ್ಟು, ಆ ಅಂದಾಜಿನ ಮೇಲೆ ಈರುಳ್ಳಿ ಟೊಮ್ಯಾಟೋ ಕ್ಯಾರೆಟ್ ಬೀನ್ಸ್ ಹೆಚ್ಚಿದಳು. ಎಲ್ಲಿ ಕೈ ಕುಯ್ದುಕೊಳ್ತಾಳೋ ಅನ್ನೋ ಭಯದಿಂದ ಉಸಿರಿಡಿದು ಕೂತಿದ್ದ ಕುಮುದಾ ಅಚ್ಚುಕಟ್ಟಾಗಿ ಹೆಚ್ಚಿದ ತರಕಾರಿಗಳನ್ನು ನೋಡಿದ ಮೇಲೆ ಸಮಾಧಾನದಲ್ಲಿ ಉಸಿರಾಡಿದಳು.

ಶ್ರೀದೇವಿ, 'ನಾನು ಸ್ಟೀಲ್ ಪಾತ್ರೇಲಿ ಅಡುಗೆ ಮಾಡಲ್ಲ, ಬೇಗ ಸೀದು ಹೋಗುತ್ತೆ' ಎಂದು ಸ್ಟೋವ್ ಮೇಲಿಟ್ಟಿದ್ದ ಅಲ್ಯುಮಿನಿಯಮ್ ಪಾತ್ರೆ ಎಷ್ಟು ಕಾದಿದೆ ಅಂತ ಕೈ ಅಡ್ಡ ಇಟ್ಟು ನೋಡಿ ಚಮಚದಲ್ಲಿ ಎಣ್ಣೆಯನ್ನು ಹಾಕಿದಳು. ಒಗ್ಗರಣೆ ಡಬ್ಬಿಯಿಂದ ಸಾಸಿವೆ, ಕಡಲೆಬೇಳೆ, ಉದ್ದಿನಬೇಳೆಯನ್ನು ಸರಿಯಾದ ಅಳತೆಯಲ್ಲಿ ಹಾಕಿದ ಕೈಗಳಿಗೆ ಕಣ್ಣುಗಳ ಅಗತ್ಯವೇ ಇರಲಿಲ್ಲ. ನೋಡು ನೋಡುತ್ತಿದ್ದಂತೆ ಶ್ರೀದೇವಿಯ ಪಾಕಶಾಲೆಯಲ್ಲಿ ಉಪ್ಪಿಟ್ಟಿನ ಘಮಲು ಹರಡಿತು. 'ನಾನೇ ಎಷ್ಟೋ ಸಲ ಸೀದಿಸಿಬಿಡ್ತೀನಿ, ಇಲ್ಲಿ ನೋಡಿದ್ರೆ ಪಾತ್ರೆಯ ತಳ ಕೂಡ ಹಿಡಿದಿಲ್ಲ. ಗ್ರೇಟ್ ಕಣೇ' ತಟ್ಟೆಗೆ ಉಪ್ಪಿಟ್ಟು ಹಾಕಿಕೊಳ್ಳುತ್ತಾ ಕುಮುದಾ ಗೆಳತಿಗೆ ಮೆಚ್ಚುಗೆ ಸೂಚಿಸಿದಳು.

ಪ್ರತಿಭಾ ಕಾರಂಜಿ ಸ್ಪರ್ಧೆಗೆ ಶ್ರೀದೇವಿಯ ತಯಾರಿಯಲ್ಲಿ ಕಲಿತ ಮಕ್ಕಳು ನಾಡಗೀತೆ, ದೇಶಭಕ್ತಿ ಗೀತೆ, ಖವ್ವಾಲಿ ಸ್ಪರ್ಧೆಯಲ್ಲಿ ಕ್ಲಸ್ಟರ್, ತಾಲ್ಲೂಕು,

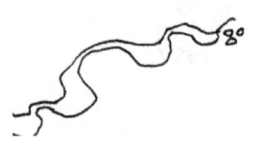

ಜಿಲ್ಲಾ ಮಟ್ಟದಲ್ಲಿ ಪ್ರಥಮ ಬಹುಮಾನ ಗಳಿಸಿ ರಾಜ್ಯಮಟ್ಟದ ಸ್ಪರ್ಧೆಗೆ ಆಯ್ಕೆಯಾಗಿದ್ದರು. ಶಿವಮೊಗ್ಗದಲ್ಲಿ ನಡೀತಿದ್ದ ರಾಜ್ಯಮಟ್ಟದ ಸ್ಪರ್ಧೆಗೆ ಮಕ್ಕಳ ಜೊತೆ ಅವರಿಗೆ ತರಬೇತಿ ಕೊಟ್ಟ ಶಿಕ್ಷಕರೂ ಹೋಗಬೇಕೆಂದಿದ್ದ ಸೂಚನೆ ಬಗ್ಗೆ ಬ್ರೇಕಿಂಗ್ ನ್ಯೂಸಿನ ಹಾಗೆ ಸ್ಟಾಫ್‌ರೂಮಿನಲ್ಲಿ ಚರ್ಚೆಯಾಗುತ್ತಿತ್ತು.

ಶಾಲೆಯ ಸಾಂಸ್ಕೃತಿಕ ಚಟುವಟಿಕೆಗಳನ್ನು ನೋಡಿಕೊಳ್ಳುತ್ತಿದ್ದ ಶಿಕ್ಷಕರು ಶ್ರೀದೇವಿ ಬಂದ್ರೆ ಅವರ ಕೈಹಿಡಿದು ಕರೆದುಕೊಂಡು ಹೋಗೋದು, ಅವರ ಯೋಗ ಕ್ಷೇಮ ನೋಡಿಕೊಳ್ಳೋದೇ ಸಮಯ ಮುಗಿದುಹೋಗುತ್ತೆ, ಸ್ಪರ್ಧೆ ಮುಗಿದ ಮೇಲೆ ಒಂದು ದಿನ, ಸುತ್ತ-ಮುತ್ತ ಸಾಗರ, ಜೋಗ ಅಂತ ಟ್ರಿಪ್ ಮಾಡೋಣ ಅಂದುಕೊಂಡಿದ್ವಿ, ಅದೆಲ್ಲ ಕಷ್ಟವಾಗುತ್ತೆ. ಹೇಗಾದರೂ ಮಾಡಿ ಶ್ರೀದೇವಿಯನ್ನು ಅವಾಯ್ಡ್ ಮಾಡ್ಬೇಕು ಅಂತ ಮಾತನಾಡಿಕೊಳ್ಳೋದನ್ನ ಕೇಳಿಸಿಕೊಳ್ಳುತ್ತಾ ಕುಮುದಾ ತನ್ನ ಮುಂದಿದ್ದ ಹೋಮ್ ವರ್ಕ್ ಪುಸ್ತಕಗಳ ಕರೆಕ್ಶನ್ ಮಾಡುತ್ತಿದ್ದಳು. 'ಒಂದ್ ಕೆಲ್ಸ ಮಾಡೋಣ, ಮಕ್ಕಳ ಎಗ್ಸಾಮ್ ತಪ್ಪಿಹೋಗುತ್ತೆ ಅಂತ ನಾವು ಸ್ಪರ್ಧೆಗೆ ಹೋಗ್ತಾನೇ ಇಲ್ಲ' 'ಪ್ರಿನ್ಸಿಪಾಲರೂ ಬೇಡ ಅಂದ್ರು ಅಂತ ಶ್ರೀದೇವಿಗೆ ಹೇಳಿಬಿಡೋಣ' 'ಅದೂ, ಸರಿ.. ಶ್ರೀದೇವಿಗೆ ಹೇಗ್ ಗೊತ್ತಾಗುತ್ತೆ? ನಾವು ಕರ್ಕೊಂಡ್ ಹೋಗಿ ಬಂದರಾಯಿತು' ತಲೆಗೊಬ್ಬರಂತೆ ಉಪಾಯಗಳನ್ನು ಮಂಡಿಸಿ, ತಮ್ಮ ತಮ್ಮ ಚಾಣಕ್ಷತನವನ್ನು ಹೋಹೋ ಅಂತ ತಾವೇ ಮೆಚ್ಚಿಕೊಂಡರು.

'ಪಾಪ ಮಕ್ಕಳು ಅಷ್ಟು ಕಷ್ಟಪಟ್ಟು ಆಯ್ಕೆಯಾದ ರಾಜ್ಯ ಮಟ್ಟದ ಸ್ಪರ್ಧೆಗೆ ಪರೀಕ್ಷೆಯಿಂದಾಗಿ ಹೋಗ್ತಿಲ್ವಂತೆ ಕಣೇ' ಅಂತ ಶ್ರೀದೇವಿ ಬೇಜಾರು ಮಾಡಿಕೊಂಡು ಹೇಳಿದಳು. ಮನುಷ್ಯರ ಹಾವ ಭಾವ, ಕಪಟತನ ಅರಿವಾಗದ ಗೆಳತಿಯನ್ನು ನೋಡಿ ಕುಮುದಾಗೆ ಪಾಪ ಅನ್ನಿಸಿತು. 'ಸ್ಪರ್ಧೆಗೆ ಹೋದ ವಿದ್ಯಾರ್ಥಿಗಳಿಗೆ ಮರುಪರೀಕ್ಷೆ ಕೊಡ್ಬೋದಿತ್ತಲ್ಲ?' ಕುಮುದಾ ಪ್ರಶ್ನೆಗೆ ಶ್ರೀದೇವಿ, ಮಕ್ಕಳಿಗೆ ಮೊದ್ಲು ಪಠ್ಯ ಆಮೇಲೆ ಪಠ್ಯೇತರ ಚಟುವಟಿಕೆ ಅಂತ ಪ್ರಿನ್ಸಿಪಾಲರು ಹೇಳ್ತಿರುತ್ತಾರೆ, ಅದಕ್ಕೇ

ಕಳಿಸಿಲ್ಲ. ಪಾಪ ಸ್ಪರ್ಧೆ ಆದ್ಮೇಲೆ ಪ್ರವಾಸಕ್ಕೂ ಹೋಗ್ಬೇಕು ಅಂತಿದ್ರು ಎಲ್ಲಾ ನಿರಾಸೆ ಆಯ್ತು ಅಂದಳು.

ಜೊತೆ ಕೆಲಸ ಮಾಡುವ ಶಿಕ್ಷಕರು ತಾತ್ಸಾರ ಮಾಡಿದಾಗಲೂ ಒಳ್ಳೆಯದನ್ನೇ ಕಾಣೋ ಸ್ನೇಹಿತೆಯ ಮುಗ್ಧತೆಯನ್ನು ದುರುಪಯೋಗ ಮಾಡಿಕೊಳ್ಳೋದಕ್ಕೆ ಬಿಡಬಾರ್ದು ಅನ್ನಿಸಿತು. 'ಶ್ರೀ, ಜಗತ್ತಲ್ಲಿ ಬರೀ ಒಳ್ಳೇವ್ರೇ ಇರಲ್ಲ, ಅದಕ್ಕೆ ಗಾದೆ ಮಾಡಿರೋದು ಬೆಳ್ಳಗಿರೋದೆಲ್ಲಾ ಹಾಲಲ್ಲ' ಬುದ್ಧಿವಾದ ಹೇಳೋ ಟೀಚರ್‌ನ ಹಾಗೆ ಕುಮುದಾ ಕೈಕಟ್ಟಿಕೊಂಡು ಹೇಳಿದಳು. ಶ್ರೀದೇವಿ ಅವಳ ಮಾತನ್ನು ಅರ್ಥಮಾಡಿ ಕೊಂಡವಳಂತೆ ನಕ್ಕು, 'ಒಂದು ಸಲ ಕುರುಡರನ್ನ ಜೂಗೆ ಕರೆದುಕೊಂಡು ಹೋದರಂತೆ. ಆನೆಯ ಹತ್ತಿರ ಹೋಗಿ ಬಂದ ಮೇಲೆ ಒಬ್ಬ ಕುರುಡ ಆನೆಯ ಕಾಲನ್ನು ಮಾತ್ರ ಮುಟ್ಟಿ ಆನೆ ಅಂದರೆ ಕಂಬದ ಹಾಗೆ ಇರುತ್ತೆ ಅಂದ್ನಂತೆ, ಇನ್ನೊಬ್ಬ ಆನೆ ಬಾಲವನ್ನು ಹಿಡಿದು ಅದು ಹಗ್ಗದ ಹಾಗೆ ಉದ್ದ ಇರುತ್ತೆ ಅಂದ್ನಂತೆ, ಇನ್ನೊಬ್ಬ ಹೊಟ್ಟೆ ಮುಟ್ಟಿ ಆನೆ ಬಂಡೆಯ ಹಾಗೆ ಇರುತ್ತೆ ಅಂದ್ನಂತೆ. ನಾನ್ ಅಂಥ ದಡ್ಡಿಯಲ್ಲ ಕಣೇ, ಆನೆ ನಾಲ್ಕು ಕಾಲು, ದೊಡ್ಡ ಹೊಟ್ಟೆ, ಸೊಂಡಿಲು, ಬಾಲ ಎಲ್ಲ ಇರೋ ದೊಡ್ಡ ಪ್ರಾಣಿ ಅಂತ ತಿಳ್ಕೊಂಡಿದ್ದೀನಿ ಅಂತ ತನ್ನ ಬಗ್ಗೆ ತಾನೇ ತಮಾಷೆ ಮಾಡಿಕೊಂಡಳು.

ಶಾಲೆಗೆ ಒಟ್ಟಿಗೆ ಆಟೋದಲ್ಲಿ ಹೋಗೋದು ಸಾಯಂಕಾಲ ಮಗನನ್ನು ಕರಾಟೆ ಕ್ಲಾಸಿಗೆ ಬಿಟ್ಟು ಶ್ರೀದೇವಿಯ ಜೊತೆ ಹರಟೆ ಹೊಡೆಯೋದು, ಶ್ರೀದೇವಿ ಸಂಗೀತದ ರಾಗಗಳ ಪರಿಚಯ ಮಾಡಿಕೊಟ್ಟರೆ ಕುಮುದಾ ಹೊಸ ಕೈರುಚಿಗಳ ಪರಿಚಯ ಮಾಡಿಕೊಡುತ್ತಿದ್ದಳು. ಸ್ನೇಹಿತೆಯರಿಬ್ಬರೂ ಶಾಲೆಯಲ್ಲಿದ್ದಾಗಲೂ, ಮನೆಗೆ ಬಂದಾಗಲೂ ಸಮಯ ಮಾಡಿಕೊಂಡು ಜೊತೆಗಿರುತ್ತಿದ್ದರು. 'ನನ್ ಮಗಳು ಜೀವನದಲ್ಲಿ ನಿಮ್ಮಷ್ಟು ಯಾರನ್ನೂ ಹಚ್ಚಿಕೊಂಡಿರ್ಲಿಲ್ಲ, ಅವರಮ್ಮ ಹೋದ್ಮೇಲಂತೂ ಒಂಟಿಯಾಗ್ಬಿಟ್ಟಿದ್ಲು' ಅಪ್ಪ ಭಾವುಕರಾಗಿ ಹೇಳಿದ್ರು. ಕುಮುದಾ ಸಂದರ್ಭವನ್ನು ತಿಳಿಮಾಡುವಂತೆ 'ಅಂಕಲ್ ನಿಮ್ ಮಗಳು

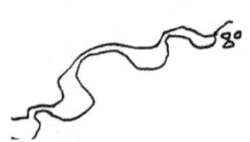

ಮದ್ವೆ ಆದ್ರೆ ಇನ್ನೂ ಬಿಸಿಯಾಗಿರ್ಬೋದು ಏನಂತೀರ? ಈ ಕಾಲದಲ್ಲಿ ಸುಮಾರು ಹೆಣ್ಣುಮಕ್ಕಳು ಮೂವತ್ತರ ನಂತರವೇ ಮದ್ವೆ ಆಗ್ತಾರೆ'. ತಮಾಷೆಗೆ ಶುರು ಮಾಡಿದ ಮಾತಿನಿಂದ ಅಪ್ಪ ಮಗಳ ಮುಖದಲ್ಲಿ ಯಾವುದೋ ಹಿಂದಿನ ನೆನಪು ಮರುಕಳಿಸಿದಂತೆ ತೋರಿತ್ತು.

ಅಂದು ಭಾನುವಾರವಾದ್ದರಿಂದ ಕುಮುದಾಗೆ ಅಷ್ಟೇನು ಕೆಲ್ಸವಿರಲಿಲ್ಲ. ತಿಂಡಿ ಮುಗಿಸಿ ಸ್ನೇಹಿತೆಯನ್ನು ಹುಡುಕಿ ಬಂದಿದ್ದಳು. 'ಹುಚ್ಚು ಕೋಡಿ ಮನಸು' ಭಾವಗೀತೆ ಯಾವ ಪುಸ್ತಕದಲ್ಲಿದೆಯೇ?' ಶ್ರೀದೇವಿಯ ಕೋಣೆಯ ಪುಸ್ತಕದ ರ್‍ಯಾಕ್ ತಡಕಾಡುತ್ತಾ ಕುಮುದಾ ಕೇಳಿದಳು. ಉತ್ತರ ಏನು ಬಂದಿತೋ ಗೊತ್ತಿಲ್ಲ. ಆದರೆ ಶ್ರೀದೇವಿಯ ಪರ್ಸನಲ್ ಡೈರಿ ಕುಮುದಾ ಕೈಸೇರಿ ಅವಳು ಬಂದ ಕೆಲ್ಸವನ್ನು ಮರೆತಳು. 'ಕಾಣದ ಕಡಲಿಗೇ ಹಂಬಲಿಸಿದೇ ಮನ' ಹಾಡಿನ ಮೊದಲ ಸಾಲನ್ನೇ ತನ್ನ ಡೈರಿಯ ಶೀರ್ಷಿಕೆಯನ್ನಾಗಿ ಬರೆದಿದ್ದಳು. ಓದುವುದೋ ಬೇಡವೋ ಅಂತ ಮನಸ್ಸು ಒಂದು ಕ್ಷಣ ಹಿಂದೇಟು ಹಾಕಿದರೂ, ಮದುವೆಯ ವಿಷಯ ಮಾತನಾಡಿದಾಗ ಶ್ರೀದೇವಿ ಯಾವಾಗಲೂ ಮಾತು ತಪ್ಪಿಸುತ್ತಾಳೆ. ಅದನ್ನ ತಿಳಿದುಕೊಂಡು ನನ್ನ ಕೈಲಾದ ಸಹಾಯ ಮಾಡೋದು ಸರಿ ಎನಿಸಿತು. ಪುಸ್ತಕವನ್ನು ಹಿಡಿದು ಕಣ್ಣು ಮುಚ್ಚಿ ಬ್ರೈಲ್ ಲಿಪಿಯನ್ನು ಬೆರಳಲ್ಲಿ ಸವರುತ್ತಾ ಓದುತ್ತಾ ಹೋದಳು.

ಸಂಗೀತದಲ್ಲಿ ಎಂಎ ಮಾಡುವಾಗ ಕಾಲೇಜಿಗೆ ವಯಲಿನ್ ಕಲಿಯೋಕೆ ಅವರು ಬರ್ತಿದ್ರು. ನನ್ನ ಹಾಡು ಅಂದ್ರೆ ಅವರಿಗೆ ತುಂಬಾ ಇಷ್ಟ. ನಾನು ಹಂಸಧ್ವನಿ ರಾಗ ಹಾಡುತ್ತಿದ್ರೆ ಅವ್ರು ವಯಲಿನ್‌ನಲ್ಲಿ ನನ್ ಜೊತೆ ಜುಗಲ್ಬಂದಿ ಮಾಡ್ತಿದ್ರು. ಸಂಗೀತದ ಜೊತೆ ಸ್ನೇಹದ ಪ್ರಯಾಣ ಶುರುವಾಗಿತ್ತು. ಅಪ್ಪನ ಮುಂದೆ ನಾನು 'ದಾಸನ ಮಾಡಿಕೋ ಎನ್ನ' ಹಾಡನ್ನ ಹಾಡಿದಾಗ ಅವರು ವಯಲಿನ್ ವಾದನ ಸೇರಿಕೊಂಡಿತ್ತು. ಅಂದು ನಮ್ಮಿಬ್ಬರ ರಾಗಕ್ಕೆ ತಾಳ ಸೇರಿದಂತಿದೆ ನಿಮ್ಮಿಬ್ಬರ ಜೋಡಿ ಎಂದು ಹೇಳಿ ಅಪ್ಪ ನಮ್ಮಿಬ್ಬರ ಬಗ್ಗೆ ಪರೋಕ್ಷವಾಗಿ ಒಪ್ಪಿಗೆ ತಿಳಿಸಿದ್ದರು. ಅವರ ಪೂರ್ವಾಪರವನ್ನು ವಿಚಾರಿಸಿದರು.

ನಮ್ಮಿಬ್ಬರ ಪ್ರೀತಿ ಮದುವೆ ಹಂತಕ್ಕೆ ತಲುಪುತ್ತಿದೆ ಅನ್ನೋ ಯೋಚನೆಯೇ ಪುಳಕ ತರಿಸಿತ್ತು. ಅದೊಂದು ದಿನ ಅವರ ಹತ್ತಿರ ನಾನು ನನ್ನನ್ನು ಎಂದಿಗೂ ಕನ್ನಡಿಯಲ್ಲಿ ನೋಡಿಕೊಂಡಿಲ್ಲ ಅಂತ ಹೇಳಿದಾಗ, ಅಂದ ಇರೋದು ನೋಡೋರ ಕಣ್ಣಿಗೆ, ನೀನು ನೋಡೋಕಾಗಲ್ಲ ಅಂತ ಯಾಕೆ ಬೇಜಾರಾಗ್ತೀಯ? ನೀನ್ ಹೇಗಿದ್ದೀಯ ಗೊತ್ತಾ ಎಂದು ನನ್ನ ಸಮ್ಮತಿ ತೆಗೆದುಕೊಂಡು ನನ್ನ ರೂಪವನ್ನು ವರ್ಣಿಸಿದರು. ದುಂಡು ಮುಖ, ನೀಳವಾದ ಕಣ್ಣು, ಸಣ್ಣ ತುಟಿ, ತುಸು ಕಂದು ಬಣ್ಣದ ಕೂದಲು ಅಂತ ಇಡೀ ಮೈಮಾಟವನ್ನು ಹೊಗಳುತ್ತಾ ಹೋದರು. 'ಶ್ರೀದೇವಿ ನೀನು ಎಷ್ಟು ಕಳೆಕಳೆಯಾಗಿದ್ದೀಯ ಗೊತ್ತಾ? ಕೈಲೊಂದು ವೀಣೆ ಹಿಡಿದುಕೊಂಡರೆ ಸಾಕ್ಷಾತ್ ಸರಸ್ವತಿ ಹಾಗೆ ಇದ್ದೀಯ' ಎಂದರು. ತಂದೆ ತಾಯಿಯಲ್ಲದೆ ಬೇರೆಯವರಿಂದ ಸ್ನೇಹವನ್ನೂ ಕಾಣದಿದ್ದ ನನಗೆ, ನಿಷ್ಕಲ್ಮಶ ಪ್ರೀತಿಯನ್ನು ತೋರಿದ ಆ ವ್ಯಕ್ತಿಗೆ ಅಂದೇ ನನ್ನ ದೇಹ ಮನಸ್ಸುಗಳನ್ನು ಮುಡುಪಾಗಿಟ್ಟಿದ್ದೆ.

ಎರಡೂ ಮನೆಯವರ ಸಮ್ಮುಖದಲ್ಲಿ ಮದುವೆಯ ವಿಷಯ ಪ್ರಸ್ತಾಪವಾದಾಗ ಅವರ ತಾಯಿ ಹೇಳಿದ ಒಂದೇ ಮಾತಿಗೆ ಇಬ್ಬರ ನಡುವೆ ದೊಡ್ಡ ಜಗಳವೇ ಆಗಿ ಹೋಯಿತು. ನಿಮ್ಮ ಮಗಳಿಗೆ ನಮ್ಮ ಮಗ ಬಾಳು ಕೊಡುತ್ತಿದ್ದಾನೆ ಅಂತ ಹೇಳಿದ್ದು ಅಪ್ಪನಿಗೆ ಸಹಿಸಿಕೊಳ್ಳಲಿಕ್ಕಾಗಿರಲಿಲ್ಲ. ಬಾಳು ಯಾಕೆ ಕೊಡಬೇಕು? ನನ್ನ ಮಗಳು ಓದಿದ್ದಾಳೆ, ಕೆಲಸದಲ್ಲಿದ್ದಾಳೆ, ಸ್ವಾವಲಂಬಿಯಾಗಿದ್ದಾಳೆ, ಅವಳಿಗೆ ಸಿಂಪತಿ ಬೇಕಾಗಿಲ್ಲ, ಸಂಗಾತಿ ಬೇಕಾಗಿದ್ದಾನೆ ಅಂತ ನುಡಿದ ಮಾತುಗಳೇ ಆ ಮನೆಯವರ ಜೊತೆಗಿನ ಕೊನೇ ಮಾತಾಗಿ ಉಳಿದು ಹೋಯಿತು.

ಎಲ್ಲಾ ಚೆನ್ನಾಗಿರುವ ಹೆಣ್ಣುಮಕ್ಕಳನ್ನೇ ದೊಡ್ಡ ಜವಾಬ್ದಾರಿಯೆಂದುಕೊಂಡು ವರದಕ್ಷಿಣೆ ಕೊಟ್ಟು ಸಾಗುಹಾಕುವಂಥ ಸಮಾಜದಲ್ಲಿ ನನ್ನ ಬಗ್ಗೆ ಅವರು ಹೇಳಿದ ಮಾತುಗಳಲ್ಲಿ ಮಹಾ ತಪ್ಪೇನಿರಲಿಲ್ಲ. 'ಸುದರ್ಶನ್ ನಿಮ್ಮ ಮಾತು, ನಿಮ್ಮ ವಯಲಿನ್ ತಂತಿಯಿಂದ ಹೊರಹೊಮ್ಮಿದ್ದ ನಾನೇ ವೀಣೆ, ನೀನೇ ತಂತಿ, ಅವನೇ ವೈಣಿಕ ಹಾಡು ನನ್ನ ಎದೆಯಲ್ಲಿ

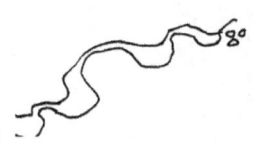

ಸದಾ ಹಸಿರು. ಲವ್ ಯು ಸುದರ್ಶನ್' ಬ್ರೈಲ್ ಲಿಪಿಯಲ್ಲಿ ಬರೆದಿದ್ದ ಸಾಲುಗಳು ಕುಮುದಾಳ ಕಣ್ಣಿಂದ ಧಾರಾಕಾರವಾಗಿ ನೀರು ತರಿಸಿದವು.

ಕೊನೆಯಲ್ಲಿ ಬರೆದಿದ್ದ ಹೆಸರು ದಿಗಿಲು ಮೂಡಿಸಿತ್ತು. ಸುದರ್ಶನ್! ತನ್ನ ಗಂಡನ ಹೆಸರು. ಅವರೂ ವಯಲಿನ್ ನುಡಿಸುತ್ತಾರೆ. ಇವರೇ ಅವರಾ? ಶ್ರೀದೇವಿ ಎಂ ಎ ಮಾಡಿದ್ದ ಕಾಲೇಜ್ ಸರ್ಟಿಫಿಕೇಟ್ ಸತ್ಯವನ್ನು ಹುಡುಕಿಕೊಟ್ಟಿತ್ತು. ಶ್ರೀದೇವಿ ಓದಿದ್ದ ಕೃಪಾನಿಧಿ ಕಾಲೇಜಿನ ಗುರುಗಳಿಂದಲೇ ಸುದರ್ಶನ್ ವಯಲಿನ್ ಕಲಿತಿದ್ದು. ನೇರವಾಗಿ ಶ್ರೀದೇವಿಯ ಬಗ್ಗೆ ಹೇಳದೆ, ಸುದರ್ಶನ್ ಹತ್ತಿರ ಅದೂ ಇದೂ ಮಾತನಾಡುತ್ತಾ ಡೈರಿಯಲ್ಲಿದ್ದ ಇಸವಿ, ಜಾಗಗಳನ್ನು ತಾಳೆ ಮಾಡಿದಳು. ಯಾವುದು ಸುಳ್ಳಾಗಲಿ ಅಂತ ಮನಸ್ಸು ಹಾತೊರೆಯುತ್ತಿತ್ತೋ ಅದೇ ಕಟುಸತ್ಯವಾಗಿ ಕಣ್ಣ ಮುಂದಿತ್ತು.

ಸುದರ್ಶನ್ ಶ್ರೀದೇವಿಯನ್ನು ನಿಜವಾಗಿಯೂ ಪ್ರೀತಿಸ್ತಿದ್ನಾ ಇಲ್ಲ ಅಮಾಯಕ ಹುಡುಗಿಯ ಜೊತೆ ಪ್ರೀತಿ ಹೆಸರಲ್ಲಿ ಟೈಮ್ ಪಾಸ್ ಮಾಡಿದ್ನಾ? ಬಾಣಗಳಂತೆ ಚುಚ್ಚುತ್ತಿದ್ದ ಪ್ರಶ್ನೆಗಳಿಗೆ ಉತ್ತರ ಹುಡುಕಲು ಮನಸ್ಸು ಇನ್ನೊಂದು ಆಯಾಮವನ್ನು ಹಿಡಿಯಿತು. ಶ್ರೀದೇವಿಯನ್ನು ಸುದರ್ಶನ್ ನಿಜ್ವಾಗಿ ಪ್ರೀತಿಸಿದ್ರೂ ನಮ್ಮ ಮನೆಯ ಸಂಬಂಧ ಅವನಿಗೆ ಅನುಕೂಲದ ಆಯ್ಕೆಯಾಗಿತ್ತು, ನನ್ನ ತಂದೆಯಿಂದ ಅವರ ಅಣ್ಣನಿಗೆ ಕೆಲ್ಸ ಸಿಕ್ಕಿತು, ನನ್ನಪ್ಪನ ಒಬ್ಬಳೇ ಮಗಳಾದ ನನ್ನ ಆಸ್ತಿಗೆ ಅವನು ಹಕ್ಕುದಾರನಾದ. ಇಷ್ಟು ದೊಡ್ಡ ಆಫರ್‌ನ ಒಂದು ಕಾಂಪ್ಲಿಕೇಟೆಡ್ ಪ್ರೀತಿಗಾಗಿ ಕಳೆದುಕೊಳ್ಳೋ ಧೈರ್ಯ ಅವನು ಮಾಡಲಿಲ್ಲ ಅನ್ನೋ ಲಾಜಿಕಲ್ ಉತ್ತರ ಸಿಕ್ಕಿತು.

ಇವತ್ತಿಗೂ ಶ್ರೀದೇವಿ ಅವನ ನೆನಪುಗಳ ಜೊತೆ ಬದುಕುತ್ತಿದ್ದಾಳೆ. ಸ್ನೇಹಿತೆಯಾಗಿ ಈಗ ನನ್ನ ನಿಲುವೇನು? ತನ್ನ ಗಂಡನೇ ಸ್ನೇಹಿತೆಗೆ ಮೋಸ ಮಾಡಿದ ಪ್ರಿಯತಮ ಅಂತ ಗೊತ್ತಾಗಿ ಮುಂದೆ ಏನು ಮಾಡಬೇಕೆಂದು ತೋಚದಾಯಿತು. ಎಂದೋ ಆದ ವಿಷಯ ಇಟ್ಟುಕೊಂಡು ಜಗಳವಾಡಿ ನನ್ನ ಸಂಸಾರವನ್ನು ಹಾಳುಮಾಡಿ

ಕೊಳ್ಳೋದಾ? ಅಥವಾ ಶ್ರೀದೇವಿಗೆ ಸತ್ಯ ಹೇಳಿ ಅವಳ ಸ್ನೇಹ ಕಳೆದುಕೊಳ್ಳೋದಾ? ಎಷ್ಟೆಲ್ಲಾ ಆದರೂ ಡೈರಿಯಲ್ಲಿ ಶ್ರೀದೇವಿ ಅವನ ಪ್ರೀತಿ ನಿಷ್ಕಲ್ಮಶ ಅಂತಲೇ ಬರೆದಿದ್ದಾಳೆ, ಅವಳ ತಾಯಿ ಆಡಿದ ಮಾತು ಮಹಾಪರಾಧವಲ್ಲ ಎಂದಿದ್ದಾಳೆ. ಅವಳ ಕಲ್ಪನಾಲೋಕ ನಿಜಜೀವನ ಕ್ಕಿಂತ ಸುಂದರವಾಗಿದೆ. ಕನಸುಗಳು ಸುಂದರ, ಆದ್ರೆ ಜೀವನ ಹಾಗಲ್ಲ. ಅದರ ವಾಸ್ತವತೆ ಕ್ರೂರ ಅನ್ನಿಸಿತು.

ಶ್ರೀದೇವಿಯ ಸುಂದರವಾದ ಲೋಕಕ್ಕೆ ಸತ್ಯದ ಕಲ್ಲನ್ನೆಸೆದು ಘಾಸಿಮಾಡ ಬಾರದೆಂದು ಕುಮುದಾ ನಿರ್ಧರಿಸಿಬಿಟ್ಟಿದ್ದಳು. ಅಂದು ಶ್ರೀದೇವಿ ಆಟೋ ಹತ್ತುವಾಗ ಕುಮುದಾ ಬರಲಿಲ್ಲವೆಂದು ರೆಹೆಮಾನ್ ಅಣ್ಣ ತಿಳಿಸಿದ. ಶಾಲೆಯಲ್ಲಿ ಕೇಳಿದಾಗ ಕುಮುದಾ ಕೆಲಸ ಬಿಟ್ಟಿದ್ದಾಳೆ ಅಂತ ತಿಳೀತು. ದಿನಗಳು ಕಳೆದರೂ ಸ್ನೇಹಿತೆಯ ಪತ್ತೆಯಿಲ್ಲದಿದ್ದಾಗ, ಶ್ರೀದೇವಿ ಅವಳಿಗೆ ಇನ್ನೂ ಒಳ್ಳೇ ಕೆಲಸ ಸಿಕ್ಕಿರಬಹುದು, ಅಥವಾ ಮನೆಯಲ್ಲಿ ಏನೋ ಸಮಸ್ಯೆ ಇರಬಹುದು, ಸಮಯವಾದಾಗ ಭೇಟಿಯಾಗುತ್ತಾಳೆ ಅಂದುಕೊಂಡು ಯಾರೂ ಕಾಣದ ತನ್ನ ಲೋಕದಲ್ಲಿ ಸ್ನೇಹಿತೆಗಾಗಿ ಕಾದಳು.

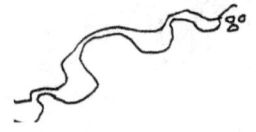

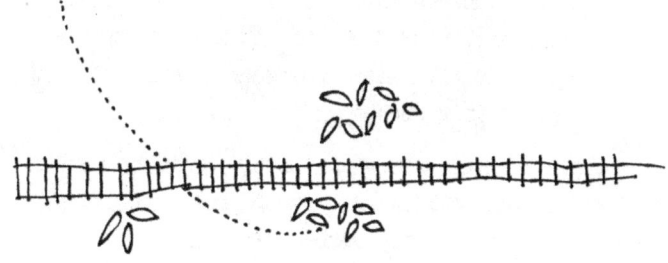

‘ವೈರಾಗ್ಯದ ವ್ಯಾಲಿಡಿಟಿ’

ಹಾವಿನ ಮೈಯ ಹಾಗೆ ಬಿಸಿಲಿಗೆ ಝಳಪಿಸುತ್ತಿದ್ದ ಕಪ್ಪು ಟಾರ್ ರಸ್ತೆ ಮೇಲೆ ಬಿಳಿ ಆಡಿ ಕ್ಯೂ ಸೆವೆನ್ ಕಾರ್ ಅನ್ನು ನಡೆಸುತ್ತಾ ಬಂದವರು ವಿಶ್ವನಾಥ್ ಕುಲಕರ್ಣಿ. ಕೂದಲಿಗೆ ಡೈ ಹಾಕಿ ಮುಚ್ಚಿಟ್ಟಿದ್ದ ವಯಸ್ಸನ್ನು ಕಣ್ ಕೆಳಗಿನ ಸುಕ್ಕುಗಳು ಬಿಚ್ಚಿಡುತ್ತಿದ್ದುವು. ಕತ್ತು ಮುಚ್ಚುವ ಹಾಗೆ ತೊಟ್ಟಿದ್ದ ಒಳ ಶರ್ಟು, ಅದರ ಮೇಲೆ ಹಾಕಿದ್ದ ಬಿಳೀ ಕೋಟು ಇವರ ವರ್ಚಸ್ಸನ್ನು ಹೆಚ್ಚಿಸುತ್ತಿತ್ತು. ದೊಡ್ಡಮ್ಮ ತೀರಿಹೋದರು ಅಂತ ಗೊತ್ತಾದ ಕೂಡಲೇ ಯಾವುದೋ ಒಂದು ಸೆಳೆತ ಬೆಳಗ್ಗೆ ಬೆಳಗ್ಗೆನೇ ವಿಶ್ವನಾಥರನ್ನು ಬಡಿದೆಬ್ಬಿಸಿ ತಾವೇ ಕಾರು ಚಲಾಯಿಸಿಕೊಂಡು ಬರುವಂತೆ ಮಾಡಿತ್ತು.

ಗೂಗಲ್ ಮ್ಯಾಪ್ ಹೆದ್ದಾರಿಯಿಂದ ಕವಲೊಡೆದ ರಸ್ತೆಯ ಕಡೆಗೆ ಕೈ ತೋರಿತು. ಇಷ್ಟು ಹೊತ್ತು, ಕುಡಿದಿದ್ದ ನೀರೂ ಅಲ್ಲಾಡದಂತೆ ಚಲಿಸುತ್ತಿದ್ದ ಕಾರು ಈಗ ಜಟಕಗಾಡಿಯಂತೆ ಕುಲುಕಾಡುತ್ತಿತ್ತು. ಹಳ್ಳ ದಿಣ್ಣೆಯಲ್ಲಿಳಿದ ಕಾರಿನ ಮುಂಭಾಗ ಕಲ್ಲಿಗೆ ತಾಕಿ ಶಬ್ದ ಮಾಡಿದಾಗ ವಿಶ್ವನಾಥ್ ಅವರ ಕಾಲಿಗೇ ಪೆಟ್ಟಾದಂತಾಯಿತು. 'ಛೇ! ರೇಂಜ್ ರೋವರ್ ತರ್ಬೇಕಿತ್ತು!' ಭಾರೀ ಪಶ್ಚಾತ್ತಾಪ ಹೊತ್ತ ಧ್ವನಿಯಲ್ಲಿ ಹೇಳಿಕೊಂಡರು.

ಕೊನೇ ಬಾರಿ ಯಾವಾಗ ಬಂದದ್ದು? ಸುಮಾರು ಇಪ್ಪತ್ತೈದು ವರ್ಷಗಳು ಕಳೆದಿರಬಹುದು, ಹಾಗಾಗಿ ದಾರಿ ಮರೆತುಹೋಗಿದೆ. ಊರಿನ ತನಕ ಗೂಗಲ್ ಕರೆದುಕೊಂಡು ಬಂದಿತ್ತು ಆದರೆ ಮುಂದೆ ಹೋಗೋದಾ ಅಥವಾ ಎಡಕ್ಕೆ ತಿರುಗುವುದಾ ಅನ್ನೋ ಗೊಂದಲ ಕಾಡಿ ಕಾರನ್ನು ನ್ಯೂಟ್ರಲ್ ಗೇರ್‌ಗೆ ಹಾಕಿದರು. ರೇರ್ ವ್ಯೂ ಮಿರರ್ ನಲ್ಲಿ ಕಾಣಿಸಿದ ಒಬ್ಬ ವ್ಯಕ್ತಿಯನ್ನು ನೋಡಿ ಕಿಟಕಿಯ ಗಾಜಿಳಿಸಿದರು. 'ಹಲೋ.. ಸುಭದ್ರಮ್ಮ ಅವ್ರ ಮನೆಗ್ ಹೇಗ್ ಹೋಗೋದ್ ಹೇಳಿ?'. ಬಾಯಿಗೆ ಹಾಕಿದ್ದ ತಾಂಬೂಲದ ರಸವನ್ನು ಉಗಿದು ಆತ 'ಯಾರು? ತಾರಸಿ ಮನೆ ಸುಭದ್ರಮ್ಮೆ ಅಲ್ವೇ?'. ದೊಡ್ಡಮ್ಮನ ಮನೆಗೆ ತಾರಸಿ ಹಾಕಿಸಿದ್ದಾರಾ? ಅದಕ್ಕೇ ಹಾಗೆ ಕರೀತಿರಬಹುದಾ? ತಿಳಿಯಲಿಲ್ಲ.

ಒಂದು ಹಳ್ಳಿಯಲ್ಲಿ ಎಷ್ಟು ಮಂದಿ ಸುಭದ್ರಮ್ಮರಿರಬಹುದು? ನೋಡೇಬಿಡೋಣ ಎಂದುಕೊಂಡು ಹೌದಪ್ಪ ಅವ್ರೇ. 'ಪಾಪ ಆಯಮ್ಮ ನೆನ್ನೆ ರಾತ್ರಿ ಹೋಗ್ಬಿಟ್ಟಲ್ಲ. ನಾನು ಆ ಕಡೇಗೇ ಹೋಗ್ತಿದೀನಿ ನಡೀರಿ ತೋರ್‍ಸ್ತೀನಿ' ಎಂದವನು ಡೋರ್ ತೆಗೆದು ಕಾಲುಚೀಲ ಹಾಕಿಕೊಂಡಂತೆ ಕೆಸರು ಮೆತ್ತಿದ ಕಾಲನ್ನು ಒಳಗಿಟ್ಟು ಹತ್ತಿ ಕುಳಿತೇ ಬಿಟ್ಟ. ವಿಶ್ವನಾಥನಿಗೆ ಒಂದು ಕಡೆ ಅವನು ಮನೆಗೆ ತೋರಿಸುತ್ತಿದ್ದಾನೆ ಅಂತ ಸಮಾಧಾನವಿದ್ರೆ, ಇನ್ನೊಂದು ಕಡೆ, ಬೂದುಕನ್ನಡಿ ಹಾಕಿ ಹುಡುಕಿದರೂ ಸಣ್ಣ ಧೂಳೂ ಸಿಗಲಾರದ ಕಾರಿನ ಫುಟ್ ಮ್ಯಾಟ್ ಮೇಲೆ ಗೋಕುಲಾಷ್ಟಮಿಯ ಕೃಷ್ಣನ ಹಾಗೆ ಪಾದದ ಗುರುತುಗಳನ್ನು ಮೂಡಿಸಿಬಿಟ್ನಲ್ಲಾ ಅಂತ ಕೋಪವೂ ಬಂತು.

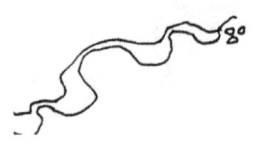

‘ಯಾರ್ ನೀವು? ಯಾವೂರು’. ಬಾಯಲ್ಲಿ ಉಳಿದ ಅಡಿಕೆಯನ್ನು ಜಗಿಯುತ್ತಾ ಕೇಳಿದ. ಅರೆ! ದಕ್ಷಿಣ ಭಾರತದ ದೊಡ್ಡ ಕಂಪನಿಯೊಂದರ ಒಡೆಯನನ್ನ ಗುರುತಿಸಲಿಲ್ವೇ ಇವ್ನು? ಕಳೆದ ಹತ್ತಾರು ವರ್ಷಗಳಿಂದ ಎಲ್ಲಿಗೆ ಹೋದರೂ ಮುಖ್ಯ ಆಕರ್ಷಣೆಯಾಗಿರೋ ಉದ್ಯಮಿಗೆ ಈತ ಹಾಗೆ ಕೇಳಿದ್ದು ಒಂದು ಕ್ಷಣ ಅವಮಾನವಾದಂತಾಯಿತು. ಕಾರು ನಡೆಸುತ್ತಲೇ ಓರೆಗಣ್ಣಿನಿಂದ ಅವನನ್ನ ಗಮನಿಸಿದ. ತನ್ನಷ್ಟೇ ವಯಸ್ಸಾಗಿರಬಹುದು, ಕೊಳೇ ಪಂಚೆ ಮೇಲೆ ಹಾಕಿದ್ದ ಹಳೇ ಶರ್ಟಿನ ಒಂದೆರೆಡು ಗುಂಡಿ ಕಿತ್ತು ಬಂದಿತ್ತು. ಬಿಳಿ ಕೂದಲು ಕೆದರಿತ್ತು. ಮಣ್ಣಾದ ಕಾಲನ್ನು ಒರೆಸದೇ ಆಡಿ ಕಾರ್ ಒಳಗೆ ಕೂರುವ ಇವನಿಗೆ ನಾನ್ಯಾರು ಅಂತ ಹೇಗೆ ಗೊತ್ತಾದೀತು! ಅಂದುಕೊಂಡಾಗ ಮನಸ್ಸು ಕಿರಿಕಿರಿ ಮಾಡುವುದನ್ನು ನಿಲ್ಲಿಸಿತು.

ಹೊಸದಾಗಿ ತಾರಸಿ ಹಾಕಿಸಿದ್ದ ಮನೆಯ ಮುಂದೆ ಕಾರು ನಿಲ್ಲಿಸಿ ಒಳಗೆ ಹೋದಾಗ ಜನಗಳ ಮಧ್ಯ ನಿಶ್ಚಿಂತೆಯಾಗಿ, ನಿಶ್ಚಲವಾಗಿ ಮಲಗಿದ್ದ ದೊಡ್ಡಮ್ಮ ಕಾಣಿಸಿದರು. ಎಂಭತ್ತು ದಾಟಿದ ದೇಹ ಗಟ್ಟಿಮುಟ್ಟಾಗೇ ಇದ್ದಂತೆ ಕಂಡಿತು. ನಿರ್ಭಾವದಿಂದ ಅವರನ್ನೇ ನೋಡುತ್ತಾ ನಿಂತ ವಿಶ್ವನಾಥ ಅವರನ್ನು ಎಚ್ಚರಗೊಳಿಸಿದ್ದು ಅಲ್ಲಿಗೆ ದೌಡಾಯಿಸಿದ್ದ ಮಾಧ್ಯಮದವರ ಪ್ರಶ್ನೆಗಳ ಸುರಿಮಳೆ. ‘ಸರ್ ನಿಮ್ಗೆ ಸುಭದ್ರಮ್ಮ ಅವ್ರು ದೊಡ್ಡಮ್ಮ ಅಂತ ಗೊತ್ತಾಯ್ತು, ಅವರೊಂದಿಗೆ ನಿಮ್ಮ ಒಡನಾಟ ಹೇಗಿತ್ತು?’ ‘ಇಷ್ಟ್ ವರ್ಷ ನೀವಿಲ್ಲಿಗೆ ಯಾಕ್ ಬಂದಿರ್ಲಿಲ್ಲ ಸರ್?’ ‘ನೀವಿದ್ದೂ ಇವ್ರು ಒಂಟಿಯಾಗಿ ಪ್ರಾಣ ಬಿಟ್ರು ಅಂತ ನಿಮ್ಗೆ ಬೇಜಾರಾಗ್ತಿಲ್ವಾ? ‘ನಿಮ್ ಕುಟುಂಬದಿಂದ ಯಾರು ಬಂದಿಲ್ವಾ?’ ‘ನೀವ್ ಇಷ್ಟ್ ಎತ್ತರಕ್ಕೆ ಬೆಳೆಯೋಕೆ ಇವ್ರು ತುಂಬಾ ಸಹಾಯ ಮಾಡಿದ್ರಂತೆ, ಅದ್ರು ಬಗ್ಗೆ ಹೇಳಿ ಸರ್’. ವಿಶ್ವನಾಥನ ಹಿನ್ನೆಲೆ ಬಗ್ಗೆ ಸರಿಯಾದ ಮಾಹಿತಿಯನ್ನು ಪಡೆದುಕೊಂಡು ಬಂದವರ ಮಾತಿಗೆ ‘ಹೌದು’ ‘ಇಲ್ಲ’ ಅನ್ನುವುದನ್ನು ಬಿಟ್ಟು ಹೆಚ್ಚಾಗಿ ಏನೂ ಉತ್ತರ ಕೊಡಲಿಲ್ಲ. ಬದಲಿಗೆ ಆ ಪ್ರಶ್ನೆಗಳು ಅವರು ಮರೆತೇಹೋಗಿದ್ದ ತಮ್ಮ ಹಿಂದಿನ ಜೀವನದ ಮೆಲುಕು ಹಾಕಿಸಿತು.

ವಿಶ್ವನಾಥ ಒಟ್ಟು ಹನ್ನೆರಡು ಮಕ್ಕಳಲ್ಲಿ ಎರಡನೆಯವನು. ಬಡತನದ ಜೊತೆ ಹತ್ತಾರು ಮಕ್ಕಳು ಸೇರಿಕೊಂಡುಬಿಟ್ಟರೆ ಮುಗೀತು. ಒಂದು ತುತ್ತು ಅನ್ನ ಸಿಕ್ಕರೆ ನನಗೆ, ನನಗೆ ಅಂತ ಕಿತ್ತು ತಿನ್ನುತ್ತಿದ್ದ ಮಕ್ಕಳ ಮಧ್ಯೆ ಬಾಂಧವ್ಯ ಪ್ರೀತಿಗಳೆಲ್ಲಿ ಬರಬೇಕು. ಆ ತಾಯಿಯಾದರೋ ತನ್ನ ಪ್ರೀತಿಯನ್ನು ಯಾರಿಗೆ ಅಂತ ಹಂಚುತ್ತಾಳೆ? ಅಮ್ಮನ ಅಕ್ಕ ಸುಭದ್ರಮ್ಮನವರ ಗಂಡ ಪ್ಲೇಗ್ ಬಂದು ತೀರಿಕೊಂಡಾಗ ವಿಶ್ವನಾಥ ದೊಡ್ಡಮ್ಮನ ಮನೇಲಿ ಅವನ ಸಹಾಯಕ್ಕೆಂದು ಉಳಿದುಕೊಂಡ. ಮಕ್ಕಳಿಲ್ಲದ ದೊಡ್ಡಮ್ಮನಿಗೆ ಈತನೇ ಮಗನಾದ. ಶಾಲೆ ಮುಗಿಸಿ ಕಾಲೇಜಿಗೆ ಹೋದಾಗಲೂ ದೊಡ್ಡಮ್ಮನೇ ಅವನ ಫೀಸು ಹೊಂದಿಸಿದ್ದಳು.

ಉನ್ನತ ವ್ಯಾಸಂಗಕ್ಕಾಗಿ ಬಾಂಬೆಗೆ ಹೋದಾಗ ಅಲ್ಲಿನವರ ಪರಿಚಯವಾಗಿ ಬಿಸಿನೆಸ್ ಶುರುಮಾಡಬೇಕು ಎಂದುಕೊಂಡವನಿಗೆ ತನ್ನ ಮನೆಯಿಂದ, ಅವನು ಊಹಿಸಿದಂತೆ ಬಿಡುಗಾಸೂ ಸಿಗಲಿಲ್ಲ. ಆಗ ದೊಡ್ಡಮ್ಮ ತಮ್ಮ ತವರುಮನೆಯಿಂದ ತಂದಿದ್ದ ಬಂಗಾರದ ಬಳೆಗಳನ್ನು ವಿಶ್ವನಾಥನ ಕನಸು ನನಸಾಗಲಿ ಎಂದು ಹಾರೈಸಿ ಕೊಟ್ಟಿದ್ದರು. ದೊಡ್ಡಮ್ಮನ ಬಂಗಾರದ ಕೈ ಬಳೆಯನ್ನು ಮಾರಿ ಹೂಡಿದ ಹಣ ಇವರ ಕೈಹಿಡಿದು ಬಂಗಾರದ ಮೊಟ್ಟೆ ಇಟ್ಟಿತ್ತು. ತಮ್ಮ ವ್ಯವಹಾರದ ಪಾಲುದಾರನ ತಂಗಿಯನ್ನೇ ಮದುವೆಯಾಗಿ ದೊಡ್ಡ ಉದ್ಯಮಿಯಾಗಿ ಗುರುತಿಸಿಕೊಂಡ ವಿಶ್ವನಾಥ ಮತ್ತೆ ಹಿಂದಿರುಗಿ ನೋಡಲಿಲ್ಲ.

ಸಾವಿನ ಮನೆಗೆ ಟಿಪ್ ಟಾಪ್ ಆಗಿ ಬಂದಿದ್ದ ವಿಶ್ವನಾಥನನ್ನು ಹಳ್ಳಿಗರು ಅಡಿಯಿಂದ ಮುಡಿಯವರೆಗೂ ನೋಡುತ್ತಿದ್ದರೆ ವಿಶ್ವನಾಥ ಸುಭದ್ರಮ್ಮನವರ ಮುಖವನ್ನೇ ದಿಟ್ಟಿಸುತ್ತಿದ್ದ. ತಕ್ಷಣ 'ವಿಶ್ವಾ..' ಅಂತ ಪ್ರೀತಿಯಿಂದ ಕರೆಯುತ್ತಿದ್ದ ಅವರ ಧ್ವನಿ ಕಿವಿಯಲ್ಲಿ ಪ್ರತಿಧ್ವನಿಸಿ ದಂತಾಯಿತು. ಬರಿಗಾಲಲ್ಲಿ ನಡೆದು ಶಾಲೆಗೆ ಹೋಗುವಾಗ ಕಾಲಿಗೆ ಗಾಜು ಚುಚ್ಚಿ ಬೆರಳು ನೋಯಿತೆಂದು ಚಪ್ಪಲಿ ಹೊಲೆದು ಕೊಟ್ಟವರು ದೊಡ್ಡಮ್ಮ.

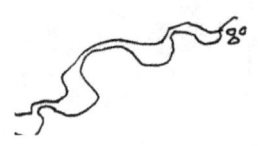

ತಂದೆ ತಾಯಿಗಳೇ ಮರೆತು ಹೋಗುತ್ತಿದ್ದ ಹುಟ್ಟುಹಬ್ಬವನ್ನು ನೆನಪಿಟ್ಟು ಕೊಂಡು ಆಚರಿಸುತ್ತಿದ್ದವರೂ ಅವರೇ. ಅವರು ಮಾಡಿಕೊಡುತ್ತಿದ್ದ ಎಳ್ಳುಂಡೆಯ ರುಚಿಯನ್ನು ನಾಲಗೆಯ ಮೇಲಿನ ರುಚಿಮೊಗ್ಗುಗಳು ನೆನಪಿಸಿತು. ಕಳೆದುಹೋಗಿದ್ದ ಅವರ ನೆನಪುಗಳು ತೆರೆತೆರೆಯಾಗಿ ಬಂದು ಹಿರಿದಾಗುತ್ತಾ ಹೋದಂತೆ ಇಷ್ಟು ಹೊತ್ತು ಎಲ್ಲಿ ಅಡಗಿ ಕೊಂಡಿತ್ತೋ ಕಣ್ಣೀರು, ಎಲ್ಲರಿಗೂ ಕಾಣುವಂತೆ ಹೊರಬಂದಿತು. ಕ್ಯಾಮೆರಾ ಹಿಡಿದವನು ನನ್ನನ್ನೇ ಜೂಮ್ ಮಾಡುತ್ತಿದ್ದಾನೆನಿಸಿ ಹಿಂದೆ ತಿರುಗಿಕೊಂಡು ಕರ್ಚೀಫಿನಿಂದ ಕಣ್ಣೀರು ಒರೆಸಿಕೊಂಡರು.

'ಸುಭದ್ರಮ್ಮ ಬದುಕಿದ್ದಾಗ ನಿಮ್ಮನ್ನ ನೆನಪು ಮಾಡಿಕೊಳ್ಳದ ದಿನವಿಲ್ಲ, ನೀವೇ ಅವರ ಅಂತ್ಯಕ್ರಿಯೆ ಮಾಡಿಬಿಡಿ' ದೊಡ್ಡಮ್ಮನನ್ನು ತುಂಬಾ ಬಲ್ಲವರಂತೆ ಕಂಡ ಹಿರಿಯರೊಬ್ಬರು ಮನವಿ ಮಾಡಿಕೊಂಡಾಗ ವಿಶ್ವನಾಥನಿಗೆ ಇಲ್ಲ ಅನ್ನಲಾಗಲಿಲ್ಲ. ಮನೆಯಿಂದ ಹೊರಟಾಗ ಕೊನೇ ಮುಖ ನೋಡಿಕೊಂಡು ತಕ್ಷಣ ಹೊರಟುಬಿಡಬೇಕು ಅಂದುಕೊಂಡಿ ದ್ದವನಿಗೆ ಈಗ ಅಲ್ಲಿಂದ ಹೊರಡುವ ತವಕ ಮಾಯವಾಗಿತ್ತು. ವಿಶ್ವನಾಥ ನೆನಪು ಮಾಡಿಕೊಂಡರು. ನನ್ನ ತಂದೆತಾಯಿಯ ಕ್ರಿಯಾ ಕರ್ಮಗಳನ್ನು ಮಾಡಿದವರ್ಯಾರು? ನೆನಪಾಗಲಿಲ್ಲ, ಅಮ್ಮ ಹೋದಾಗ ನಾನು ಭಾರತದಲ್ಲಿರಲಿಲ್ಲ, ಅಪ್ಪ ಹೋದಾಗಲಂತೂ, ಅವರು ಹೋದದ್ದೇ ಒಳ್ಳೇದಾಯಿತು, ಹೆಂಡತಿ ಮಕ್ಕಳನ್ನು ನೋಡಿಕೊಳ್ಳದ ಬೇಜವಾಬ್ದಾರಿ ಮನುಷ್ಯ ಬದುಕಿದ್ದು ಏನು ಪ್ರಯೋಜನ ಅನ್ನಿಸಿತ್ತು. ಯಾರೋ ಪಂಚೆ ಶಲ್ಯ ಕೊಟ್ಟು ಸ್ನಾನ ಮಾಡಲು ಹೇಳಿದಾಗ ಮನಸ್ಸು ಮತ್ತೆ ವರ್ತಮಾನಕ್ಕೆ ಮರಳಿತು.

ಜೋಡಿಸಿಟ್ಟ ಕಟ್ಟಿಗೆಗಳ ಮೇಲೆ ದೇಹವನ್ನು ಮಲಗಿಸಿದಾಗ ವಿಶ್ವನಾಥ ಜಡವಾಗಿ ನಿಂತಿದ್ದರು. ಇಡೀ ಪ್ರಪಂಚದಲ್ಲಿ ಯಾವ ಅಪೇಕ್ಷೆಯೂ ಇಟ್ಟುಕೊಳ್ಳದೆ ನನ್ನನ್ನು ನಿಜವಾಗಿಯೂ ಪ್ರೀತಿಸುತ್ತಿದ್ದ ಒಂದೇ ಜೀವ ಇಂದು ಕಣ್ಣು ಮುಚ್ಚಿದೆ ಅಂತೆನಿಸಿ ಗಂಟಲು ಭಾರವಾಯಿತು. ನಾನೇಕೆ ಇವರನ್ನು ಇಷ್ಟು ವರ್ಷ ಮರೆತಿದ್ದೆ? ಇಂದು ಯಾಕೆ ಬಂದೆ? ಇಷ್ಟು

ಪ್ರೀತಿಯಿಟ್ಟುಕೊಂಡಿದ್ದ ದೊಡ್ಡಮ್ಮನನ್ನು ಒಬ್ಬಳೇ ಊರಲ್ಲಿರಲು ಏಕೆ ಬಿಟ್ಟೆ? ಅನ್ನೋ ಯೋಚನೆಗಳ ಜೊತೆ ವಿಧಿವಿಧಾನಗಳು ಮುಗಿದಿದ್ದವು. ಪುರೋಹಿತರು ಕೊಳ್ಳಿಯನ್ನು ಕೈಗೆ ಕೊಟ್ಟಾಗ ಅದನ್ನು ಹಿಡಿದುಕೊಳ್ಳೋ ಶಕ್ತಿ ತನಗಿಲ್ಲ ಎನಿಸಿಬಿಟ್ಟಿತು. ಅವರೇ ವಿಶ್ವನಾಥನ ಕೈಹಿಡಿದುಕೊಂಡು ಚಿತೆಗೆ ಬೆಂಕಿಯಿಟ್ಟರು.

ಕಣ್ಣೀರು ಖಾಲಿಯಾಗಿ, ರೋದನೆ ಮುಗಿದು ಎಲ್ಲರು ಹೊರಟ ಮೇಲೂ ವಿಶ್ವನಾಥ ಶೂನ್ಯದಲ್ಲಿ ದೃಷ್ಟಿಯಿಟ್ಟು ಅಲ್ಲೇ ಕುಳಿತಿದ್ದರು. ತನ್ನೂರು, ಮಕ್ಕಳು, ವ್ಯವಹಾರ ಎಲ್ಲವನ್ನೂ ಮರೆತಂತೆ. ಯಾರೋ ಭುಜದ ಮೇಲೆ ಕೈಯಿಟ್ಟು ಎಚ್ಚರಿಸಿದಾಗ ಬೆಚ್ಚಿ ತಿರುಗಿನೋಡಿದರು. ಬೆಂಕಿ ಆರಿದ ಹೊಗೆಯ ಮಧ್ಯ ನಿಂತವರ ಮುಖ ಪರಿಚಿತವಾಗಿತ್ತು, ಅದು ಕಾರಿನಲ್ಲಿ ಜೊತೆಗೆ ಬಂದ ಮಹಾನುಭಾವನೆಂದು ಬುದ್ಧಿ ನೆನಪಿಸಿತು. 'ಯಾಕ್ ಬಿಸ್ಲಲ್ಲಿ ನಿಂತಿದ್ದೀರ ಸ್ವಾಮಿ, ಹೊರಡಲ್ವಾ?'. ಹೌದಲ್ವಾ ನಾನು ಹೊರಡಬೇಕು, ಎಲ್ಲಿಗೆ.. ವಾಪಸ್ ಬೆಂಗಳೂರಿಗಾ? ಇಷ್ಟು ಬೇಗ? ದೊಡ್ಡಮ್ಮನನ್ನು ಮಾತನಾಡಿಸದೇ ಹೇಗೆ ಹೋಗೋದು? ಓ ದೊಡ್ಡಮ್ಮ ಈಗಿಲ್ಲ. ಮನಸ್ಸು ಸತ್ಯವನ್ನು ಅರಗಿಸಿಕೊಳ್ಳಲು ಗಿರಿಗಿಟ್ಲೆ ಹೊಡೀತಿತ್ತು.

ಬಿಸಿಲೇರುತ್ತಿದ್ದಂತೆ ತಲೆ ಸುತ್ತಿಬಂದು ಬೀಳುವ ಹಾಗಾಗಿ ಆತನ ಭುಜವನ್ನು ಆಶ್ರಯಿಸಿದರು. 'ಬ್ಯಾಸ್ರ ಮಾಡ್ಕೊಳ್ಬೇಡಿ ಸಾಮಿ, ಏನ್ ಜೀವ್ನ ಇದು? ನೀರಿನ್ ಗುಳ್ಳೇ ತರ ಒಂದು ದಿನ ಕೊನೆಯಾಗೋ ಬದುಕಲ್ಲಿ ಎಷ್ಟೆಲ್ಲಾ ಒದ್ದಾಡ್ತೀವಿ ಅಂತ ಇವತ್ತು ಅನ್ನಿಸುತ್ತೆ. ಅಮೇಲ್ ಎಲ್ಲಾ ಮರೆತುಹೋಗಿ ನನ್ ಹಣ, ನನ್ ಹೆಂಡ್ತಿ ಮಕ್ಕಳು ಅಂತ ಒದ್ದಾಡ್ತೀವಿ' ಒಂದೇ ಮಾತಿನಲ್ಲಿ ಆ ಮುದುಕ ಸ್ಮಶಾನ ವೈರಾಗ್ಯವನ್ನ ಅರ್ಥ ಮಾಡಿಸಿದ್ದ. 'ತುಂಬಾ ಸುಸ್ತಾಗಿದ್ದೀರ ನಡೀರಿ, ಏನಾದ್ರು ಹೊಟ್ಗೆಗಾಕೊಳ್ಳಿ ಮೊದ್ಲು' ಅವನು ವಿಶ್ವನಾಥನನ್ನು ಬಲವಂತ ಮಾಡಿದ. ತಾನಿನ್ನೂ ಏನು ತಿಂದಿಲ್ಲ, ಮಾತ್ರೆ ತಗೊಂಡಿಲ್ಲ ಅನ್ನೋದು ನೆನಪಾಗಿ ನಿಧಾನವಾಗಿ ಆತನ ಜೊತೆ ಹೆಜ್ಜೆ ಹಾಕಿದರು.

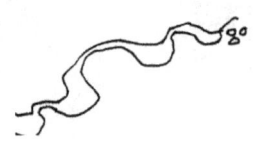

'ನನ್ ಹೆಸ್ರು ಭೀಮಪ್ಪ ಅಂತ. ವ್ಯವಸಾಯ ಮಾಡ್ಕೊಂಡಿದ್ದೀನಿ. ನಾವು
ಭತ್ತ, ಸೂರ್ಯಕಾಂತಿ ಬೆಳೀತೀವಿ. ಮೂರ್ ಮಕ್ಕಳವ್ರೆ, ದೊಡ್
ಮಗಳನ್ನ ಪಕ್ಕದ್ ಹಳ್ಳೀಗ್ ಕೊಟ್ಟಿದ್ದೀನಿ, ಚಿಕ್ ಮಗ ಮೈಸೂರಿನಲ್ಲಿ
ಕೆಲ್ಸ ಹುಡ್ಕೊಂಡಿದ್ದಾನೆ ಎಂದವನು ವಿಶ್ವನಾಥನಿಗೆ ಹೆಂಡತಿ, ಇನ್ನೊಬ್ಬ
ಮಗ, ಸೊಸೆಯನ್ನು ಪರಿಚಯ ಮಾಡಿಕೊಟ್ಟ, ಅದೊಂದು ಪುಟ್ಟದಾದ
ಹೆಂಚಿನ ಮನೆ. ಸಾವಿನ ಮನೇಲಿ ಒಲೆ ಹಚ್ಚೋಹಾಗಿಲ್ಲ ಅಂತ ಗೊತ್ತಾಗಿ
ವಿಧಿಯಿಲ್ಲದೆ ವಿಶ್ವನಾಥ ಭೀಮಪ್ಪನ ಮನೆಯ ಅತಿಥಿಯಾಗಿದ್ದ.
ಇಡೀ ಕುಟುಂಬ ವಿಶ್ವನಾಥ ಎಷ್ಟು ದೊಡ್ಡ ಮನುಷ್ಯ ಅನ್ನೋದನ್ನು
ಗುರುತಿಸಿರಲಿಲ್ಲ. ಬಹುಷಃ ಮೈಸೂರಿನಲ್ಲಿರೋ ಭೀಮಣ್ಣನ ಕೊನೇ
ಮಗನಿಗೆ ನಾನ್ಯಾರು ಅನ್ನೋದು ಗುರುತಿರುತ್ತದೆ. ಮನಸ್ಸಿನೊಳಗಾಗುತ್ತಿದ್ದ
ಅಭದ್ರತೆಗೊಂದು ಸಮಾಧಾನ ಹುಡುಕಿಕೊಂಡನು.

ಭೀಮಪ್ಪನ ಸೊಸೆ ಮೂಲೇಲಿದ್ದ ಮರದ ಟೇಬಲನ್ನ ಎಳೆದು
ವಿಶ್ವನಾಥನ ಮುಂದಿಟ್ಟು ಹೋದವಳು ದೋಸೆ ಮಾಡಿ ತಟ್ಟೆಗೆ
ಹಾಕಿಕೊಟ್ಟಳು. ಕುಂಟ ಕಾಲಿನ ಟೇಬಲ್ಲು ದೋಸೆಯನ್ನು ಮುರೀವಾಗ
ಗಲಾಟೆ ಮಾಡುತ್ತಿತ್ತು. ಒಂದಾದ ಮೇಲೊಂದರಂತೆ ಬಿಸಿಬಿಸಿಯಾಗಿ
ತಟ್ಟೆಗೆ ಬಿದ್ದ ನಾಲ್ಕು ದೋಸೆಗಳು ವಿಶ್ವನಾಥನ ಹೊಟ್ಟೆಯನ್ನು ತಣಿಸಿತು.
ತಿಂದು ಮುಗಿಸಿದ ಮೇಲೂ ಉಪ್ಪು ಹುಳಿ ಖಾರ ಹದವಾಗಿ ಬೆರೆಸಿದ್ದ
ಕೆಂಪು ಚಟ್ನಿಯ ರುಚಿ ನಾಲಿಗೆಗೆ ಮೆತ್ತಿಕೊಂಡೇ ಇತ್ತು.

ಆಹಾ! ಏನು ರುಚಿ! ನಾನು ತಿನ್ನುವ ಚಟ್ನಿ ಹೀಗೆ ಇರುವುದಿಲ್ಲ ಏಕೆ? ಮಿಕ್ಸಿ ಅಲ್ಲದೆ ರುಬ್ಬು ಗುಂಡಿನಲ್ಲಿ ಮಾಡಿರಬಹುದೆಂದೇ? ಕೇಳಿಬಿಡಲೇ? ಮನಸ್ಸು ಬೇಡ ಎಂದು ಬಿಂಕ ಮಾಡಿತು. ಭೀಮಪ್ಪನ ಸೊಸೆ ಕಾಫಿ ತಂದುಕೊಟ್ಟಾಗ 'ಸಕ್ಕರೆ ಹಾಕಿದ್ಯಮ್ಮ? ಹೇಳೋದು ಮರ್ತುಬಿಟ್ಟೆ' ವಿಶ್ವನಾಥ ಕೇಳಿದಾಗ ಭೀಮಪ್ಪನ ಸೊಸೆ ತಬ್ಬಿಬ್ಬಾದಳು. 'ಇಲ್ಲಿ ತಾ.. ಅವ್ರಿಗೆ ಸಕ್ಕರೆ ಹಾಕ್ದೆ ಕಾಫಿ ಮಾಡಿಕೊಡು'. ಭೀಮಣ್ಣ ಹೇಳಿ ಲೋಟವನ್ನು ಇಸಿದುಕೊಂಡ. ಈ ವಯಸ್ಸಿನಲ್ಲೂ ವ್ಯವಸಾಯ ಮಾಡುತ್ತಾ, ಸಕ್ಕರೆ ಹಾಕಿದ ಕಾಫಿಯನ್ನ ಹೀರುತ್ತಾ ಕುಕ್ಕರುಗಾಲಿನಲ್ಲಿ ಕುಳಿತಿದ್ದ ಭೀಮಪ್ಪನನ್ನು ಬೆರಗುಗಣ್ಣಿನಿಂದ ವಿಶ್ವನಾಥ ನೋಡಿದರು.

ಭೀಮಪ್ಪನ ಕುಟುಂಬಕ್ಕೆ ಇನ್ಯಾವಾಗಲಾದ್ರೂ ಬರ್ತೀನಿ ಅಂತ ಹೇಳಿ ಹೊರಬಿದ್ದ ವಿಶ್ವನಾಥನಿಗೆ ಹೊರಡುವ ಮುನ್ನ ದೊಡ್ಡಮ್ಮನ ಮನೆ ಒಂದು ಸಲ ನೋಡಿ ಹೋಗುವ ಹಂಬಲವಾಯಿತು. ರಾತ್ರಿಯಿಂದ ಒಂದೇ ಸಮನೆ ಜನ ಬಂದುಹೋದ ಮನೆಯಲ್ಲಿ ಈಗ ಖಾಲಿ ಹೆಜ್ಜೆಗಳಷ್ಟೇ ಇದ್ದುವು. ವಿಶ್ವನಾಥನಿಗೆ ಯಾಕೋ ಈ ಮನೆಗಿಂತಾ ತನ್ನ ಮನಸ್ಸೇ ಖಾಲಿಯಾಗಿದೆ ಅನ್ನಿಸಿತು. ಹಳ್ಳಿಯ ಒಂಟಿ ಹೆಂಗಸು ದೊಡ್ಡಮ್ಮನ ಕೊನೇ ಯಾತ್ರೆಗೆ ಎಷ್ಟೊಂದು ಜನ ಬಂದಿದ್ದರು! ನಾನಿಲ್ಲದಿದ್ದರೂ ಏನೂ ವ್ಯತ್ಯಾಸವಾಗುತ್ತಿರಲಿಲ್ಲ, ಅವಳ ದೇಹಕ್ಕೆ ಹೆಗಲು ಕೊಡೋಕೆ ಇದ್ದ ಭುಜಗಳೇನೂ ಕಡಿಮೆಯಿರಲಿಲ್ಲ. ತಕ್ಷಣ ಹೊಳೆದ ಪ್ರಶ್ನೆ ಅವನನ್ನು ಸ್ತಬ್ಧವಾಗಿಸಿತ್ತು. ನನ್ನ ಕೊನೇ ಯಾತ್ರೆಗೆ ಬರುವವರು

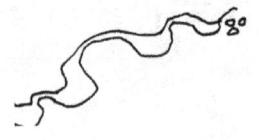

ಯಾರು? ಕಂಪನಿಯ ಎಂಪ್ಲಾಯಿಗಳು ಬರುವರೇ? ಅನ್ಯ ದೇಶವಾಸಿ ಮಗನಾದರೂ ಬರಬಹುದೆಂದು ಸ್ಪಷ್ಟವಾಗಿ ತೋರಲಿಲ್ಲ.

ತಕ್ಷಣ ಭೀಮಪ್ಪನ ತುಂಬಿದ ಕುಟುಂಬ ಕಣ್ಣ ಮುಂದೆ ಪ್ರತ್ಯಕ್ಷವಾಯಿತು. ಭೀಮಪ್ಪ ಊರಿನಲ್ಲಿರೋ ಎಲ್ಲರ ಬಗ್ಗೆ ತಿಳಿದುಕೊಂಡಿದ್ದಾನೆ. ಆದರೆ ನನಗೆ ನನ್ನ ಸ್ವಂತ ತಮ್ಮ ತಂಗಿಯರ ಮಕ್ಕಳ ಹೆಸರೂ ಗೊತ್ತಿಲ್ಲ. ಈ ಕೀರ್ತಿ ಸಾಧನೆ ಯಾರಿಗಾಗಿ? ಬರೀ ನನ್ನ ಉದ್ಧಾರ ಮಾಡಿಕೊಳ್ಳೋಕೆ ಹೋದ ದಾರೀಲಿ ಪಡೆದುಕೊಂಡದ್ದಕ್ಕಿಂತ ಕಳೆದುಕೊಂಡಿದ್ದೆಷ್ಟೋ?! ಮನಸ್ಸು ತರ್ಕ ಮಾಡಿತು.

'ಅಕ್ಕಿಯೊಳಗನ್ನವನು ಮೊದಲಾರು ಕಂಡವರು?, ಅಕ್ಕರದ ಬರಹಕ್ಕೆ ಮೊದಲಿಗನದಾರು?, ಲೆಕ್ಕವಿರಿಸಿಲ್ಲ ಜಗ ತನ್ನಾದಿಬಂಧುಗಳ, ದಕ್ಕುವುದೆ ನಿನಗೆ ಜಸ ಮಂಕುತಿಮ್ಮ'. ಡಿವಿಜಿಯವರ ಈ ಕಗ್ಗದ ಅರ್ಥ ಮೊದಲ ಬಾರಿ ಅನುಭವಕ್ಕೆ ಬಂದಿತು. ಮೊಟ್ಟಮೊದಲು ಅನ್ನವನ್ನು ಕಂಡವನನ್ನೇ ಈ ಜಗತ್ತು ನೆನಪಿಟ್ಟುಕೊಂಡಿಲ್ಲ! ಇನ್ನು ನಾನ್ಯಾರು? ಯಾರಿಗಾಗಿ ಈ ಪಯಣ? ಕೋಟಿ ಕೋಟಿ ದುಡಿದಿದ್ದರೂ ನಾಲಿಗೆಗೆ ಸಿಹಿ ಕಾಣುವ ಭಾಗ್ಯವಿಲ್ಲ, ಬದುಕಿನ ಸಂಜೆಯನ್ನು ತಲುಪಿದ ಜೀವಕ್ಕೆ ತಾನು ಒಂಟಿ ಅನಿಸಿದ್ದು ಸತ್ಯ.

ಯಾಂತ್ರಿಕವಾಗಿ ಕಾರಿನ ಕಡೆಗೆ ಕಾಲು ಎಳೆದುಕೊಂಡು ಹೊರಟ ವಿಶ್ವನಾಥರಿಗೆ ಬೆಳಗ್ಗೆ ಕಾರು ಗಲೀಜು ಮಾಡಿ ಸಿಟ್ಟಿಗೆಬ್ಬಿಸಿದ್ದ ಭೀಮಪ್ಪ ಈಗ ಹೊಸದಾಗಿ ಕಂಡ. ಜಗುಲಿಯ ಮೇಲೆ ಮಕ್ಕಳನ್ನು ಸುತ್ತುಗಟ್ಟಿಕೊಂಡು ಕೂತಿದ್ದವನನ್ನೇ ದಿಟ್ಟಿಸಿದ. ಯಾವ ಚಿಂತೆಯೂ ಇಲ್ಲದ ಭೀಮಪ್ಪನ ಮುಖಕ್ಕೂ ಪುಟ್ಟ ಮಗುವಿನ ಮುಖಕ್ಕೂ ಏನೂ ವ್ಯತ್ಯಾಸ ಕಾಣಲಿಲ್ಲ. ಭೀಮಜ್ಜ ಚೆಂದದ ಕತೆ ಹೇಳ್ತಾನೆ ಅಂತ ಅಕ್ಕಪಕ್ಕದ ಹುಡುಗರು ಬಂದು ಕೂತಿದ್ದರು. 'ಒಂದೂರಲ್ಲಿ ಒಬ್ಬ ಮೀನುಗಾರನಿದ್ನಂತೆ. ಅವನ ಹತ್ರ ಪುಟ್ಟ ದೋಣಿ ಇತ್ತಂತೆ..' ಆಂಗಿಕ ಅಭಿನಯದೊಂದಿಗೆ ಕತೆಯನ್ನು ವಿವರಿಸಲು ಶುರುಮಾಡಿದವನ ಕಣ್ಣಿನಲ್ಲಿ ಮಿಂಚು ಮೂಡಿತ್ತು. ಭೀಮಜ್ಜನ ಕತೆಗೆ ಮಕ್ಕಳು ಹೂಗುಟ್ಟಲು

ಶುರುಮಾಡಿದರೆ, ಮಂತ್ರಮುಗ್ಧನಾದವನಂತೆ ವಿಶ್ವನಾಥ ವೀಕ್ಷಕರಲ್ಲಿ ಒಬ್ಬನಾದ.

..ನದಿ ದಾಟಲು ಬಂದ ಸಾಹುಕಾರನೊಬ್ಬನನ್ನು ಮೀನುಗಾರ ತನ್ನ ದೋಣಿಯಲ್ಲಿ ದಾಟಿಸಲು ಮುಂದಾದನಂತೆ. ನದಿಯಲ್ಲಿ ತುಂಬಾ ಮೀನುಗಳಿದುದ್ದನ್ನು ಗಮನಿಸಿದ ಸಾಹುಕಾರ ನೀನು ದಿನಕ್ಕೆ ಎಷ್ಟು ಮೀನು ಹಿಡಿತ್ಯಾ ಅಂತ ಕೇಳಿದ್ನಂತೆ. ನಾನು ಒಂದು ಬುಟ್ಟಿ ಹಿಡಿದು, ಅದನ್ನು ಮಾರುಕಟ್ಟೆಗೆ ಮಾರಿ ಬರುತ್ತೇನೆ ಅಂದ್ನಂತೆ. ಮಿಕ್ಕಿದ ಸಮಯದಲ್ಲಿ ಏನು ಮಾಡ್ತೀಯ ಎಂದು ಕೇಳಿದಾಗ ನಾನು ನನ್ನ ಮಕ್ಕಳ ಜೊತೆ ಆಟವಾಡುತ್ತೇನೆ, ಹೆಂಡತಿಯ ಜೊತೆ ಕಾಲ ಕಳೆಯುತ್ತೇನೆ, ಬೇರೆ ಹುಡುಗರಿಗೆ ಮೀನು ಹಿಡಿಯುವುದನ್ನು ಹೇಳಿಕೊಡುತ್ತೇನೆ, ಹೊಟ್ಟೆ ತುಂಬಾ ಊಟ ಮಾಡಿ ಕಣ್ತುಂಬ ಮಲಗುತ್ತೇನೆ ಅಂದ.

ಸಾಹುಕಾರ ಅವನನ್ನು ದಡ್ಡ ಅಂತ ಬೈದು, ಇಷ್ಟೆಲ್ಲಾ ಮೀನುಗಳಿರೋ ಕೆರೆ ಹತ್ತಿರ ಗುಡಿಸಲು ಕಟ್ಟಿಕೊಂಡಿದ್ದೀಯಲ್ಲ, ನೀನು ಕಷ್ಟಪಟ್ಟು ಇಲ್ಲಿರೋ ಮೀನನ್ನೆಲ್ಲಾ ಹಿಡಿದು, ನೀನೇ ಒಂದು ಮೀನು ಮಾರುಕಟ್ಟೆ ಮಾಡು. ಅದರಿಂದ ಬಂದ ಲಾಭದಿಂದ ನಿನ್ನ ವ್ಯವಹಾರವನ್ನು ಈ ಹಳ್ಳಿಯಲ್ಲಿ ಮಾತ್ರವಲ್ಲ ಸುತ್ತ ಹತ್ತಾರು ಹಳ್ಳಿಗಳಿಗೆ ವಿಸ್ತರಿಸು ಅಂತ ಹೇಳಿದ. ಮೀನುಗಾರ ಅದನ್ನೆಲ್ಲಾ ಮಾಡೋದಕ್ಕೆ ಎಷ್ಟು ವರ್ಷವಾಗಬಹುದು ಅಂತ ಕೇಳಿದ್ದಕ್ಕೆ ಸಾಹುಕಾರ ಒಂದು ಹದಿನೈದು ಇಪ್ಪತ್ತು ವರ್ಷ. ಆಮೇಲೆ ನೀನು ನೆಮ್ಮದಿಯಿಂದಿರಬಹುದು ಅಂತ ಹೇಳಿದಾಗ ಮೀನುಗಾರ ಅಷ್ಟೆಲ್ಲಾ ಮಾಡೋ ಬದಲು, ಈಗಲೇ ನೆಮ್ಮದಿಯಾಗಿದ್ದೇನೆ ಅಂದನಂತೆ!

'ಗೊತ್ತಾಯ್ತಾ ಮಕ್ಕಳಾ? ಜೀವನ ಅಂದ್ರೆ ಬರೀ ತಾನು ಉದ್ಧಾರ ಆಗೋದ್ರಲ್ಲಿರಲ್ಲ. ಮೀನುಗಾರ ಹೇಗೆ ಬೇರೆಯವರಿಗೂ ತನ್ನ ಕಸುಬು ಹೇಳಿಕೊಟ್ಟು ದೊಡ್ಡ ಮನುಷ್ಯನಾದ ಅಲ್ವಾ?' ಅಜ್ಜನ ಕತೆ ಅರ್ಥವಾದ ದೊಡ್ಡ ಮಕ್ಕಳು ಚಪ್ಪಾಳೆ ತಟ್ಟಿದರೆ, ಚಿಕ್ಕಮಕ್ಕಳು ತಮ್ಮ ಅಕ್ಕ ಅಣ್ಣಂದಿರನ್ನು ಅನುಸರಿಸಿದರು. ವಿಶ್ವನಾಥನಿಗೆ ಮಾತ್ರ ಆ ಕತೆ

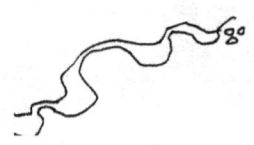

ತನ್ನ ಅಸ್ತಿತ್ವವನ್ನೇ ಪ್ರಶ್ನೆ ಮಾಡುವಂತೆ ಮಾಡಿತ್ತು. ಹಾಗಾದರೆ ನಾನು ದಡ್ಡನೇ? ಮೀನುಗಾರನ ಜೀವನಕ್ಕೂ ಭೀಮಪ್ಪನ ಜೀವನಕ್ಕೂ ತುಂಬಾ ಸಾಮ್ಯತೆ ಕಂಡಿತು.

‘ಸಾಕ್ ಹೋಗ್ರೋ ಮಕ್ಕಳಾ. ಊಟದ್ ಸಮಯ ಆಯ್ತು ಬನ್ನಿ.’ ಭೀಮಪ್ಪನ ಹೆಂಡತಿ ಅವನು ಬರೋವರೆಗೂ ಕಾದೇ ಇದ್ದಳು. ‘ಬಲವಂತ ಮಾಡ್ದೇ ಇದ್ರೆ ಇವ್ರು ಮೈ ಮರ್ತು ಮಕ್ಕಳಿಗಿಂತಾ ಮಕ್ಕಳಾಗಿಬಿಡ್ತಾರೆ’ ಎಂದು ಭೀಮಪ್ಪನ ಮೇಲೆ ಹುಸಿಕೋಪ ತೋರಿಸಿದಳು. ಇಳೀವಯಸ್ಸಿನಲ್ಲೂ ಗಂಡನ ಬಗ್ಗೆ ಎಂತಹ ಕಾಳಜಿ, ಪ್ರೇಮ! ನಾನು ಯಾರಿಗೂ ಹೇಳದೇ ಮನೆಯಿಂದ ಹೊರಟಿದ್ದೆ. ನನ್ನ ಚಿಂತೆ ಯಾರಿಗಾದರೂ ಇದೆಯೇ? ಮಗ ಸೊಸೆ ಒಂದೇ ಮನೆಯಲ್ಲಿದ್ದರೂ ಅವರ ಜೊತೆ ಮಾತನಾಡಿ ಎಷ್ಟೋ ದಿನಗಳೇ ಕಳೆದಿದ್ದವು, ನನ್ನ ಅನುಪಸ್ಥಿತಿ ಅವರ ಗಮನಕ್ಕೇ ಬಂದಿರೋದಿಲ್ಲ. ಇನ್ನು ಹೆಂಡತಿ ನನ್ನ ಪರ್ಸನಲ್ ಮ್ಯಾನೇಜರ್ ಹತ್ರ ನನ್ನ ಕಾರ್ಯಕ್ರಮಗಳ ಬಗ್ಗೆ ತಿಳಿದುಕೊಳ್ಳುವಳು. ಕಚೇರಿಯಲ್ಲಿರಬೇಕಾದ ಔಪಚಾರಿಕತೆಯನ್ನು ಬದುಕಿಗೂ ಅಳವಡಿಸಿಕೊಂಡಿರುವುದು ಈಗ ಗಮನಕ್ಕೆ ಬಂದಿತು.

ಬುದ್ಧಿಯು ತನ್ನ ಜೀವನದ ಪರ, ಹೃದಯವು ಭೀಮಪ್ಪನ ಜೀವನದ ಪರ ಅಡೆತಡೆಯಿಲ್ಲದೆ ನಡೆಸಿದ್ದ ಚರ್ಚಾಸ್ಪರ್ಧೆಗೆ ಲಗಾಮು ಹಾಕಲು ಫೋನ್ ಕಾಲೇ ಬರಬೇಕಾಯಿತು. ಮ್ಯಾನೇಜರ್ ನಂಬರ್ ಗುರುತಿಸಿ ವಿಶ್ವನಾಥ ಫೋನ್ ರಿಸೀವ್ ಮಾಡಿದಾಗ 'ಸರ್ ಇನ್ನೂ ಹೊರಟಿಲ್ವಾ? ನಿಮ್ಮ ಅಪಾಯಿಂಟ್ಮೆಂಟ್ ತಗೊಂಡೋರೆಲ್ಲಾ ಬೆಳಗ್ಗೆಯಿಂದ ಕಾಯ್ತಾ ಇದ್ದಾರೆ'. ವಿಶ್ವನಾಥ ಎಚ್ಚೆತ್ತುಕೊಂಡು ಕೂಡಲೇ ಕಾರು ತಿರುಗಿಸಿದರು. ಯಾವುದೋ ಮಾಯಾಲೋಕದಿಂದ ಹೊರಬಂದವರಂತೆ 'ಅರೆ! ಎಂತೆಂಥವರೋ ನನಗಾಗಿ ಕಾದಿರುವಾಗ ನಾನೇಕೆ ಈ ಅಡಗೂಲಜ್ಜನ ಹಿಂದೆ ಬಿದ್ದೆ'! ಕರ್ತವ್ಯ ಪರಿಪಾಲಕನ ಕಾರು, ಬಂದ ದಾರಿಯ ಕಡೆಗೆ ವೇಗ ಹೆಚ್ಚಿಸಿಕೊಂಡಿತು.

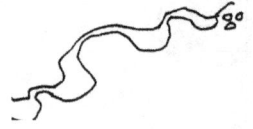

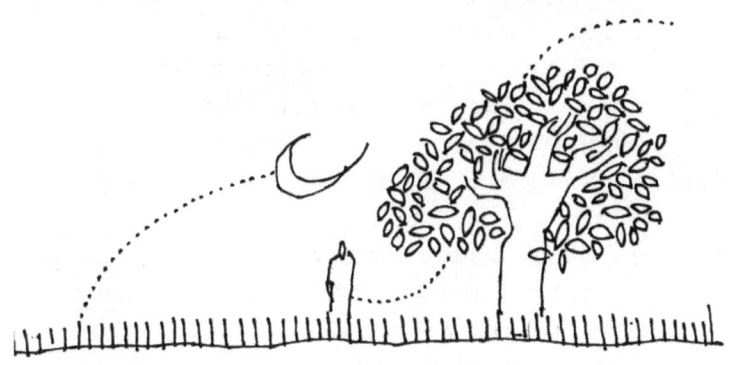

ENGLISH ಕೃಷ್ಣ

ಬಿಬಿಎಂಪಿ ಪಾರ್ಕ್‌ನ ಕಬ್ಬಿಣದ ಬೇಲಿಯಿಂದ ಒಳಗೆ ಒಂದು ಹಳೇ ಟೆನ್ನಿಸ್ ಬಾಲು ಉರುಳುರುಳಿಕೊಂಡು ಕಾಲುದಾರಿಯವರೆಗೆ ಬಂದಿತು. ಸ್ಪೋರ್ಟ್ಸ್ ಶೂಸ್ ಹಾಕಿಕೊಂಡಿದ್ದ ವ್ಯಕ್ತಿ ಅದನ್ನು ಕೈಗೆತ್ತಿಕೊಂಡು ಸುತ್ತ ನೋಡಿದ. ಪಕ್ಕದ ರಸ್ತೆಯಲ್ಲಿ ಆಗಷ್ಟೇ ಕಾಮಗಾರಿ ಶುರುವಾಗಿರುವ ಕಟ್ಟಡದ ಮುಂದೆ ಮರಳಿನ ರಾಶಿಯ ಮೇಲೆ ನಿಂತಿದ್ದ ಐದಾರು ವರ್ಷದ ಕಪ್ಪು ಬಾಲಕ ಯಾವ ಭಾವನೆಯೂ ಇಲ್ಲದೆ ನೋಡುತ್ತಾ ನಿಂತಿದ್ದ. ಬಾಲ್ ಎತ್ತಿಕೊಂಡ ವ್ಯಕ್ತಿ **`Is this ball yours?'** ಅಮೇರಿಕನ್ ಅಕ್ಸೆಂಟ್‌ನಲ್ಲಿ ಕೇಳಿದ.

ಹುಡುಗ ಏನನ್ನೂ ಹೇಳದೇ ಬಾಲ್ ಅನ್ನು ಕೊಡುವ ಹಾಗೆ ಕೈಚಾಚಿದ್ದ ಆ ವ್ಯಕ್ತಿಯ ಹತ್ತಿರ ಓಡಿಬಂದ. ಮುಗ್ಧ ಮುಖ, ಬಟ್ಟಲ ಕಣ್ಣುಗಳಿಗೆ ಉದ್ದುದ್ದ ರೆಪ್ಪೆಗಳು, ಕೆದರಿದ ಕೂದಲುಗಳಿಂದ ತುಂಟನ ಹಾಗೆ ಕಾಣುತ್ತಿದ್ದ ಬಾಲಕನನ್ನು ನೋಡಿ `hey! I am Ben. What's your name?' ಮುಗುಳ್ನಗುತ್ತಾ ಕೇಳಿದ. ಕೆಂಪು ಮುಖ ಕೆಂಚು ಕೂದಲ ವ್ಯಕ್ತಿಯನ್ನು ಹುಡುಗ ವಿಚಿತ್ರವಾಗಿ ನೋಡುತ್ತಾ ನಿಂತಾಗ ಅವನ ತಾಯಿ 'ಏ ಮಲ್ಲೇಶ ಇಲ್ ಬಾ' ಎಂದು ಕೂಗಿದಳು. ಮಲ್ಲೇಶ ಬಾಲ್ ಇಸಿದುಕೊಂಡು ವಾಪಸ್ ಓಡಿದವನು ಕಟ್ಟಡದ ಪಕ್ಕ ಇಟ್ಟಿಗೆಯಿಂದ ಮಾಡಿದ್ದ ಸಣ್ಣ ಕೋಣೆಯಂಥ ಮನೆಯೊಳಗೆ ಓಡಿಹೋದ. ರಾಣಿ ತಟ್ಟೆಗೆ ಖಡಕ್ ರೊಟ್ಟಿ ಹಾಕಿ ಮಗನಿಗೆ ಕೊಟ್ಟು ತಲೆ ಮೇಲೆ ಸಿಂಬಿ ಇಟ್ಟುಕೊಂಡು ಕೆಲ್ಸಕ್ಕೆ ಹೊರಟಳು.

ಇಡೀ ದಿನ ಮಲ್ಲೇಶನ ತಂದೆ ತಾಯಿ ಗಾರೆಕೆಲಸ ಮಾಡಿದರೆ, ಐದು ವರ್ಷದ ಮಲ್ಲೇಶ ಕಟ್ಟಡದ ಮುಂದಿನ ಮರಳಿನ ರಾಶಿ ಮೇಲೆ ಆಟವಾಡುತ್ತಾ, ಪಾರ್ಕಿಗೆ ಬಂದವರನ್ನು ನೋಡುತ್ತಾ ಕಾಲ ಕಳೆಯುತ್ತಿದ್ದ. ಬಣ್ಣ ಕಪ್ಪಿದ್ದರೂ ಅವನ ಮುಖದ ಆಕರ್ಷಣೆಗೆ ಒಂದು ಕ್ಷಣ ನೋಡಿದವರು, ಮತ್ತೊಮ್ಮೆ ಅವನನ್ನು ತಿರುಗಿ ನೋಡುತ್ತಿದ್ದರು. ಪಾರ್ಕಿನಲ್ಲಿ ಬೆಳಗ್ಗೆ ಸಂಜೆ ವೃದ್ಧರು ಲಾಫಿಂಗ್ ಕ್ಲಬ್ ಸೇರಿ ಒಟ್ಟಿಗೆ ಕೃತಕವಾಗಿ ನಗುತ್ತಿದ್ದರೆ ಅವರನ್ನು ನೋಡಿ ತಾನೂ ಕಿಲಕಿಲ ಎಂದು ನಗುತ್ತಿದ್ದ. ರಾಂಗ್ ಟೈಮಿಂಗ್‌ನಲ್ಲಿ ನಕ್ಕು ಈ ತರ್ಲೆ ಹುಡುಗ ಅವರ ನಿಜವಾದ ನಗುವಿಗೆ ಕಾರಣನಾಗುತ್ತಿದ್ದ.

ಸಾಯಂಕಾಲ ಟೀ ಕುಡಿಯುತ್ತಾ ಕೂತಿದ್ದ ಮೇಸ್ತ್ರಿ ಮುಂದೆ ಮಲ್ಲೇಶನ ತಾಯಿ ತಂದೆ ಕೂಲಿಗಾಗಿ ಕೈಕಟ್ಟಿಕೊಂಡು ನಿಂತಿದ್ದರು. ಮಲ್ಲೇಶ ಬುರ್ ಎಂದು ಬಾಯಲ್ಲಿ ಶಬ್ದ ಮಾಡುತ್ತಾ, ಕೈಯಲ್ಲಿ ಮರದ ಕೋಲನ್ನು ಹ್ಯಾಂಡಲ್‌ನ ಹಾಗೆ ಹಿಡಿದುಕೊಂಡು ಬೈಕು ಬಿಡುವವನಂತೆ ಅಲ್ಲಲ್ಲೇ ತಿರುಗುತ್ತಿದ್ದ. 'ನಿನ್ ಮಗ ನಾನ್ ಕಾರ್ ಆಚೆ ತೆಗೀವಾಗ್ಲೆಲ್ಲ ಓಡ್ ಬಂದು ಗೇಟ್ ತೆಗೀತಾನೆ ಬಸಪ್ಪ' ಮೇಸ್ತ್ರಿ ದುಡ್ಡೆಣಿಸುತ್ತಾ ಹೇಳಿದಾಗ 'ಸಹಾಯ ಮಾಡ್ಬೇಕು ಅಂತೇನಿಲ್ರಿ ಅವಂಗೆ ಗೇಟಿನ ಮೇಲೆ ಹತ್ತಿ ಕಾಲಿಂದ

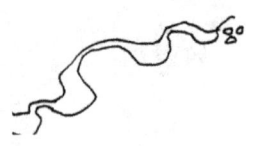

ತಳ್ಳಿದಾಗ ಅದು ಮುಂದಕ್ಕೆ ಹೋಗೋದು ಆಟ ಆಗ್ಬಿಟ್ಟೈತಿ' ಮಲ್ಲೇಶನ ಕಿವಿ ಹಿಂಡಿ ಅವನ ತುಂಟಾಟದ ಬಗ್ಗೆ ಬಸಪ್ಪ ತಮಾಷೆ ಮಾಡಿದ. 'ಪಾಪ ಒಂದೇ ಹುಡುಗ ತನ್ನ ಪಾಡಿಗೆ ತಾನು ಆಟವಾಡಿಕೊಂಡಿರುತ್ತೆ, ಶಾಲೆಗೆ ಹೋಗೋ ವಯಸ್ಸು ಆಗಿದೆ, ಹುಡುಗನನ್ನು ಸ್ಕೂಲಿಗೆ ಸೇರ್ಸಿ' ಮೇಸ್ತ್ರಿಯ ಮಾತಿಗೆ 'ಹೌದ್ರಿ, ಇಂಗ್ಲಿಸ್ ಮೀಡಿಯಂನಾಗ್ ಸೇರಿಸ್ಬೇಕಂತ ಮಾಡೀನ್ರಿ' ಅಂತ ರಾಣಿ ಹೆಮ್ಮೆಯಿಂದ ಹೇಳಿದಳು.

ಬೆಂಗಳೂರಿನಲ್ಲಿ ಕೂಲಿ ಕೆಲ್ಸ ಮಾಡಿಕೊಂಡು ಮಗುವನ್ನು ಒಳ್ಳೇ ಶಾಲೆಗೆ ಸೇರಿಸೋಕಾಗುತ್ತಾ ಅನ್ನೋದು ಬಸಪ್ಪನ ಭಯವೂ ಆಗಿತ್ತು. ಎಲ್ಲಿ ಕೇಳಿದ್ರು ಲಕ್ಷಗಟ್ಟಲೆ ಹಣ ಕೇಳ್ತಾರೆ ಅಂತ ಹೆಂಡತಿಗೆ ಹೇಳಿದ್ರೂ ಆ ಮಾತನ್ನು ಅವಳು ಕಿವಿ ಮೇಲೇ ಹಾಕಿಕೊಳ್ಳುವವಳಲ್ಲ. ಆದರೂ ನೆಟ್ವರ್ಕ್ ಬೆಳ್ಸಿಕೊಳ್ಳೋದು ಹೆಣ್ಮಕ್ಕಳಷ್ಟು ಗಂಡಸರಿಗೆ ಬರೋದಿಲ್ಲ ಅನ್ನೋದನ್ನು ರಾಣಿ ಸಾಬೀತುಪಡಿಸಿದಳು.

ಬಸಪ್ಪ ಕಾರ್ ತೊಳೆಯೋದಕ್ಕೆ ಹೋಗೋ ಮನೆಯ ಓನರ್ ಹೆಂಡತಿಯನ್ನು ಪರಿಚಯ ಮಾಡಿಕೊಂಡು ಅವರ ಮನೆ ಕೆಲ್ಸಕ್ಕೆ ಸೇರಿ ಕೆಲವೇ ದಿನಗಳಲ್ಲಿ 'ನನ್ ಮಗ ತುಂಬಾ ಶಾಣೇರಿ, ಕಮ್ಮಿ ಫೀಸ್‌ನಾಗ್ ಬರೋಬ್ಬರಿ ಇಂಗ್ಲಿಸ್ ಶಾಲಿ ಇದ್ರ ಹೇಳ್ರಿ ಆಂಟಿ' ಎಂದು ಕೇಳಿ ಅವಳ ಶಾಣಿ ಮಾತಿಂದ ಪಕ್ಕದ ಏರಿಯಾದಲ್ಲಿ ಇದ್ದ ಇಂಗ್ಲೀಷ್ ಮಿಡಿಯಮ್ ಶಾಲೆಯೊಂದರ ಬಗ್ಗೆ ಅವರಿಂದ ವಿವರ ಪಡೆದುಕೊಂಡು ಬಂದೇಬಿಟ್ಟಳು.

ಮಲ್ಲೇಶ ಮರಳ ರಾಶಿ ಮೇಲೆ ತನ್ನ ಎಳೇ ಕಾಲನ್ನು ಇಟ್ಟು, ಅದರ ಮೇಲೆ ಮರಳನ್ನು ತುಂಬಿ ಎತ್ತರದ ಗೋಪುರ ಮಾಡಿ, ಮೆಲ್ಲಗೆ ಕಾಲನ್ನು ತೆಗೆದ ಮರಳಿನ ಗುಡ್ಡ ಬಿದ್ದು ಹೋಯಿತು, ಛಲ ಬಿಡದೆ ಪದೇ ಪದೇ ಅದನ್ನೇ ಮಾಡುತ್ತಿದ್ದ. ಎಲ್ಲಿಗೋ ಹೋಗುತ್ತಿದ್ದ ಬೆನ್, ಮಲ್ಲೇಶನನ್ನು ಗಮನಿಸಿ ಹತ್ತಿರ ಬಂದ. ಮಲ್ಲೇಶ ಮರಳಿನ ಗೂಡನ್ನು ಕಟ್ಟುವುದಕ್ಕೆ ಕಷ್ಟಪಡುತ್ತಿದ್ದಾನೆಂದು ಅರ್ಥಮಾಡಿಕೊಂಡು ತಾನು ಸಹಾಯಕ್ಕೆ ನಿಂತ. `Hey kid! let me help you' ಮಲ್ಲೇಶ

ಮಾಡಿದ್ದ ಮರಳಿನ ಗುಡ್ಡದಿಂದ ಅವನ ಕಾಲನ್ನು ಹಿಡಿದು ಮೆಲ್ಲಗೆ ಹೊರತೆಗೆದ. ಆಗ ಗೂಡು ಒಡೆಯಲಿಲ್ಲ. ಮರಳಿನಲ್ಲಿ ಸುಂದರವಾದ ಕಪ್ಪೆ ಗೂಡು ನಿರ್ಮಿತವಾಗಿದ್ದನ್ನು ನೋಡಿ ಮಲ್ಲೇಶನ ಮುದ್ದಾದ ಕಪ್ಪುಮುಖದಲ್ಲಿ ಬಿಳೀ ಹಲ್ಲುಗಳು ಹೊಳೆದವು.

ಪ್ರತಿದಿನ ಬೆಳಗ್ಗೆ ಪಾರ್ಕಿಗೆ ವ್ಯಾಯಾಮ ಮಾಡಲು ಬರುತ್ತಿದ್ದ ಬೆನ್ ಮಲ್ಲೇಶನನ್ನು ಮಾತನಾಡಿಸದೇ ಹೋಗುತ್ತಿರಲಿಲ್ಲ. ಒಂದು ದಿನ ಡ್ರಾಯಿಂಗ್ ಪುಸ್ತಕ, ಸ್ಕೆಚ್ ಪೆನ್ ತಂದುಕೊಟ್ಟು ಮಲ್ಲೇಶನಿಗೆ ಬಣ್ಣ ತುಂಬಲು ಹೇಳಿಕೊಟ್ಟ. ಸಣ್ಣಗೆ ಉದ್ದಕ್ಕೆ ನರಪೇತಲನ ಹಾಗೆ ಇದ್ದ ಬಿಳೀ ವಿದೇಶೀಯ ಆಗಾಗ ಬಂದು ತನ್ನ ಮಗನನ್ನು ಪ್ರೀತಿಯಿಂದ ಮಾತನಾಡಿಸ್ತಿದ್ದು ನೋಡಿ ರಾಣಿಗೆ ಆಶ್ಚರ್ಯವಾಗುತ್ತಿತ್ತು. ಮೂವತ್ತೈದು ವರ್ಷದ ಬೆನ್ ಮತ್ತು ಐದು ವರ್ಷದ ಮಲ್ಲೇಶನ ಸ್ನೇಹಕ್ಕೆ ಭಾಷೆ, ವಯಸ್ಸು, ಬಣ್ಣಗಳ್ಯಾವುವೂ ಅಡ್ಡಿಯಾಗಲೇ ಇಲ್ಲ. ಇಬ್ಬರ ಒಡನಾಟದಿಂದ ಮಲ್ಲೇಶ ಬೆನ್‌ನ ಹಾಗೆ ಇಂಗ್ಲೀಷ ವಾಕ್ಯಗಳನ್ನು ತನ್ನ ತೊದಲ ಮಾತಿನಲ್ಲಾಡಲು ಶುರುಮಾಡಿದ. ಎಲ್ಲರಿಗೂ ಸೋಜಿಗವೆನಿಸಿದ್ದು ಅವನ ಇಂಗ್ಲೀಷ್‌ಗಿಂತ ಮಲ್ಲೇಶನ ಬಾಯಲ್ಲಿ ಬೆನ್‌ನ ಥರವೇ ಅಮೇರಿಕನ್ ಆಕ್ಸೆಂಟ್ ಬಂದದ್ದಕ್ಕೆ!

'..ಏನ್ ರಾಣಿ ನಿನ್ ಮಗ ಸ್ಕೂಲಿಗ್ ಹೋಗೋಕ್ ಮೊದ್ಲೇ ಈ ಪಾಟಿ ಇಂಗ್ಲಿಷ್ ಮಾತಾಡ್ತಾನೆ, ಇನ್ನು ಓದಿ ದೊಡ್ಡೋನಾದ್ಮೇಲೆ ನಿನ್ನ ನಿಜವಾಗ್ಲೂ ರಾಣಿ ಹಾಗೇ ನೋಡಿಕೊಳ್ತಾನೆ ಬಿಡು' ಓನರ್ ಆಂಟಿ ಬಾಯಿಮಾತಿಗೆ ಹಾಗೆ ಅಂದಿದ್ದರೋ ಏನೋ ಮಾತನ್ನು ರಾಣಿ ಮಾತ್ರ ತನ್ನ ಮಗನ ಭವಿಷ್ಯದ ಕನಸನ್ನು ಸಾಕಾರಗೊಳಿಸಲು ಮೊದಲ ಹೆಜ್ಜೆ ಇಟ್ಟೇಬಿಟ್ಟಳು. ಹೊಸಾ ವರ್ಷ ಶುರುವಾಗುತ್ತಿದ್ದಂತೇ ಶಾಲೆಗಳಲ್ಲಿ ಅಡ್ಮಿಶನ್ಸ್ ಶುರುವಾಗಿದೆ ಅಂತ ತಿಳಿದುಕೊಂಡು ಬಂದ ರಾಣಿ ಗಂಡನಿಗೆ ದುಂಬಾಲು ಬಿದ್ದಳು. '..ಇಲ್ಲೇ ಹತ್ತಿರದಲ್ಲಿ ಗೌರ್ಮೆಂಟ್ ಶಾಲಿಗ್ ಹಚ್ಚೋಣ ರಾಣಿ. ನಮ್ ಕೈಲಿರೋ ಕಾಸ್ ಅವನ್ ಇಂಗ್ಲಿಸ್ ಶಾಲಿಗ್ ಸಾಕಾಗಲ್ಲ..' ಬಸಪ್ಪನ ಯೋಚನೆಗೆ ರಾಣಿಯ ಅಪ್ಪಣೆ ದೊರೆಯಲಿಲ್ಲ.

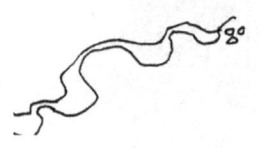

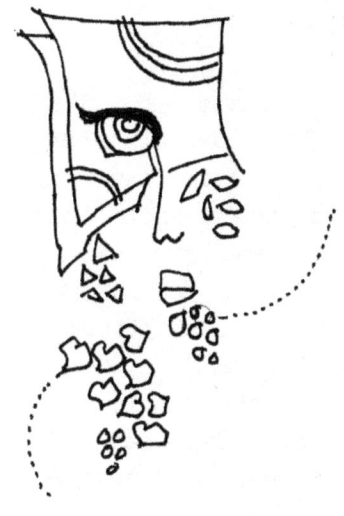

ಇರುವುದರಲ್ಲಿ ಒಳ್ಳೇ ಬಟ್ಟೆ ತೊಟ್ಟು ಓನರ್ ಆಂಟಿ ಹೇಳಿದ್ದ ಶಾಲೆಗೆ ಬಸಪ್ಪ ಮತ್ತು ರಾಣಿ ಮಗನನ್ನು ಕರೆದುಕೊಂಡು ಹೋದರು. ಒಂದನೇ ತರಗತಿಗೆ ಸೇರಿಸಿಕೊಳ್ಳಿ ಅಂತ ಕೇಳಿದಾಗ ವರ್ಷಕ್ಕೆ ಹದಿನೈದು ಸಾವಿರ ಫೀಸು, ಆದ್ರೆ ಈಗ ಡೊನೇಶನ್ ಮೂವತ್ತು ಸಾವಿರ ಕಟ್ಟಬೇಕು, ಏಪ್ರಿಲ್ ಒಳಗೆ ಕಟ್ಟಿದ್ರೂ ಸಾಕು ಅಂತ ಹೇಳಿ ಕಳಿಸಿದರು. ಮನೆಗೆ ಮರಳಿದ ಗಂಡಹೆಂಡತಿ ಟ್ರಂಕ್‌ನಲ್ಲಿ, ಡಬ್ಬಿಯಲ್ಲಿ, ಜೇಬಿನಲ್ಲಿದ್ದ ಹಣವನ್ನೆಲ್ಲಾ ಒಟ್ಟುಗೂಡಿಸಿ ಎಣಿಸಿ ನೋಡಿದರೂ ನಾಲ್ಕು ಸಾವಿರ ದಾಟಲಿಲ್ಲ. '..ನಾನ್ ಇನ್ನೆರಡು ಮನೆ ಕೆಲ್ಸ ಜಾಸ್ತಿ ಮಾಡ್ತೀನ್ರಿ, ನೀವು ಬ್ಯಾರ್ ಬ್ಯಾರೆ ಕೆಲ್ಸ ಹಚ್ಕೋರಿ, ಎರಡೂವರಿ ತಿಂಗಳಿನಾಗ್ ರೊಕ್ಕಾ ಕೂಡ್ಸೋಣ.' ಗಂಡನ ಮುಂದೆ ರಾಣಿ ಸಂಕಲ್ಪ ಮಾಡೇಬಿಟ್ಟಳು.

ಕಸ್ತೂರಿ ತಿಲಕಂ ಲಲಾಟ ಪಲಕೇ ವಕ್ಷಸ್ಥಲೇ ಕೌಸ್ತುಭಂ
ನಾಸಾಗ್ರೇ ನವಮೌಕ್ತಿಕಂ ಕರತಲೇ ವೇಣುಂ ಕರೇ ಕಂಕಣಂ
ಸರ್ವಾಂಗೇ ಹರಿಚಂದನಂ ಸುಲಲಿತಂ ಕಂಠೇಚ ಮುಕ್ತಾವಲಿಂ
ಗೋಪಸ್ತ್ರೀ ಪರಿವೇಷ್ಟಿತೋ ಗೋಪಾಲ ಚೂಡಾಮಣಿಃ

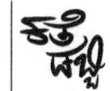

'ಶ್ರೀಕೃಷ್ಣನು ಹಣೆಯ ಮೇಲೆ ಕಸ್ತೂರಿ ತಿಲಕವನ್ನೂ, ಎದೆಯ ಮೇಲೆ ಕೌಸ್ತುಭ ಮಣಿಯನ್ನು, ನವ ಮೌಕ್ತಿಕ ಆಭರಣವನ್ನು ಮೂಗಿಗೆ ಧರಿಸಿದ್ದಾನೆ, ಕೊಳಲನ್ನು ಹಿಡಿದಿರುವ ಕೈಗಳಿಗೆ ಕಂಕಣವನ್ನೂ ತೊಟ್ಟಿದ್ದಾನೆ. ಕತ್ತಿಗೆ ಸುಂದವಾದ ಹಾರವನ್ನು ಧರಿಸಿ ಅವನ ಸರ್ವಾಂಗವೂ ಚಂದನದ ಘಮ ಸೂಸುವುದು, ಕೃಷ್ಣನ ವರ್ಣ ಕಪ್ಪು, ಲಕ್ಷಣವಾದ ಮುಖ, ಸಣ್ಣ ತುಟಿ ಅವನನ್ನು ನೋಡಿದರೆ ಕಣ್ಣಿಗೆ ಮನಸ್ಸಿಗೆ ಆನಂದ..' ಇಸ್ಕಾನಿನ ವಿಶಾಲವಾದ ಪ್ರವಚನ ಮಂದಿರದಲ್ಲಿ ಪ್ರಭುಗಳು ಜೇನು ತುಪ್ಪ ಸವಿದಂತೆ ಹಸನ್ಮುಖರಾಗಿ ಶ್ರೀಕೃಷ್ಣನ ವರ್ಣನೆ ಮಾಡುತ್ತಿದ್ದರೆ ಅದರಲ್ಲಿ ಪಾಲ್ಗೊಂಡಿದ್ದ ಬೆನ್‌ಗೆ ಕಪ್ಪು ಮುಖ ದೊಡ್ಡ ಕಣ್ಣುಗಳ ಮಲ್ಲೇಶನೇ ನೆನಪಾಗುತ್ತಿದ್ದ. ಆಧ್ಯಾತ್ಮ ಚಿಂತನೆಯಲ್ಲಿ ತೊಡಗಿಸಿಕೊಂಡು, ವಾಲಂಟಿಯರ್ ಆಗಿದ್ದ ಬೆನ್‌ಗೆ ಕೃಷ್ಣನ ಆ ಸುಂದರ ರೂಪವನ್ನು ಕಣ್ತುಂಬಿಕೊಳ್ಳುವ ಹಂಬಲವುಂಟಾಗಿ, ಒಂದು ಯೋಚನೆ ಬಂದಿತು.

ಮಲ್ಲೇಶನನ್ನು ಅಂದೇ ಭೇಟಿಯಾಗಿ `Let me try something new' ಉತ್ಸಾಹದಲ್ಲಿ ಹೇಳಿದ. ಮನೆಯೊಳಗೆ ಕರೆದುಕೊಂಡು ಅವನ ಚಡ್ಡಿಗೆ ಕೈ ಹಾಕಿದಾಗ ಮಲ್ಲೇಶ 'ಏನ್ರಿ ಮಾಡ್ತಿದ್ದೀರ ಅಂಕಲ್' ಭಯದಲ್ಲಿ ಚೀರಿದ. `I will give a makeover to you' ತನ್ನ ಬ್ಯಾಗ್‌ನಿಂದ ಪಂಚೆ, ಮುತ್ತಿನ ಹಾರಗಳು, ಲಿಪ್‌ಸ್ಟಿಕ್, ನವಿಲುಗರಿಯನ್ನು ಹೊರತೆಗೆದಾಗ ಮಲ್ಲೇಶನಿಗೆ ಅದೇನೋ ಹೊಸದಾಗಿ ಕಂಡು ಅವನ ಎಕ್ಸ್‌ಪಿರಿಮೆಂಟ್‌ಗೆ ರೆಡಿ ಆದ. ಬೆನ್ ಮೇಕಪ್ ಮಾಡಿ ಹಣೆಗೆ ಕಸ್ತೂರಿ ತಿಲಕವಿಟ್ಟು, ಬಟ್ಟೆ ಹಾಕಿ, ಜುಟ್ಟು ಕಟ್ಟಿ, ಕೊನೆಗೆ ನವಿಲುಗರಿ ಸಿಕ್ಕಿಸಿದಾಗ ಮಲ್ಲೇಶ ಬಹಳ ಮುದ್ದಾದ ಕಷ್ಣನಾಗಿ ಮಾರ್ಪಾಟಾಗಿದ್ದ.

'ಯದಾ ಯದಾ ಹಿ ಧರ್ಮಸ್ಯ ಗ್ಲಾನಿರ್ಭವತಿ ಭಾರತ' `I am coming, I am coming, where there is a loss of dharma, I am coming to protect the gentlemen, to destroy the wicked..' ಕೈಯಲ್ಲಿ ವಿಷ್ಣು ಚಕ್ರ ಹಿಡಿದಿರುವಂತೆ ನಿಲ್ಲಿಸಿ ಬೆನ್ ಭಗವದ್ಗೀತೆಯ ಶ್ಲೋಕವನ್ನು ಸಾರಾಂಶದ ಜೊತೆ ಹೇಳಿಕೊಟ್ಟ.

ಬೆನ್ ಹೇಳಿದ ಸ್ಟೈಲ್‌ನಲ್ಲಿ ಮಲ್ಲೇಶನೂ ರಿಪೀಟ್ ಮಾಡಿದ. ಬೆನ್ ಸಂತೋಷದಿಂದ ಅದನ್ನು ತನ್ನ ವಿಡಿಯೋ ಮಾಡಿ ತನ್ನ ಸೋಶಿಯಲ್ ಮೀಡಿಯಾ ಖಾತೆಗಳಲ್ಲಿ ಅಪ್ಲೋಡ್ ಮಾಡಿದ.

'ರಾಣಿ ಬಾ ನೋಡು ಇಲ್ಲಿ, ನಿನ್ ಮಗ ಎಲ್ಲಾ ಕಡೆ ಫೇಮಸ್ ಆಗೋಗಿದ್ದಾನೆ' ಓನರ್ ಆಂಟಿ ತನ್ನ ಮಗಳ ಫೋನ್ ತೋರಿಸುತ್ತಾ ಹೇಳಿದರು. ಹ್ಯಾಶ್ ಟ್ಯಾಗ್ ಇಂಗ್ಲಿಷ್ ಕೃಷ್ಣ ಹೆಸರಲ್ಲಿ ಕಪ್ಪು ಕೃಷ್ಣ ಫಾರಿನ್ನರ ಆಕ್ಸೆಂಟ್‌ನಲ್ಲಿ ಭಗವದ್ಗೀತೆ ಶ್ಲೋಕದ ಸಾರಾಂಶವನ್ನು ಹೇಳಿದ್ದು ಇಂಟರ್ನೆಟ್‌ನಲ್ಲಿ ವೈರಲ್ ಆಗಿಬಿಟ್ಟಿತ್ತು. ಹಾಶ್ ಟ್ಯಾಗ್ ಇಂಗ್ಲಿಷ್ ಕೃಷ್ಣನನ್ನು ಮಾತುಗಳಿಗೆ ಲಿಪ್ ಸಿಂಕ್ ಮಾಡಿದ ರೀಲ್ಸ್‌ಗಳು ಕೆಲವೇ ದಿನಗಳಲ್ಲಿ ಮಿಲಿಯನ್‌ಗಟ್ಟಲೆ ವೀಕ್ಷಣೆ ಪಡೆದುಕೊಂಡಿತು.

ಮೀಡಿಯಾದವರು ಮನೆ ಹುಡುಕಿಕೊಂಡು ಬಂದಾಗ ಓನರ್ ಆಂಟೀನೆ ಮುಂದೆ ನಿಂತು ನಮ್ಮ ಮನೆ ಕೆಲ್ಸದ ಮಗು ಬಹಳ ಬುದ್ಧಿವಂತ ಅಂತ ನ್ಯೂಸ್ ಚಾನೆಲ್‌ಗಳಿಗೆ ಬೈಟ್ಸ್ ಕೊಟ್ಟಳು. ತಂದೆ ತಾಯಿಯನ್ನು ಮಾತನಾಡಿಸಲು ಮೈಕ್ ಮುಂದೆ ಹಿಡಿದಾಗ 'ನಾವು ರೀ? ಆ.. ದು..' ಬಸಪ್ಪನ ಕಾಲು ನಡುಗುತ್ತಿದ್ದರೆ, ರಾಣಿಗೆ ಗಂಟಲಲ್ಲೇ ಮಾತು ನಿಂತುಹೋಯಿತು.

'ಕೂಲಿ ಕಾರ್ಮಿಕರ ಮಗ ಇಂದು ಜನಗಳ ಮುದ್ದಿನ ಕೃಷ್ಣ'. 'ಮಲ್ಲೇಶನ ಕುಟುಂಬ ಮೂಲತಃ ಬಾಗಲಕೋಟೆ ಜಿಲ್ಲೆಯ ಅರಳೀಹಳ್ಳಿಯವರು. ಊರಿನಲ್ಲಿ ತಮ್ಮ ಜಮೀನು ಭಾಗವಾದ ಮೇಲೆ ವ್ಯವಸಾಯಕ್ಕಿಂತ ಬೆಂಗಳೂರಿನಲ್ಲಿ ಕೂಲಿ ಕೆಲ್ಸದಲ್ಲಿ ಹೆಚ್ಚು ಆದಾಯವಿದೆ ಎಂದು ನಿರ್ಧರಿಸಿ ಬೆಂಗಳೂರಿಗೆ ಬಂದವರು. ಉತ್ತರ ಕರ್ನಾಟಕದ ಮಲ್ಲೇಶ ಇಂದು ಇಂಟರ್ನೆಟ್‌ನ ಇಂಗ್ಲೀಷ್ ಕೃಷ್ಣನಾದ ಕತೆಯನ್ನು ಇಂದು ನೋಡೋಣ ಬನ್ನಿ' ನ್ಯೂಸ್ ಚಾನೆಲ್‌ನ ನಿರೂಪಕಿ ಬಣ್ಣ ಬಣ್ಣವಾಗಿ ಹೇಳಿದ ಎಪಿಸೋಡು ಎಲ್ಲಿಲ್ಲದ ಟಿಆರ್‌ಪಿ ಕಂಡಿತ್ತು.

ಓನರ್ ಆಂಟಿ ಮನೇಲಿ ಯಾವಾಗಲೂ ನೆಲದ ಮೇಲೆ ಕೂರುತ್ತಿದ್ದ ರಾಣಿ ಸೋಫಾ ಮೇಲೆ ಕೂತು ತಮ್ಮ ಮಗನ ಪ್ರೋಗ್ರಾಮನ್ನು

ಟಿವಿಯಲ್ಲಿ ನೋಡುತ್ತಾ ಉಬ್ಬಿಹೋದಳು. ಊರಿಂದ ಫೋನ್ ಮೇಲೆ ಫೋನುಗಳು. 'ನಿನ್ ಮಗನನ್ನ ಟೀವೀಲ್ ನೋಡ್ದೆ', 'ನೀನು ನಿನ್ ಗಂಡಾ ಭಾಳ್ ಚಲೋ ಮಾತಾಡಿದ್ರಿ ನೋಡ್ರಿ'. ಇಡೀ ದಿನ ರಾಣಿಗೆ ಫೋನ್ ಮಾತಾಡೋದು, ಮಗನನ್ನು ಅಲ್ಲಿ ಇಲ್ಲಿ ಅವರಿವರು ಕಳಿಸಿದ ಕಾರಿನಲ್ಲಿ ಇಂಟರ್ವ್ಯೂಗೆ ಹೋಗಿ ಬರೋದು ಇದೇ ಕೆಲ್ಸವಾಯಿತು.

ನಮ್ಮ ಅದೃಷ್ಟದ ಬಾಗಿಲು ತೆರೀತು ಅಂತ ರಾಣಿ ಹಗಲುಗನಸು ಕಾಣುತ್ತಿದ್ದುದು ಅರಿವಾಗಲು ಹೆಚ್ಚಿನ ಸಮಯ ಬೇಕಾಗಲಿಲ್ಲ. ಒಂದೆರಡು ವಾರ ಕಳೀತಿದ್ದ ಹಾಗೆ ಮನೆ ಹುಡುಕಿಕೊಂಡು ಬರೋ ಜನ ಕಮ್ಮಿಯಾದ್ರು. ನನ್ ಮಗನ್ನ ನ್ಯೂಸ್ ಮಾಡೋಕೆ ಯಾರೂ ಬರ್ತಿಲ್ವಲ್ಲ? ಮತ್ತೆ ಟಿವಿಲಿ ಏನ್ ಹಾಕ್ತಿದ್ದಾರೆ? ಏನೂ ತೋಚದೆ ರಾಣಿ ಟಿವಿ ನೋಡಲು ಓನರ್ ಆಂಟಿಯ ಮನೆ ಕದ ತಟ್ಟಿದಳು. 'ಏನು ಮೂರ್ ದಿನದಿಂದ ಕೆಲ್ಸಕ್ಕೆ ಬರ್ತಿಲ್ಲ?, ನಾನ್

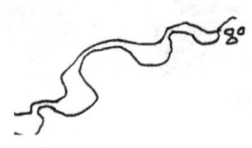

ಬೇರೇವ್ರನ್ನ ನೋಡಿಕೊಳ್ಳೋದಾ?'. 'ಏ ಹಂಗೇನಿಲ್ರಿ'? ಮೂಲೇಲಿದ್ದ ಪೊರಕೆಯನ್ನು ಕೈಗೆತ್ತಿಕೊಂಡು ಕಸಗುಡಿಸಲು ಶುರು ಮಾಡಿದಳು.

ಆಂಟಿ ಒಳಗೆ ಹೋದ್ಮೇಲೆ ಮೆಲ್ಲಗೆ ಟಿವಿ ಸ್ವಿಚ್ ಹಾಕಿದಾಗ 'ಟಿಕ್ ಟಾಕ್ ಮಾಡೋ ಹುಡುಗಾ ಹುಡುಗಿ ಮನೆಯವರ ವಿರೋಧದ ಮಧ್ಯೆ ಮದುವೆಯಾದರು' ಅಂತ ಬೇರೆ ಯಾವುದೋ ಸುದ್ದಿ ಹಬ್ಬಿತ್ತು. ಇಷ್ಟು ದಿನ ತನ್ನ ಮಗನನ್ನ ಮೆರೆಸಿದ್ದವರು ಈಗ ಬೇರೆ ಯಾರನ್ನೋ ತೋರಿಸುತ್ತಿದ್ದನ್ನು ನೋಡಿ ಸಿಟ್ಟು, ಹೊಟ್ಟೆ ಕಿಚ್ಚು ಸಂಕಟ ಎಲ್ಲವೂ ಒಟ್ಟೊಟ್ಟಿಗೆ ಬಂದವು. ಏನೂ ಮಾಡಲು ತೋಚದೆ ಕಸ ಗುಡಿಸುವುದನ್ನು ಮುಂದುವರೆಸಿದಳು.

'ಮೇಡಮ್ ನನ್ ಮಗ ಬಾಳ್ ಫೇಮಸ್ ರೀ, ಟಿವಿನಾಗ ಬಂದಿದ್ದ ನೋಡಿಲ್ಲೇನ್ರೀ?' ದೊಡ್ಡದಾಗಿ ಕಣ್ಣುಬಿಟ್ಟುಕೊಂಡು ಪ್ರಿನ್ಸಿಪಾಲರಿಗೆ ಹೇಳಿದಾಗ 'ನಾನು ಟಿವಿ ಮೊಬೈಲ್‌ನೆಲ್ಲಾ ತುಂಬಾ ನೋಡಲ್ಲಮ್ಮ'. ನಮ್ ಸ್ಟಾಫ್ ಹೇಳಿದ್ದಾರಂತಲ್ಲ? ಫೀಸ್ ಬಗ್ಗೆ. ಮೂವತ್ತು ಸಾವ್ರ ಡೊನೇಶನ್ ಕಟ್ಟಿ, ಸಮಯ ಜಾಸ್ತಿ ಇಲ್ಲ ಬೇಗ ಕಟ್ಟಿಲ್ಲ ಅಂದ್ರೆ ಸೀಟು ಸಿಗಲ್ಲ' ಇತ್ತೀಚೆಗೆ ನನ್ನ ಮಗನನ್ನು ಸಾಧಾರಣ ಅನ್ನೋ ಹಾಗೆ ಮಾತನಾಡಿರೋದನ್ನ ಕೇಳಿ ಗೊತ್ತಿಲ್ಲದ ರಾಣಿಗೆ ಈ ಮಾತು ಕಬ್ಬಿಣದ ಕಡಲೆಯಂತಾಗಿತ್ತು. ಏನು ಮಾಡೋದು? ಇಂಗ್ಲಿಷ್ ಮೀಡಿಯಮ್ ಸೇರಿಸೋಕ್ ಮುಂಚೇನೇ ನನ್ ಮಗ ಅಷ್ಟ್ ಚೆನ್ನಾಗಿ ಇಂಗ್ಲೀಷ್ ಕಲ್ತಿದ್ದ! ಅವನಿಗೂ ಒಂದ್ ಚೂರು ಡಿಸ್ಕೌಂಟ್ ಕೊಡಲ್ಲ ಅಂತಾರಲ್ಲ ಅಂತ ಬೈದುಕೊಂಡು ಹೊರಬಂದಳು. ಬಡವನ ಕೋಪ ದವಡೆಗೆ ಮೂಲ ಅನ್ನೋ ಹಾಗೆ ಅವಳ ಕೋಪದಿಂದ ಒಂದು ರೂಪಾಯಿ ಫೀಸೂ ಕಮ್ಮಿಯಾಗ್ಲಿಲ್ಲ.

ಒಂದೂವರೆ ತಿಂಗಳಿನಿಂದ ಟಿವಿ ಇಂಟರ್‌ವ್ಯೂ ಅದು ಇದೂ ಅಂತ ಓಡಾಡಿ ಕೆಲ್ಸ ಕಾರ್ಯಗಳಿಗೆ ಚಕ್ಕರ್ ಹೊಡೆದು ರಾಣಿ ಬಿಡುಗಾಸೂ ಸಂಪಾದಿಸಿರಲಿಲ್ಲ. ಈಗ ಒಂದೇ ವಾರದಲ್ಲಿ ಮಗನ ಫೀಸು ಹೊಂದಿಸೋ ಭಾರ ತಲೆಯ ಮೇಲೆ ದೊಡ್ಡ ಬಂಡೆಯ ಹಾಗೆ ಬಿದ್ದಿತು. ಅದೇ ಯೋಚನೆಯಲ್ಲಿ ಮನೆಗೆ ಬಂದಳು.

'..ಅವ್ವ ಇದ್ ನೋಡು, ಬೆನ್ ಅಂಕಲ್ ಕೊಟ್ಟಿದ್ದು' ಮಲ್ಲೇಶ ಕೈಲೊಂದು ಆಟಿಕೆಯ ಕೊಳಲನ್ನು ಪೀಪೀ ಅಂತ ಊದುತ್ತಾ ಬಂದ. ರಾಣಿಗೆ ತಕ್ಷಣ ತಮ್ಮ ಊರಿನ ಹತ್ತಿರವಿರೋ ಐತಿಹಾಸಿಕ ಪ್ರೇಕ್ಷಣೀಯ ಸ್ಥಳ ಬಾದಾಮಿ, ಐಹೊಳೆಗೆಲ್ಲಾ ವಿದೇಶಿಯರು ಬಂದು ಜನರಿಗೆ ಸಹಾಯ ಮಾಡುತ್ತಿದ್ದುದ್ದು, ಅಂಗಡಿಯವರು, ಆಟೋದವರು ಒಂದಕ್ಕೆ ನಾಲ್ಕರಷ್ಟು ಹಣವನ್ನು ಕೇಳಿದರೂ ಬೇಸರಿಸಿಕೊಳ್ಳದೆ ಕೊಡುತ್ತಿದ್ದುದು ನೆನಪಾಯಿತು. ನನ್ ಮಗನನ್ನು ಯಾವಾಗ್ಲು ಜೊತೆಯಲ್ಲಿಟ್ಟುಕೊಳ್ಳುತ್ತಾರೆ. ಅಷ್ಟೆಲ್ಲಾ ದುಡ್ಡಿರೋರು ಇವ್ನ ಓದಿಗೆ ಸಹಾಯ ಮಾಡೋದಿಲ್ವಾ ಅನ್ನಿಸಿ ಮುಳುಗುತ್ತಿರೋನಿಗೆ ಹುಲ್ಲುಕಡ್ಡಿ ಸಿಕ್ಕಿದಂತಾಯಿತು. 'ಅವ್ರ್ ಮನಿ ಎಲ್ಲಿ ಮಗ'.. ತಾಯಿ ಕೇಳಿದಕ್ಕೆ ಮಲ್ಲೇಶ್, 'ತೋರಿಸ್ತೀನಿ ಬಾ' ಎಂದು ಕರೆದುಕೊಂಡು ಹೋದ.

ಅಮ್ಮನ ಕೈ ಹಿಡಿದು ಎರಡು ಓಣಿ ದಾಟಿ ದೊಡ್ಡ ರೋಡಿಗೆ ಬಂದ. ಸುತ್ತ ಎರಡು ಮೂರಂತಸ್ತಿನ ಮನೆಗಳನ್ನು ನೋಡಿ ರಾಣಿಯ ಭರವಸೆ ಹೆಚ್ಚಿತು. ಒಂದು ದೊಡ್ಡ ಮನೆಯ ಗೇಟ್ ತಳ್ಳಿ ಒಳಗೆ ಕರೆದುಕೊಂಡು

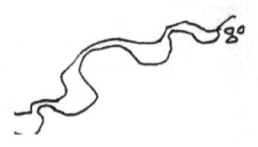

ಹೋದ. ಎರಡು ಮಹಡಿ ಹತ್ತಿದ ಮೇಲೆ ಟೆರೇಸ್‌ನ ಮೂಲೆಯಲ್ಲಿದ್ದ ಒಂದು ಸಿಂಗಲ್ ರೂಮ್‌ನ ಮುಂದೆ ಕರೆದುಕೊಂಡು ಹೋಗಿ 'ಅದೇ ನೋಡು' ಎಂದ. ಬಾಗಿಲಿನ ಚಿಲಕ ಹಾಕುತ್ತಿದ್ದ ಬೆನ್, ಸ್ವಾಮೀಜಿಗಳ ಹಾಗೆ ಖಾದಿ ಜುಬ್ಬ, ಪಂಚೆ ತೊಟ್ಟಿದ್ದ, ಹಣೆಗೆ ಗಂಧದ ನಾಮ, ಕೊರಳಿಗೆ ತುಳಸಿ ಮಾಲೆ, ತೋಳಿಗೆ ಒಂದು ಬಟ್ಟೆಯ ಜೋಳಿಗೆ ಹಾಕಿಕೊಂಡಿದ್ದ. '..ಹೈ ಬೆನ್, ಮೈ ಮದರ್ ಲೈಕ್ಡ್ ದಿ ಫ್ಲೂಟ್'.

ಒಂದು ಕ್ಷಣ ತನ್ನ ಲೆಕ್ಕಾಚಾರ ತಲೆಗೆಳಗಾಗಿದೆ ಅನ್ನಿಸಿದ್ರೂ ರಾಣಿ ಧೈರ್ಯ ತೆಗೆದುಕೊಂಡು, 'ನಮಸ್ಕಾರ ಸರ್, ನೀವ್ ನನ್ ಮಗನಿಗೆ ಭಾಳ್ ದೋಸ್ತ್ ಅಂತ ತಿಳೀತ್ರಿ, ಶಾಲಿಗ್ ಸೇರ್ಸಾಕ್ ದುಡ್ಡಿಗ್ ಪ್ರಾಬ್ಲಮ್ ಆಗೈತ, ಸ್ವಲ್ಪ್ ಹೆಲ್ಪ್ ಮಾಡ್ರಿ ಅಂತ ಕೇಳಾಕ ಬಂದ್ನಿ' ಕನ್ನಡ ಬಾರದ ಬೆನ್‌ಗೆ ಉತ್ತರ ಕರ್ನಾಟಕದ ಭಾಷೆ ಅರ್ಥವಾಗೋದು ಇನ್ನೂ ಕಷ್ಟವಾದಾಗ ರಾಣಿ 'ಮಲ್ಲೇಶ, ಸ್ಕೂಲ್, ಫೀಸ್, ಪ್ಲೀಸ್, 30,000 ರುಪೀಸ್' ಅನ್ನೋ ಇಂಗ್ಲಿಷ್ ಪದಗಳನ್ನು ಬಳಸಿ ಅರ್ಥ ಮಾಡಿಸಲು ಪ್ರಯತ್ನಪಟ್ಟಳು. ಅವಳು ಕೈ ಮುಗಿದು ಕೇಳಿಕೊಂಡಾಗ ಬೆನ್‌ಗೆ ಅರ್ಥವಾಯಿತು.

`Ma'am I really wish i could help, but ನಾನು ಇಸ್ಕಾನ್‌ನಲ್ಲಿ Volunteer, ನನ್ Job quit ಮಾಡಿ, ಕೃಷ್ಣ ಭಕ್ತ ಆಗಿ join ಮಾಡಿದ್ದೀನಿ..' ಅಲ್ಪ ಸ್ವಲ್ಪ ಕನ್ನಡ ಬಳಸಿ ಬೆನ್ ಅಸಹಾಯಕ ಮುಖ ಮಾಡಿಕೊಂಡು ಮಾತನಾಡಿದಾಗ, ಬಂದ ದಾರಿಗೆ ಸುಂಕವಿಲ್ಲ ಅನ್ನೋದು ರಾಣಿಗೆ ಅರ್ಥವಾಗಿತ್ತು. `But I shall try to do something' ಬೆನ್ ಹೇಳಿದಾಗ ರಾಣಿ ಸರಿ ಎಂದು ಮಗನ ಕೈ ಜಗ್ಗಿ ಹೊರಟಳು.

'ಟಸ್ ಪುಸ್ ಅಂತ ಬರೋಬ್ಬರಿ ಇಂಗ್ಲಿಸ್ ಮಾತಾಡ್ತಾನ ನನ್ ಮಗನ್ ಶಾಲಿಗ್ ಆಗೋಷ್ಟ್ ರೊಕ್ಕ ಸಂಪಾದ್ಸಿಲ್ಲ ಅವಾ' 'ಟಿವಿ ಮಂದಿ ನಿಮ್ ಮಗ ಹಂಗ್ ಆಗ್ತಾನ, ಹಿಂಗ್ ಆಗ್ತಾನ, ನಾವ್ ಸಪೋರ್ಟ್ ಮಾಡ್ತೀವ್ರಿ ಅಂತ ಹೇಳಿದ್ದಾ ಹೇಳಿದ್ದು, ನನ್ ಮಗನ್ನ ಹಳ್ಳಕ್ ತಳ್ಬಿಟ್ರೂ' ಒಂದೇ

ಸಮನೆ ಅಳುತ್ತಾ ರಾಣಿ ರೊಟ್ಟಿ ಬಡೀತಾ ಇದ್ಲು. ಅವಳ ಸಿಟ್ಟಿನ ಬಲಕ್ಕೆ ರೊಟ್ಟಿಗಳು ಎಂದಿಗಿಂತ ಹೆಚ್ಚು ತೆಳುವಾಗಿ ಬರುತ್ತಿತ್ತು. ಅಪ್ಪ ಮಗ ಅಕ್ಕ ಪಕ್ಕ ಕೂತು ಸದ್ದಿಲ್ಲದೆ ತಟ್ಟೇಲಿದ್ದುದನ್ನು ಹೊಟ್ಟೆಗೆ ಇಳಿಸಿಕೊಂಡರು.

ಜೂನ್ ಒಂದರಂದು ಕನ್ನಡ ಶಾಲೆಯಲ್ಲಿ ಒಂದನೇ ಕ್ಲಾಸಿನ ಮಕ್ಕಳು ಉತ್ಸಾಹದಲ್ಲಿ ಕೂತಿದ್ದರು. ಟೀಚರ್ ಮಲ್ಲೇಶನಿಗೆ ಎಲ್ರಿಗೂ ನಿನ್ ಪರಿಚಯ ಮಾಡಿಕೊಡು ಅಂತ ಹೇಳಿದಾಗ 'ಐ ಆಮ್ ಹ್ಯಾಶ್ ಟ್ಯಾಗ್ ಇಂಗ್ಲಿಷ್ ಕೃಷ್ಣ, ಐ ಅಮ್ ಫೈವ್ ಇಯರ್ಸ್ ಓಲ್ಡ್' ಅಂತ ಅದೇ ಅಮೇರಿಕನ್ ಆಕ್ಸೆಂಟ್‌ನಲ್ಲಿ ಮಾತನಾಡಿದ ಹುಡುಗನನ್ನು ಎಲ್ಲರೂ ಬೆರಗಾಗಿ ನೋಡಿದರು.

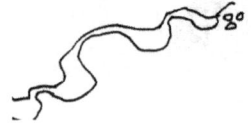

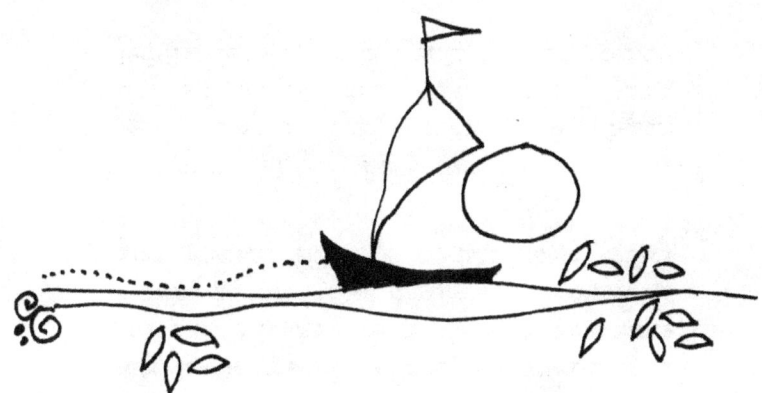

Hungry Man

ಒಂದಾನೊಂದು ಕಾಲದಲ್ಲಿ ಅಲ್ಲ, ಅದು ಭೂಮಿ ಮೇಲೆ ಆಗಷ್ಟೇ ಕಾಲ ಶುರುವಾದ ಕಾಲ. ದೇವರು ತನ್ನ ಸೃಷ್ಟಿಯ ಕೆಲಸವನ್ನು ಮಾಡಿ ಮುಗಿಸಿ ಸುಸ್ತಾಗಿ ಕೈ ಒರೆಸಿಕೊಂಡು ಕುಳಿತ. ಎಷ್ಟೆಲ್ಲಾ ವೈವಿಧ್ಯಮಯವಾದ ಜೀವರಾಶಿಗಳು! ಅಂದು ಸೂರ್ಯ ಮೊದಲ ಬಾರಿಗೆ ಭೂಮಿ ಮೇಲೆ ಬೆಳಕು ಚೆಲ್ಲುತ್ತಿದ್ದಂತೇ ನಾಲ್ಕು ಕಾಲಿನ ಪ್ರಾಣಿಗಳು, ಎರಡು ಕಾಲಿನ ಮನುಷ್ಯ, ಕಾಲೇ ಇಲ್ಲದ ಸರೀಸೃಪಗಳು, ಕಾಲುಗಳಿದ್ದರೂ ರೆಕ್ಕೆ ಬಡಿದು ಹಾರಾಡುವ ಹಕ್ಕಿಗಳು, ಕ್ರಿಮಿ, ಕೀಟ ಎಲ್ಲವೂ ಜೀವ ಪಡೆದುಕೊಂಡವು.

ನಿದ್ರೆಯಿಂದ ಎದ್ದಂತೇ ಎಲ್ಲಾರೂ ಕಣ್ಣು ಬಿಟ್ಟುನೋಡಿದಾಗ ಆಶ್ಚರ್ಯ! 'ಅರೆರೇ.. ಏನಿದು ಅದ್ಭುತ.. ಯಾರು ನಾವೆಲ್ಲಾ? ಭೂಮಿಗೇಕೆ ಬಂದೆವು?' ಅಂತ ಮಾತನಾಡಿಕೊಂಡವು. ಪ್ರಪಂಚದಲ್ಲಿ ಒಬ್ಬನೇ ಕೂತು ಬೇಸರವಾಗಿದ್ದ ದೇವರಿಗೆ ಅವರ ಆಟಗಳನ್ನು ನೋಡೋದೇ ಸಂಭ್ರಮವೆನಿಸಿಬಿಟ್ಟಿತ್ತು.

ಸುತ್ತಲೂ ಹಸಿರು ಹೊದಿಸಿದ ಬೆಟ್ಟ ಗುಡ್ಡ, ಸುವಾಸನೆ ಭರಿತ ಹೂಗಿಡಗಳು, ನೀಲಿ ಆಗಸದಲ್ಲಿ ಕಣ್ಣಿಗೆ ಹಬ್ಬದಂತೆ ಕಾಣೋ ಕಾಮನಬಿಲ್ಲು ಎಲ್ಲವನ್ನೂ ನೋಡಿ ಪ್ರಾಣಿಗಳು, ನಾವೆಲ್ಲರೂ ಸಂತೋಷವಾಗಿರಲೆಂದು ದೇವರು ನಮ್ಮನ್ನು ಭೂಲೋಕಕ್ಕೆ ತಂದಿದ್ದಾನೆ. ಇನ್ನು ಮುಂದೆ ನಮಗೆ ಇವೆಲ್ಲವನ್ನೂ ಸವಿಯುತ್ತಾ ಕೂರುವುದೇ ಕೆಲಸ ಎಂದು ಹೇಳಿದವು. ಅಂದಿನಿಂದ ಎಲ್ಲಾ ಜೀವರಾಶಿಗಳು ಒಟ್ಟಾಗಿ ಕುಣಿದಾಡುತ್ತಾ, ಕೇಕೆ ಹಾಕಿ ನಲಿಯುತ್ತಾ ಕಾಲ ಕಳೆಯುತ್ತಿದ್ದವು. ಎಲ್ಲರ ಒಳಿತಿಗಾಗಿ ದೇವರು ಕೊಟ್ಟ ಸಕಲ ಸೌಕರ್ಯಗಳನ್ನು ಮನುಷ್ಯ, ಪ್ರಾಣಿ, ಪಕ್ಷಿ ಎಂಬ ಬೇಧಭಾವವಿಲ್ಲದೇ ಸಮನಾಗಿ ಹಂಚಿಕೊಂಡು ಸಂತಸದಿಂದಿದ್ದರು. ಪ್ರೀತಿ ವಾತ್ಸಲ್ಯಗಳೇ ತುಂಬಿಹೋಗಿದ್ದ ಇಡೀ ಭೂಮಿ ಸ್ವರ್ಗವಾಗಿ ಮಾರ್ಪಾಟಾಗಿತ್ತು.

ದಿನಗಳು ಉರುಳಿದವು, ತಿಂಗಳುಗಳು ಉರುಳಿದವು, ಒಂದೆರಡು ವರ್ಷಗಳೂ ಉರುಳಿದವು. ಸೂರ್ಯ ಚಂದಿರರು ಭೂಮಿಗೆ ದಿನ ನಿತ್ಯವೂ ಶಿಸ್ತಾಗಿ ಬಂದು ಸರದಿಯಲ್ಲಿ ತಮ್ಮ ಬೆಳಕುಗಳನ್ನು ಹಾಸಿ, ಮಡಚಿಕೊಂಡು ಹೋಗುತ್ತಿದ್ದರು. ಇದನ್ನು ನೋಡಿದ ಮನುಷ್ಯನಿಗೆ, 'ಈ ಭೂಮಿ ಮೇಲೆ ನಮಗೆ ಹೀಗೆ ಕುಣಿದು ಕುಪ್ಪಳಿಸಿಕೊಂಡಿರುವುದಷ್ಟೇ ಕೆಲಸವೇ?' ಅನ್ನೋ ಯೋಚನೆ ಶುರುವಾಯಿತು.

ಬರೀ ಹಾಡು, ಹರಟೆ, ಕುಣಿತ ಅವನಿಗೆ ಬೇಸರ ತಂದಿತ್ತು. ಬೇರೆಲ್ಲಾ ಪ್ರಾಣಿ ಪಕ್ಷಿಗಳ ಸಂಕುಲವನ್ನು ಸಭೆ ಸೇರಿಸಿ, ತನ್ನ ವಿಚಾರವನ್ನು ಮಂಡಿಸಿದ. 'ನಾವು ಈ ಭೂಮಿಗೆ ಬಂದಿರೋ ಕಾರಣವೇನು? ಹೀಗೆ ಸಮಯ ಕಳೆಯುತ್ತಾ ಇರೋದಕ್ಕೆ ಬೇಸರವಾಗುತ್ತೆ. ದೇವರಿಗೆ ಹೇಳಿ

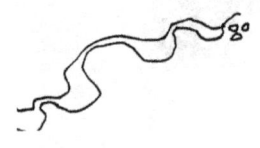

ಏನಾದರೂ ಕೆಲಸ ಕೊಡುವಂತೆ ಕೇಳಿಕೊಳ್ಳೋಣ'. ಉಳಿದವರು ನಮಗೆ ಈ ಕೊರತೆ ಇದೆಯೋ ಇಲ್ಲವೋ ಅಂತ ಯೋಚಿಸುವ ಮೊದಲೇ ಮನುಷ್ಯ ಎಲ್ಲರನ್ನೂ ಒಪ್ಪಿಸಿಬಿಟ್ಟಿದ್ದ.

ಬೇರೆಲ್ಲಾ ಜೀವಿಗಳು ಓಡುವುದು, ಈಜುವುದು, ಹಾರುವುದರಲ್ಲಿ ಸಮಯ ಕಳೆದು ತಮ್ಮ ದೇಹಗಳನ್ನು ಬಲಿಷ್ಟವಾಗಿಸಿಕೊಳ್ಳುತ್ತಿದ್ದರೆ, ಮನುಷ್ಯ ಒಂದೇ ಕಡೆ ಕೂತು ಯೋಚಿಸುತ್ತಾ ದೇಹದ ಅತಿ ಮೃದು ಭಾಗವಾದ ಮೆದುಳನ್ನೇ ಕತ್ತಿಯಂತೆ ಚೂಪು ಮಾಡಿಕೊಳ್ಳತೊಡಗಿದ. ಬುದ್ಧಿಯನ್ನು ಸಾಣೆ ಹಿಡಿದ ಮನುಷ್ಯನ ಮೆದುಳಿಗೆ ಹೆಚ್ಚೆಚ್ಚು ಉಪಾಯ ಹೊಳೆಯುತ್ತಾ ಹೋಯಿತು.

ಸಮಯ ಕಳೆಯಲು ದಾರಿ ಹುಡುಕುತ್ತಿದ್ದ ಮನುಷ್ಯ, ಇತರರಿಗೆ ಹೇಳಿದ. 'ನಾವು ನಮ್ಮ ಸೃಷ್ಟಿಕರ್ತನನ್ನು ಹಾಗೆ ಬಾಯಿ ಮಾತಿನಲ್ಲಿ ಕರೆದರೆ ಸಾಕೇ? ಅವನಿಗೆ ಆತಿಥ್ಯ ಮಾಡಬೇಕು'. ಆ ಮಾತು ಯಾವುಕ್ಕೂ ಅರ್ಥವಾಗದೇ ಪಿಳಿಪಿಳಿ ಎಂದು ಕಣ್ಣು ಮಿಟುಕಿಸಿದವು. ಇನ್ನಷ್ಟು ಮತ್ತಷ್ಟು ಅಂತ ಮೆದುಳಿಗೆ ಮೇವು ಕೊಟ್ಟ ಮನುಷ್ಯನಿಗೆ ದೇವರನ್ನು ಭೂಮಿಗೆ ಕರೆಸಲು ಆಮಂತ್ರಣ ಪತ್ರ ತಯಾರು ಮಾಡಬೇಕೆನಿಸಿತು. ಪತ್ರ ತಯಾರಿಸುವುದು ಹೇಗೆ? ಬುದ್ಧಿ ಅದಕ್ಕೂ ಉತ್ತರ ಹುಡುಕಿತು.

ಮೊದಲ ಬಾರಿಗೆ ತನ್ನ ಯೋಜನೆಗಾಗಿ ಒಂದು ತಾಳೆ ಗರಿಯನ್ನು ಕಿತ್ತು, ಆ ಮರಕ್ಕೆ ನೋವು ಮಾಡಿದ. ಅದು ಅಳೋದಕ್ಕೆ ಶುರುಮಾಡಿತು. 'ಅಯ್ಯೋ ತಾಳೇ ಮರದ ಕಣ್ಣಲ್ಲಿ ನೀರು ಬರುತ್ತಿದೆ! ಎಲ್ಲರೂ ಬನ್ನಿ' ತಾಳೆ ಮರದ ಮೇಲೆ ಗೂಡು ಕಟ್ಟಿದ್ದ ಪಕ್ಷಿ ಗಾಬರಿಯಿಂದ ಕೂಗಿತು. ಅಂದು ಭೂಮಿಯ ಮೇಲೆ ಮೊದಲ ಕಣ್ಣೀರ ಹನಿ ಬಿದ್ದಿತ್ತು. ತಾಳೆಗರಿಗೆ ನೋವು ಮಾಡಿದ ಕಾರಣ ಗಿಡ ಮರಗಳ್ಯಾವೂ ಮನುಷ್ಯನ ಯೋಜನೆಗೆ ಕೈಗೂಡಿಸಲಿಲ್ಲ. ಆದರೆ ಮನುಷ್ಯ ತನ್ನ ಪ್ರಯತ್ನವನ್ನು ಕೈ ಬಿಡಲಿಲ್ಲ.

ದೇವರಿಗೆ ಬರೆದ ಪತ್ರ ತಲುಪಿತು. ಆ ಆಮಂತ್ರಣ ಪತ್ರದಲ್ಲಿ, 'ದೇವರೇ ನೀನು ನಮ್ಮನ್ನು ಈ ಸುಂದರವಾದ ಭೂಮಿಯಲ್ಲಿ ಸೃಷ್ಟಿಸಿದ್ದೀಯ,

ನಿನಗೆ ನಮನಗಳು. ಆದರೆ, ಈ ಭೂಮಿಯಲ್ಲಿ ನಾವು ಮಾಡುವುದಾದರೂ ಏನು ಎಂದು ತಿಳಿಯುತ್ತಿಲ್ಲ. ಹಾಗಾಗಿ ನಮಗೆಲ್ಲಾ ಒಂದು ಕೆಲಸ ಕೊಡು ಅದರಿಂದ ನಮಗೆ ಹೊತ್ತು ಹೋಗುತ್ತೆ, ನಮ್ಮ ಜೀವನಕ್ಕೊಂದು ಗುರಿ ಇರುತ್ತೆ' ದೇವರಿಗೆ ಅದನ್ನು ಓದಿ ಆಶ್ಚರ್ಯವಾಗಿತ್ತು. 'ಅರೇ! ಇದೇನಿದು? ನಾನು ಯಾವ ಕಷ್ಟ, ನೋವು, ಜಗಳವಿಲ್ಲದ ಪ್ರಪಂಚವನ್ನು ಸೃಷ್ಟಿ ಮಾಡಿದರೂ ಇವರಿಗೆ ನೆಮ್ಮದಿ ಸಿಗುತ್ತಿಲ್ಲವಲ್ಲ' ಎಂದು. ಎಲ್ಲರ ಕೋರಿಕೆಯಂತೆ ದೇವರು ಭೂಮಿಗೆ ಬಂದ.

ದೇವರನ್ನು ಮೊದಲ ಸಲ ಕಾಣುವುದಕ್ಕಾಗಿ ಎಲ್ಲಾ ಸಿದ್ಧತೆಗಳು ನಡೆದಿತ್ತು. ಆ ಸ್ವಾಗತಕ್ಕಾಗಿ ಮನುಷ್ಯ ಅಂದು ಗಿಡಮರಗಳ ಜೊತೆ ಇನ್ನಷ್ಟು ಜಗಳ ಮಾಡಿಕೊಂಡ. ಅಲಂಕಾರಕ್ಕೆ ಬೇಕೆಂದು ಹೂಗಳನ್ನು ಕಿತ್ತುದರಿಂದ ಗಿಡ ಮರಗಳು ಮುನಿಸಿಕೊಂಡು ಇನ್ನೆಂದಿಗೂ ಮನುಷ್ಯನೊಂದಿಗೆ ಮಾತನಾಡುವುದಿಲ್ಲ ಎಂದು ಶಪಥ ಮಾಡಿಬಿಟ್ಟವು!

ಪ್ರಕಾಶಮಾನವಾದ ದೇವರು ಆಗಮಿಸಿದಾಗ ಎಲ್ಲರೂ ವಂದಿಸಿದರು. ಸೃಷ್ಟಿಕರ್ತನ ಮನರಂಜಿಸಲು ಕೋಗಿಲೆಯ ಜೊತೆ ಕಾಗೆಯೂ ಇಂಪಾಗಿ ಹಾಡಿತು, ನವಿಲು ಕೆಂಬೂತಗಳು ಸೇರಿ ನರ್ತನ ಮಾಡಿದವು, ಎಲ್ಲಾ ಜೀವರಾಶಿಗಳು ದೇವರ ಮುಂದೆ ಕಲಾ ಪ್ರದರ್ಶನ ಮಾಡುವುದರಲ್ಲಿ ತಮ್ಮ ಹುಟ್ಟಿನ ಸಾರ್ಥಕತೆ ಕಂಡುಕೊಂಡರೆ ಮನುಷ್ಯ ತನ್ನ ವಾಕ್ಚಾತುರ್ಯದಿಂದ ದೇವರನ್ನು ಹೊಗಳಿ, ಅವನ ಗುಣಗಳನ್ನು ಸ್ತುತಿಸಿ ಒಲಿಸಿಕೊಳ್ಳಲು ಮುಂದಾದ. ದೇವರು ಮುಗುಳ್ನಗುತ್ತಾ ಚಪ್ಪಾಳೆ ತಟ್ಟಿದ.

ನಂತರ ಮನುಷ್ಯ ಮೊದಲೇ ನಿಶ್ಚಯಿಸಿದ ಹಾಗೆ ಕೇಳಿದ. ದೇವರೇ, ನಮಗೆ ಈ ಭೂಮಿಯಲ್ಲಿ ಹಾಡಿ ಕುಣಿದು ಸಾಕಾಗಿದೆ, ಏನಾದರು ಕೆಲಸ ಕೊಡಿ ಅಂತ. ಅದಕ್ಕುತ್ತರವಾಗಿ ದೇವರು 'ಏನೇ ಕೆಲಸ ಮಾಡಿದರೂ ಅದು ಒಂದಲ್ಲಾ ಒಂದು ದಿನ ಮುಗಿಯಲೇಬೇಕು. ಆಗ ಪುನಃ ನನ್ನ ಹತ್ತಿರ ಕೆಲಸ ಕೇಳುತ್ತೀರ. ಅದೆಲ್ಲದರ ಬದಲು ಈ ಭೂಮಿ ಮೇಲೆ ನೀವು ಶಾಂತಿ ಪ್ರೇಮಗಳನ್ನು ಹಂಚುತ್ತಾ ಸಾಗಿರಿ' ಎಂದು ನುಡಿದಾಗ

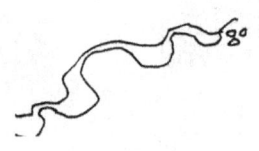

ಅದು ಮನುಷ್ಯನ ಕಣ್ಣಿಗೆ ಸರಿಬೀಳಲಿಲ್ಲ. 'ಏನಾದರೂ ಶಾಶ್ವತವಾದ ಕೆಲಸ ಕೊಟ್ಟುಬಿಡಿ, ಸೂರ್ಯ ಚಂದಿರರ ಹಾಗೆ'. ದಿಟ್ಟವಾಗಿ ನುಡಿದುಬಿಟ್ಟ. ಇತರೆ ಜೀವಿಗಳು, ತಮ್ಮೆಲ್ಲರಿಗಿಂತ ಬುದ್ಧಿವಂತನಾದ ಮನುಷ್ಯ ಸರಿಯಾದುದ್ದನ್ನೇ ಕೇಳುತ್ತಾನೆ ಎಂದು ನಂಬಿ ಅವನ ಬೇಡಿಕೆಗೆ ತಲೆದೂಗಿದವು.

ದೇವರು ಕೊಂಚ ಸಮಯ ಯೋಚಿಸಿ ಹೇಳಿದ. ನಿಮಗೆಲ್ಲಾ ನಾನು ಭೂಮಿ ಮೇಲೆ ಬದುಕೋದಕ್ಕೆ ಒಂದು ಧ್ಯೇಯ ಕೊಡುತ್ತೇನೆ. ಅದರ ಹೆಸರು 'ಹಸಿವು'. ಅದನ್ನು ಪಡೆಯೋದಕ್ಕೆ ನೀವೆಲ್ಲರೂ ನಾನು ಕೊಡುವ ಪಾನೀಯದಲ್ಲಿ ಒಂದೊಂದು ಗುಟುಕನ್ನು ಕುಡಿಯಿರಿ. ಅದರಿಂದ ನಿಮಗೆ ಹಸಿವು ಹುಟ್ಟಿ ಆಹಾರಕ್ಕಾಗಿ ಹುಡುಕಾಟ ಶುರು ಮಾಡುತ್ತೀರಿ. ಆಗ ನಿಮಗೆ ಭೂಮಿಯಲ್ಲೇನು ಕೆಲಸವಿಲ್ಲ ಅನ್ನೋ ಬೇಸರವಿರುವುದಿಲ್ಲ. ಎಲ್ಲರೂ ಒಂದೊಂದೇ ಗುಟುಕು ಕುಡೀಬೇಕು ಅಂತ ಹೇಳಿ ದೇವರು ಕಣ್ಮರೆಯಾದನು.

ಮನುಷ್ಯ ಯೋಚಿಸಿದ. ಎಲ್ಲರಿಗೂ ಒಂದೇ ಸಮನಾಗಿ ಈ ಹಸಿವು ಯಾಕೆ ಸಿಗಬೇಕು? ಈ ಆಸೆಯನ್ನು ದೇವರ ಹತ್ತಿರ ಕೇಳಿಕೊಂಡವನೇ ಮೊದಲು ನಾನು. ಅಂದಮೇಲೆ ನನಗೆ ಇದರ ಮೇಲೆ ಎಲ್ಲರಿಗಿಂತಾ ಹೆಚ್ಚಿನ ಹಕ್ಕಿದೆ ಅನ್ನಿಸಿತು. ಮನುಷ್ಯ ತಾನೇ ಪಾನೀಯವನ್ನು ಹಂಚುತ್ತೇನೆ ಎಂದು ಮುಂದಾದ. ಕ್ರಿಮಿ, ಕೀಟ, ಪ್ರಾಣಿ ಎಲ್ಲ ಜೀವಿಗಳಿಗೂ ಕೊಟ್ಟು ಕೊನೆಗೆ ಅವನು ಗಟಗಟನೆ ಕುಡಿದುಬಿಟ್ಟ. ದೇವರು ಎಚ್ಚರಿಸಿದ್ದರೂ ಒಂದಕ್ಕಿಂತ ಹೆಚ್ಚು ಗುಟುಕು ಪಾನೀಯವನ್ನು ಕುಡಿದಿದ್ದರಿಂದ ಅವನ ಹಸಿವು ಹೊಟ್ಟೆಗಷ್ಟೇ ಅಲ್ಲದೆ ನೆತ್ತಿಗೇರಿಹೋಯಿತು.

ಒಂದು ಗುಟುಕು ಕುಡಿದ ಬೇರೆ ಜೀವಿಗಳಿಗೆಲ್ಲಾ ಆಹಾರದ ಹಸಿವು ಮಾತ್ರ ಹುಟ್ಟಿದರೆ, ದೇವರ ಮಾತನ್ನು ಮೀರಿದ ಮನುಷ್ಯನಿಗೆ ಅಧಿಕಾರದ ಹಸಿವು, ಹಣದ ಹಸಿವು, ಯೌವನದ ಹಸಿವು ಎಲ್ಲವೂ ಹುಟ್ಟಿ ಅವನು ಬಯಸಿದಂತೇ ಮಾಡುವುದಕ್ಕೆ ತುಂಬಾ ಮೈತುಂಬಾ ಕೆಲಸಗಳು ಆವರಿಸಿಕೊಂಡವು. ಪ್ರಾಣಿ ಪಕ್ಷಿಗಳ ಜೊತೆ ನಕ್ಕು ನಲಿದು

ಸಂತೋಷಪಡುತ್ತಿದ್ದ ಮನುಷ್ಯ ಅವರಿಂದ ದೂರವಾಗಿ ತನ್ನದೇ ಲೋಕದಲ್ಲಿ ಕಳೆದುಹೋದ.

ಕೊನೆಯೇ ಇಲ್ಲದ ದಾರಿಯಲ್ಲಿ ಗೊತ್ತು ಗುರಿಯಿಲ್ಲದೆ ಓಡುತ್ತಿದ್ದ ಮನುಷ್ಯನನ್ನು ನೋಡಿ ಇತರ ಜೀವಿಗಳಿಗೆ ಮರುಕವುಂಟಾಯಿತು. ನಮ್ಮೊಂದಿಗೆ ನಮ್ಮಂತೆಯೇ ಇದ್ದ ಸ್ನೇಹಿತ ಈಗ ಯಾಕೋ ಬರೀ ದುಃಖ, ಕೋಪ, ದುರಾಸೆ, ಆತಂಕಗಳಲ್ಲಿ ಬಳಲಿಹೋಗುತ್ತಿದ್ದಾನಲ್ಲಾ ಎನಿಸಿತು. ತಮ್ಮ ಸ್ನೇಹಿತನನ್ನು ಈ ಕಷ್ಟ ಕಾರ್ಪಣ್ಯಗಳಿಂದ ದೂರ ಮಾಡೋದಕ್ಕೆ ಏನಾದರೂ ಪರಿಹಾರ ಹುಡುಕಬೇಕು ಎಂದು ಪ್ರಾಣಿಗಳು ಒಂದು ದಿನ ಮತ್ತೆ ದೇವರ ಮೊರೆ ಹೋದವು.

ದೇವರು ಮನುಷ್ಯನ ಸ್ಥಿತಿಯನ್ನು ಕೇಳಿ ನಕ್ಕು, ನಾನು ಬೇಡವೆಂದರೂ ಹೆಚ್ಚಾಗಿ ಕುಡಿದ ಪಾನೀಯ ತಂದ ಹಸಿವಿನಿಂದ ಹೀಗೆ ಆಡುತ್ತಿದ್ದಾನೆ. ಇಷ್ಟಾದರೂ ಮನುಷ್ಯ ನನ್ನ ಹತ್ತಿರ ಎಂದಿಗೂ ಹಸಿವನ್ನು ಹಿಂಪಡೆದುಕೊಂಡುಬಿಡು ಅಂತ ಕೇಳಿಕೊಂಡಿಲ್ಲ, ಬದಲಾಗಿ ಇನ್ನೂ ತನ್ನ ಹಸಿವನ್ನು ನೀಗಿಸಲು ಅದನ್ನು ಕೊಡು ಇದನ್ನು ಕೊಡು ಅಂತ ತನ್ನ ಪಟ್ಟಿಯನ್ನು ದೊಡ್ಡದೇ ಮಾಡಿಕೊಳ್ಳುತ್ತಿದ್ದಾನೆ. ಅವನಾಗೇ ಬಯಸಿದ ಭಾಗ್ಯವನ್ನು ಅವನೇ ತೊರೆದಾಗ ಮಾತ್ರ ಅವನಿಗೆ ಈ ಹಸಿವಿನಿಂದ ಮುಕ್ತಿ ಎಂದು ಹೇಳಿ ದೇವರು ಕಲ್ಲಂತೆ ಕುಳಿತುಬಿಟ್ಟ!

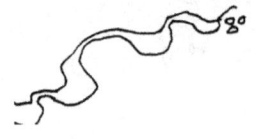

ನಂಜನಗೂಡು to ನ್ಯೂಜರ್ಸಿ

ಮಧ್ಯರಾತ್ರಿ. ಅಮೇರಿಕಾದ ನ್ಯೂಜರ್ಸಿಯ ಆಸ್ಪತ್ರೆಯೊಂದರ ಏಳನೇ ಮಹಡಿಯ ಕಾರಿಡಾರ್‌ನ ಗಾಜಿನಿಂದ ಹೊರಗೆ ಝುಗಮಗಿಸುತ್ತಿದ್ದ ದೀಪಗಳ ರಾಶಿಯ ಕಡೆಗೆ ಕಣ್ಣು ನೋಡುತ್ತಿದ್ದರೂ ಕನಕಮ್ಮನ ಗಮನ ಇದ್ದುದ್ದು ಬೇರೆ ಕಡೆಗೆ. ಲೇಬರ್ ವಾರ್ಡ್‌ನಿಂದ ಯಾವಾಗ ಮಗುವಿನ ಧ್ವನಿ ಕೇಳಿಬರುತ್ತೋ ಅನ್ನೋ ಕಾತರ ಆತಂಕಗಳಿಂದ ಕನಕಮ್ಮ ಸೀರೆ ಸೆರಗಿನ ತುದಿಯನ್ನು ತಿರುಗಿಸಿ ತಿರುಗಿಸಿ ಗಂಟಾಗಿತ್ತು. ಆದರೆ ಈ ಅರವತ್ತೈದರ ಹರೆಯದ ಅಜ್ಜಿ ಕಾಯುತ್ತಿದ್ದುದ್ದು ಸ್ವಂತ ಮೊಮ್ಮಗುವಿನ ಆಗಮನಕ್ಕಲ್ಲ. ಆಕೆಯ ತವಕ ಅರ್ಥವಾಗಬೇಕಾದರೆ ನಂಜನಗೂಡಿನಿಂದ ನ್ಯೂಜರ್ಸಿಯ ತನಕದ ಪಯಣವನ್ನು ಮೆಲುಕು ಹಾಕಬೇಕು.

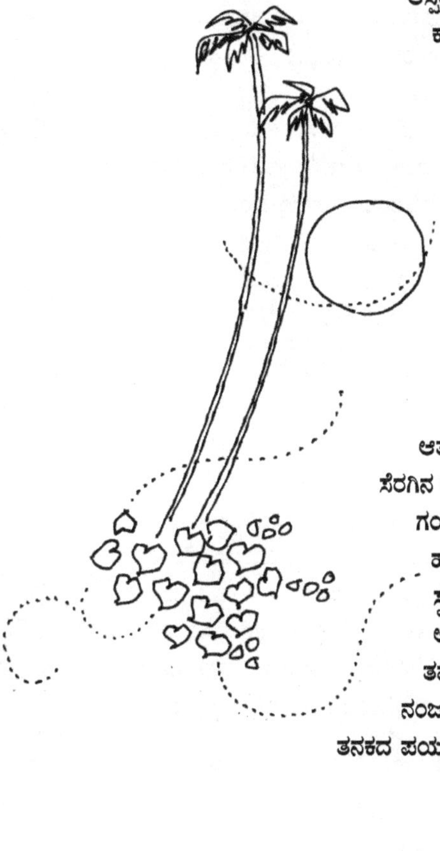

ಕನಕಮ್ಮನ ಮಗ ರಾಜಶೇಖರ ಬಿಸಿನೆಸ್‌ನಲ್ಲಿ ಲಾಸ್ ಮಾಡಿಕೊಂಡು ಬೆಂಗಳೂರಿನಲ್ಲಿ ಮನೆ ಬಾಡಿಗೆ ಕಟ್ಟೋದಕ್ಕೂ ಕಷ್ಟವಾದಾಗ, ಹಳೇ ಹೆಂಡತಿ ಪಾದವೇ ಗತಿ ಅನ್ನುವಂತೆ, ಸ್ವಂತ ಊರು ನೆನಪಾಗಿ ನಂಜನಗೂಡಿಗೆ ವಾಪಸ್ಸಾಗಿದ್ದ. ಮುಂದೆ ಏನು ಮಾಡೋದು ಅಂತ ತೋಚದವನಿಗೆ ಒಂದು ದಾರಿ ಸಿಕ್ಕಿತ್ತು. 'ನಮ್ ಜಮೀನನ್ನ ಮಾರಿ ಸಾಲ ತೀರಿಸ್ಬಿಡ್ತೀನಮ್ಮ, ಈ ಅವಮಾನಗಳು, ಸಾಲದ ಪ್ರೆಶರ್ ತಡೆದುಕೊಳ್ಳೋದಕ್ಕಾಗುತ್ತಿಲ್ಲ' ಅಮ್ಮನ ಮುಂದೆ ತನ್ನ ನಿರ್ಧಾರ ಹೇಳಿಬಿಟ್ಟ. 'ಜಮೀನಲ್ಲಿ ಈಗ ವ್ಯವಸಾಯ ಅಷ್ಟಕ್ಕಷ್ಟೇ ಆದ್ರೂ, ಅಪ್ಪನ ಸಮಾಧಿ ಇರೋದು ನೆನಪಾಗಬಾರದೇ ಮಗನಿಗೆ' ರಾಜಶೇಖರನ ಬಗ್ಗೆ ಬೇಸರವಾದರೂ ಅವನ ಕಷ್ಟದಲ್ಲಿ ಯಾರೇ ಇದ್ದರೂ ಹಾಗೇ ಯೋಚಿಸುತ್ತಿದ್ದರೇನೋ ಅನಿಸಿತು ಹೆತ್ತ ಕರುಳಿಗೆ. ಆದರೆ, ಗಂಡನ ಸಮಾಧಿಯ ಪಕ್ಕವೇ ತಾನೂ ಮಣ್ಣಾಗಬೇಕು ಅಂತ ಬಯಸಿದ್ದ ಕನಕಮ್ಮನಿಗೆ ಜಮೀನನ್ನು ಮಾರಬಾರದೆಂದು ಮನಸ್ಸು ಹಠ ಮಾಡಿತು. ಅಲ್ಲಿಯ ತನಕ ಜೀವನದಲ್ಲಿ ಒಂದು ರುಪಾಯಿಯನ್ನೂ ಗಳಿಸದವಳಿಗೆ ಸಾಲದ ಹೊರೆ ಹೊತ್ತ ಮಗನ ಸಮಸ್ಯೆಗಿರುವ ಏಕಮಾತ್ರ ಪರಿಹಾರಕ್ಕೆ ತಾನು ಅಡ್ಡಗಾಲು ಹಾಕುವುದು ಹಿಂಸೆಯೆನಿಸಿತು.

ಕನಕಮ್ಮನ ಕೂಗನ್ನು ನಂಜುಂಡೇಶ್ವರ ಕೇಳಿಸಿಕೊಂಡನೋ ಏನೋ, ಅವರ ಕೊರಗು ಅಂತ್ಯ ಕಾಣೋ ಅವಕಾಶ ತಾನಾಗೇ ಒದಗಿ ಬಂದಿತು. ದೇವಸ್ಥಾನದಲ್ಲಿ ತಂಬಿಟ್ಟಾರತಿ ಮಾಡೋದಕ್ಕೆ ಹೋದಾಗ, ಅಲ್ಲಿ ಹೆಂಗಸರು ಅಮೇರಿಕಾದಲ್ಲಿ ಬಾಣಂತನ ಮಾಡೋದಕ್ಕೆ ಅನುಭವವಿರೋರು ಬೇಕಂತೆ, ಆರು ತಿಂಗಳಿಗೆ ಎಂಟು ಲಕ್ಷ ಸಂಬಳ ಅಂತ ಮಾತನಾಡಿಕೊಳ್ಳುತ್ತಿದ್ದರು. ತಾನು ಆ ಸಾಹಸ ಮಾಡಬೇಕೆಂದು ಆಗ ಕನಕಮ್ಮನ ಬುದ್ಧಿಗೆ ಹೊಳೆದಿರಲಿಲ್ಲ. ಆದರೆ ಮಗ ಯಾವಾಗ ಜಮೀನನ್ನು ಮಾರುವುದಕ್ಕೆ ಗಿರಾಕಿಯನ್ನು ಮನೆಗೆ ಕರೆದುಕೊಂಡು ಬಂದನೋ ಆಗ ಈ ವಿಚಾರ ಹೊಳೆಯಿತು. ಸೀದಾ ಹೋಗಿ ಗಿರಾಕಿಯ ಮುಂದೆ ನಾವು ಜಮೀನನ್ನು ಮಾರೋದಿಲ್ಲ ಅಂತ ವಿಶ್ವಾಸದಲ್ಲಿ ನುಡಿದುಬಿಟ್ಟರು.

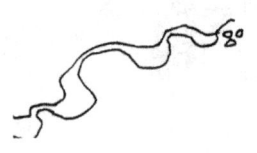

‘ಏನಮ್ಮ ನಿಂಗೆ ತಲೆ ಕೆಟ್ಟಿದೆಯಾ? ಕಷ್ಟಕಾಲದಲ್ಲಿ ಸಹಾಯಕ್ಕೆ ಬಂದೋರ್ ಮುಂದೆ ಹಾಗಂದುಬಿಟ್ಯಲ್ಲಾ’ ರಾಜಶೇಖರ ಮೈಯಲ್ಲಿದ್ದ ಶಕ್ತಿಯನ್ನೆಲ್ಲಾ ಒಟ್ಟುಗೂಡಿಸಿ ಕಿರುಚಿದ. ‘ನಿನ್ ಸಾಲದ್ ಹಣ ನಾನ್ ವಾಪಸ್ ಕೊಡ್ತೀನಿ. ಎಂಟು ಲಕ್ಷ’ ಕನಕಮ್ಮನ ಮಾತನ್ನು ಯಾರಾದರೂ ನಂಬುವಂಥದ್ದೇ?. ‘ಏನಮ್ಮ ನಿಧಿ ಗಿಧಿ ಏನಾದ್ರೂ ಸಿಕ್ತಾ?’ ಮೆಲ್ಲಗೆ ಕೇಳಿದ. ‘ನಾನು ಆರು ತಿಂಗಳಲ್ಲಿ ದುಡಿದು ತರ್ತೀನಿ, ಜಮೀನನ್ನು ಮಾರೋದು ಬೇಡ. ನನ್ನ ಪ್ರಾಣ ಹೋದ್ಮೇಲೆ ಅವ್ರ್ ಪಕ್ಕ ನನ್ನನ್ನೂ ಮಲಗಿಸಿಬಿಡು ಅದೇ ದೊಡ್ಡ ನೆಮ್ಮದಿ ನಂಗೆ. ನೀನು ತಿಥಿ ಕಾರ್ಯ ಅಂತೇನೂ ಮಾಡೋದು ಬೇಡ’. ಅಷ್ಟನ್ನು ಹೇಳಿ ಕನಕಮ್ಮ ಗಳಗಳನೆ ಅತ್ತುಬಿಟ್ಟರು. ‘ಮಾವನವರು ಜೊತೆಯಲ್ಲಿಲ್ಲವಾದಾಗಲೇ ಹೀಗೆ, ಇನ್ನು ಅವರಿದ್ದಾಗ ಎಷ್ಟು ಪ್ರೀತಿಸಿರಬಹುದು!’ ಸೊಸೆ ಅತ್ತೆಯನ್ನು ಕಣ್ಣಾಡಿಸದೆ ನೋಡಿದಳು.

ಗಂಡನ ನೆನಪನ್ನು ಉಳಿಸಿಕೊಳ್ಳೋದಕ್ಕೆ ಕನಕಮ್ಮ ಅರ್ಧ ಪ್ರಪಂಚವನ್ನು ಸುತ್ತಿ ಅಮೇರಿಕಾಗೆ ಬಾಣಂತನ ಮಾಡುವ ಕೆಲ್ಸಕ್ಕೆ ಹೋಗಬೇಕಾಯಿತು. ಅಡುಗೆ ಮನೆ, ರಂಗೋಲಿ, ದೇವಸ್ಥಾನದಲ್ಲಿ ಕೈಲಾದ ಸೇವೆ ಮಾಡಿಕೊಂಡಿದ್ದ ವೃದ್ಧೆ ತನ್ನ ಜೀವನಕ್ಕೆ ಇಷ್ಟು ಉಪಯೋಗವಾಗಬಲ್ಲಳು ಅಂತ ಗೊತ್ತಾದಾಗ, ಸೊಸೆಗೆ ಅತ್ತೆಯ ಮೇಲಿನ ಗೌರವ ಮುಗಿಲು ಮುಟ್ಟಿತ್ತು. ಹೊರಡುವ ಮುನ್ನ ಚಟ್ನಿಪುಡಿ, ಉಪ್ಪಿನಕಾಯಿ, ಚಕ್ಕುಲಿ, ಕೋಡುಬಳೆ, ಪುಳಿಯೋಗರೆ ಗೊಜ್ಜು ಎಲ್ಲವನ್ನೂ ತಾನೇ ಖುದ್ದಾಗಿ ತಯಾರು ಮಾಡಿದ್ದಳು. ಹಲ್ಲುಗಳು ಬಲಹೀನವಾಗೋ ವಯಸ್ಸಿನಲ್ಲಿ ಚಕ್ಕುಲಿ ಕೋಡುಬಳೆ ಹೇಗೆ ತಿನ್ನಲಿ ಅಂತ ಆ ಪೊಟ್ಟಣವನ್ನು ಅಲ್ಲೇ ಬಿಟ್ಟುಬಂದಿದ್ದರು ಕನಕಮ್ಮ.

ನಂಜನಗೂಡಿನಲ್ಲಿ ಕನಕಮ್ಮನ ಸೊಸೆ, ವಯಸ್ಸಾದ ಅತ್ತೆ ಕೈಯಲ್ಲಿ ಕೆಲ್ಸ ಮಾಡ್ಸಿ ದುಡಿಸ್ಕೊಳ್ತಿದ್ದಾರೆ ಅಂತ ಅಕ್ಕಪಕ್ಕದವರು ಕೊಂಕು ನುಡಿಬಾರದು ಅಂತ, “ನಮ್ಮ ಅತ್ತೆಯವರಿಗೆ ಏನ್ ಹೇಳೋದು ಗೊತ್ತಾಗಲ್ಲ, ಬೇಡ ಬೇಡ ಅಂದ್ರೂ ಯಾವ್ದ್ ಯಾವ್ದೋ ಕೆಲಸ ಹಚ್ಚಿಕೊಂಡ್ಬಿಡ್ತಾರೆ.

ಇದೂ ಹಾಗೆ ಏನೋ ಅಂದುಕೊಂಡ್ವಿ, ಗೊತ್ತಿರೋರ್ ಮನೆಗೆ ಬಾಣಂತನ ಮಾಡಿ ಬರ್ತೀನಿ ಅಂತ ಹೇಳಿದೋರು ಅಮೇರಿಕಾದಲ್ಲಿ ಯಾರ್ದೋ ಮನೆ ಸೇವೆ ಮಾಡೋಕ್ ಹೋಗ್ತಿದ್ದಾರೆ ಅಂತ ಗೊತ್ತೇ ಇರ್ಲಿಲ್ಲ. ನಾವೂ ತುಂಬಾ ಬೇಡ ಅಂದ್ವಿ, ಆದ್ರೆ ಅಷ್ಟರಲ್ಲಾಗ್ಲೇ ವೀಸಾ ಪಾಸ್‌ಪೋರ್ಟ್ ಮಾಡ್ಸಿ ಆಗಿತ್ತು. ಅವ್ರ್ ಬೇರೆ ಅಡ್ವಾನ್ಸ್ ದುಡ್ಡೂ ಕೊಟ್ಬಿಟ್ಟಿದ್ರು, ಇನ್ನೇನ್ ಮಾಡೋಕಾಗುತ್ತೆ ಅಂತ ಸುಮ್ಮನಾದ್ವಿ. ಅದೂ ಅಲ್ಲದೆ ಹೆಣ್ಮಗು ಬಾಣಂತನ ಮಾಡಿದ್ರೆ ಪುಣ್ಯ ಬರುತ್ತೆ. ಮಗ ಸೊಸೆ ಇಬ್ಬರೂ ಪೈಪೋಟಿಯಲ್ಲಿ ತಮ್ಮ ಋಣದ ಭಾರ ಕಡಿಮೆ ಮಾಡಿಕೊಳ್ಳಲು ಸಾಕಷ್ಟು ಸಮರ್ಥನೆಗಳನ್ನು ಕೊಟ್ಟುಕೊಂಡರು.

ಭಾರತದವರೇ ಹೆಚ್ಚು ಇರುವ ನ್ಯೂಜರ್ಸಿಯಲ್ಲಿ ಕೆಲಸ ಮಾಡಿಕೊಂಡಿರೋ ಉದಯ್ ಮಿಶ್ರಾ ಮತ್ತವನ ಪತ್ನಿ ತನುಜಾ ಡ್ಯೂಪ್ಲೆಕ್ಸ್ ಮನೆಯಲ್ಲಿದ್ದರು. ಮೊದಮೊದಲು ಕನಕಮ್ಮನಿಗೆ ಅಲ್ಲಿನ ವಾತಾವರಣ ಕಂಡು ದಿಗ್ಭ್ರಮೆ ಯಾಯಿತು. ಇದೇನಿದು ಇಲ್ಲಿ ಯಾರೂ ವಾಸಿಸುವುದಿಲ್ಲವೇ ಅಂದು ಕೊಳ್ಳುವಷ್ಟು ಸ್ವಚ್ಛವಾದ ರಸ್ತೆಗಳು, ನೋಡುತ್ತಾ ಸಾಗಿದರೆ ಕತ್ತು

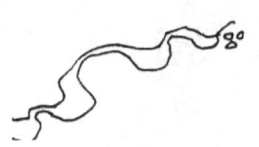

ನೋವು ಬರುವಷ್ಟು ಎತ್ತರದ ಕಟ್ಟಡಗಳು, ತನ್ನಷ್ಟೇ ವಯಸ್ಸಾದ ಅಜ್ಜ ಅಜ್ಜಿಯರೆಲ್ಲಾ ಚಡ್ಡಿ ಪ್ಯಾಂಟುಗಳನ್ನು ತೊಟ್ಟು ಯುವಕರಂತೆ ಕೈ ಕೈ ಹಿಡಿದುಕೊಂಡು ಹೋಗುತ್ತಿದ್ದನ್ನು ನೋಡಿ ಬೆರಗಾದಳು. ಇಳಿ ವಯಸ್ಸಿನಲ್ಲಿ ಹೊರದೇಶ ನೋಡೋ ಭಾಗ್ಯ ಬಂದುದ್ದಕ್ಕೆ ಖುಷಿಯೂ ಆಯಿತು. ಕಾಲಕ್ರಮೇಣ, ಪ್ರತಿದಿನ ಹಸುವಿನ ಹಾಲನ್ನು ಕರೆಯುತ್ತಿದ್ದವಳು ಈಗ ಫ್ರಿಜ್‌ನಲ್ಲಿದ್ದ ಡಬ್ಬದ ಹಾಲಲ್ಲಿ ಕಾಫಿ ಮಾಡೋದನ್ನು ಕಲಿತರು, ಹಂಡೆ ಒಲೆಗೆ ಉರಿ ಹಾಕಿ ಸ್ನಾನ ಮಾಡುತ್ತಿದ್ದವರು ಹಾಟ್ ಶವರ್‌ನ ಉಪಯೋಗಿಸತೊಡಗಿದರು. ಕಲಿಕೆಗೆ ವಯಸ್ಸಿಲ್ಲ ಅನ್ನೋದಕ್ಕೆ ಉದಾಹರಣೆಯಾದರು.

ವಾರ್ಡ್ ಒಳಗಿನಿಂದ ಮಗು ಅಳ್ತಿರೋ ಧ್ವನಿ ಕೇಳಿತು. ಕನಕಮ್ಮ ಫ್ಲಾಶ್ ಬ್ಯಾಕ್ನಿಂದ ಹೊರಬಂದರು. ಒಳಗಡೆಯಿಂದ ಬಂದ ಮೇಲ್ ನರ್ಸ್ ಹತ್ತಿರ ಹೋಗಿ ವಾಟ್ ಬೇಬಿ ಅಂತ ಕೈ ತೋರಿಸಿ, ಕುತೂಹಲ ತುಂಬಿದ ಕಣ್ಣಳಲ್ಲಿ ಕೇಳಿದಾಗ ಆತ ಇಟ್ಸ್ ಗರ್ಲ್ ಬೇಬಿ ಅಂದು ಹೋದನು. ಸ್ವಲ್ಪ ಹೊತ್ತಿನ ನಂತರ ಮತ್ತೆ ಬಾಗಿಲು ತೆಗೆದುಕೊಂಡಿತು. ಅದರಿಂದ ಉದಯ್ ಆಚೆ ಬಂದ. “ನೀವು ಒಳಗೇ ಇದ್ರ ಡೆಲಿವರಿ ಆದಾಗ” ಕನಕಮ್ಮ ಆಶ್ಚರ್ಯದಿಂದ ಕೇಳಿದರು. ಇದು ಇಲ್ಲಿನ ಪದ್ಧತಿ ಹೆಂಡತಿಯ ನೋವಿನಲ್ಲಿ ಗಂಡನೂ ಸಮಭಾಗಿ. ಮಗು ಹುಟ್ಟುವಾಗ ಎಷ್ಟ್ ಕಷ್ಟ ಅಂತ ನೋಡಿ ಭಯ ಆಗೋಯ್ತು. ನಿಜ್ವಾಗ್ಲೂ ನೀವ್ ಹೆಣ್ಮಕ್ಕಳು ಅದ್ ಹೇಗೆ ಈ ನೋವನ್ನ ಸಹಿಸ್ಕೊಳ್ತೀರೋ ಗ್ರೇಟ್! ಕೈಮುಗಿದ ಉದಯ್.

ಕಳೆದ ಒಂದು ತಿಂಗಳಿನಿಂದ ತುಂಬು ಗರ್ಭಿಣಿಗೆ ಅಡುಗೆ ಮಾಡಿ, ನೀರು ಹಾಕಿ ತನ್ನ ಮಗಳಂತೆ ನೋಡಿಕೊಂಡಿದ್ದ ಕನಕಮ್ಮನಿಗೆ ತನುಜಾ ಮೇಲೆ ಸ್ವಂತ ಮಗಳಂತೆ ಅಕ್ಕರೆ ಮೂಡಿತ್ತು. ಹೊಟ್ಟೆ ಉದ್ದ ಇದ್ದುದರಿಂದ ಮುಖ ಲಕ್ಷಣವಾಗೇ ಇದ್ದುದರಿಂದ ಹೆಣ್ಣು ಮಗುವೇ ಆಗಬಹುದೆಂದು ಊಹಿಸಿದ್ದು ನಿಜವಾಯಿತು. ಆದರೆ ಇನ್ನೊಂದನ್ನು ಊಹಿಸಿರಲಿಲ್ಲ. ಉದಯ್ ಮಗು ಅಂಡರ್‌ವೇಟ್ ಇದೆ. ಕೇವಲ ಒಂದು ಕೆಜಿ ಇಪ್ಪತ್ತಾರು ಗ್ರಾಮ್ ಇದೆ ಎಂದು ತಿಳಿಸಿ ಮುಖ ಸಪ್ಪೆ

ಮಾಡಿಕೊಂಡ. ಮಗುವನ್ನು ಇಂಟೆನ್ಸಿವ್ ಕೇರ್‌ನಲ್ಲಿಟ್ಟಿದ್ದಾರೆ. ತುಂಬಾ ಹುಷಾರಾಗಿ ನೋಡಿಕೊಳ್ಬೇಕು ಅಂತ ಹೇಳಿದಾಗ, ಕನಕಮ್ಮನಿಗೇನೂ ತುಂಬಾ ಭಯವಾಗಲಿಲ್ಲ. ನಂಜನಗೂಡಿನಲ್ಲಿ ಇಂಥ ಎಷ್ಟೋ ಸಮಸ್ಯೆಗಳನ್ನು ಎದುರಿಸಿದ ಕೈ ಅದು. ಆದರೆ ಹೊರದೇಶದಲ್ಲಿ ಬ್ರೆಡ್ಡು ಚೀಸು ಅಂತ ತಿಂದುಕೊಂಡಿರುವ ನಾಜೂಕಿನ ಮೈಯ್ಯ ತನುಜಾಗೆ ದೊಡ್ಡ ಚಿಂತೆಯಾಯಿತು. ಅವಳಿಗೆ ತನ್ನ ಎಳೇ ಮಗುವನ್ನು ಎತ್ತಿಕೊಳ್ಳೋಕೇ ಭಯವಾಗಿಬಿಟ್ಟಿತ್ತು. ಕನಕಮ್ಮ ಮಗುವನ್ನು ಎತ್ತಿಕೊಂಡಾಗ ಎಳೇ ಕೈ ತನ್ನ ಸಣ್ಣ ಕಿರುಬೆರಳಿನಿಂದ ಸುಕ್ಕಾದ ಅಜ್ಜಿಯ ಕೈಬೆರಳನ್ನು ಹಿಡಿದುಕೊಂಡಿತು. "ಬಾರೇ ರಾಣಿ, ಯಾರ್ ನಿಂಗೆ ನಿಶ್ಶಕ್ತಿ ಅಂದಿದ್ದು? ನಾನ್ ನೋಡ್ಕೋತೀನಿ" ನೆಟಿಕೆ ತೆಗೆದು ಹೇಳಿದಳು.

ಉದಯ್ ದಂಪತಿಗಳಂತೂ ಕನಕಮ್ಮನನ್ನು ಬಹಳ ಪ್ರೀತಿಯಿಂದ ಕಾಣುತ್ತಿದ್ದರು. ಆದರೆ ಅದೊಂದು ದಿನ ಕನಕಮ್ಮ ನಾಲ್ಕಾರು ಕಿತ್ತಲೆಹಣ್ಣು ಗಳನ್ನು ತಂದು ಸಂಭ್ರಮದಿಂದ ತೋರಿಸಿದಾಗ ಎರಡೇ ನಿಮಿಷದಲ್ಲಿ ಅವರ ಸಂತೋಷ ಮಣ್ಣುಪಾಲಾಯಿತು. ಕಾರಣ, ಪಕ್ಕದ ಮನೆಯ ಕೇಟ್ ತಮ್ಮ ಕಾಂಪೌಂಡಿನ ಮರದಿಂದ ಕನಕಮ್ಮ ಕಿತ್ತಲೆ ಹಣ್ಣುಗಳನ್ನು ಕದ್ದಿದ್ದಾರೆ ಅಂತ ಪೋಲಿಸರಿಗೆ ದೂರುಕೊಟ್ಟುಬಿಟ್ಟಿದ್ದರು. ನಮ್ ಬೀದಿಯಲ್ಲಿ ಬಿಟ್ಟಿರೋ ಹೂವು ಹಣ್ಣುಗಳಲ್ಲಿ ನಮ್ಮ ಪಾಲೂ ಇದೆ ಅಂದುಕೊಂಡ ಜನರ ಮಧ್ಯೆ ಬದುಕಿದ್ದ ಕನಕಮ್ಮನಿಗೆ ಈ ಅನುಭವದಿಂದ ತಲೆತಗ್ಗಿಸುವಂತಾಗಿತ್ತು. ತನ್ನನ್ನೆಲ್ಲಿ ವಾಪಸ್ಸು ಕಳಿಸಿಬಿಡುತ್ತಾರೋ ಅಂತ ನಡುಗಿ ಹೋದಳು. ಮಗನ ಸಾಲದ ಭಾರ, ಯಜಮಾನರ ಸಮಾಧಿ ಇರೋ ಜಮೀನನ್ನು ಉಳಿಸಿಕೊಳ್ಳೋ ಭಾರ ಮುದುಕಿಯ ಮನಸ್ಸನ್ನು ಹಿಂಡಿಬಿಟ್ಟಿತ್ತು. ಆದರೆ ಕನಕಮ್ಮನ ಸ್ಥಿತಿ ಗೊತ್ತಿದ್ದ ತನುಜಾ ಕೇಟ್‌ಗೆ ಅವರ ಕತೆ ಹೇಳಿ, ಕಂಪ್ಲೇಂಟ್ ವಾಪಸ್ ತೆಗೆದುಕೊಳ್ಳುವಂತೆ ಕೇಳಿಕೊಂಡಳು. ಗಂಡನಿಂದ ಡೈವೋರ್ಸ್ ತೆಗೆದುಕೊಂಡು ಒಂಟಿಯಾಗಿದ್ದ ಕೇಟ್‌ಗೆ, ಸತ್ತುಹೋದ ಗಂಡನ ಪಕ್ಕದಲ್ಲಿ ತನ್ನನ್ನು ಮಣ್ಣು ಮಾಡಬೇಕೆಂದು ಬಯಸಿದ ಕನಕಮ್ಮನ ಪ್ರೇಮ ಅದ್ಭುತವೆನಿಸಿತು. ಬೆಟ್ಟದಂತೆ ಬಂದ ಸಮಸ್ಯೆ ನೀರಾಗಿ ಕರಗಿಹೋಗಿ ಕನಕಮ್ಮನ ಕೆಲಸ ಮುಂದುವರಿಯಿತು.

ಮಗುವನ್ನು ಕಾಲಮೇಲೆ ಬೋರಲು ಮಲಗಿಸಿಕೊಂಡು ಉಗುರು ಬೆಚ್ಚಗಿನ ಎಣ್ಣೆಯನ್ನು ಹಚ್ಚಿ ಮೈ ಕೈ ಎಳೆದು ತಲೆಗೆ ನೀರು ಹಾಕಿದರು. “ಸಾಂಬ್ರಾಣಿ ಇದೆ. ಇವತ್ತೊಂದು ದಿನ ಹಾಕ್ಲಾ?” ಕನಕಮ್ಮನ ಉತ್ಸಾಹಕ್ಕೆ ತನುಜಾ ಗಾಬರಿಯಾಗಿ ಹಾಗೆಲ್ಲಾ ಮಾಡಿದ್ರೆ ಇನ್ನೊಂದ್ ಸಲ ಪೊಲೀಸ್ ಕಂಪ್ಲೇಂಟ್ ಹೋಗುತ್ತೆ ಇಲ್ಲ ಅಂದ್ರೆ ಫೈರ್ ಇಂಜಿನ್‌ನೋರು ಏನಾದ್ರೂ ತೊಂದರೆಯಾಗಿದೆ ಅಂದುಕೊಂಡು ಬಂದುಬಿಡ್ತಾರೆ ಅಂದು ಹೇಳಿ ನಕ್ಕಳು. ‘ಬೇಡ ಬಿಡಮ್ಮ, ಸುತ್ಕಾರನಾದ್ರೂ ಹಾಕ್ತೀನಿ, ಆಮೇಲೆ ನಿಮ್ಮ ಡಾಕ್ಟರು ಹೇಳಿರೋದನ್ನ ಕೊಡಿ’. ‘ಸುತ್ಕಾರ ಅಂದ್ರೆ?’. ಭಜೆ, ಜಾಕಾಯಿ, ಮೆಣಸು, ಕಸ್ತೂರಿ ಮಾತ್ರೆ, ಒಣ ಖರ್ಜೂರ ಎಲ್ಲವನ್ನೂ ಕಲ್ಲಿನ ಮೇಲೆ ಎರಡೆರಡು ಸುತ್ತು ತೇಯ್ದು ಗಂಧದ ಹದ ಮಾಡಿ ಅದನ್ನು ಕೊಟ್ರೆ ಮಗೂಗೆ ಮಂದ ಆಗಿದ್ರೆ ಸರಿಹೋಗುತ್ತೆ, ತಾಯಿ ಹಾಲು ಮೈಗಂಟಿ ಮಗು ದಪ್ಪ ಆಗುತ್ತೆ ಅಂತ ಅದರ ಉಪಯೋಗಗಳನ್ನು ಸೇಲ್ಸ್‌ಮ್ಯಾನ್‌ಗಳಂತೆ ಮಾರ್ಕೆಟಿಂಗ್ ಮಾಡುತ್ತಾ ಸುತ್ಕಾರ ಹಾಕಿ ಮಗುವನ್ನು ಮಲಗಿಸಿಕೊಂಡು ನಾಲಿಗೆಗೆ ನೆಕ್ಕಿಸಿದಳು. ಮಗು ಖರ್ಜೂರದ ರುಚಿಗೆ ನಾಲಿಗೆ ಚಪ್ಪರಿಸಿತು. ಏನನ್ನು ತಿನ್ನಿಸಿದರೂ ಬಾಯಿ ತೆರೆಯದಿದ್ದವಳು ಈಗ ಅಜ್ಜಿ ಕೈ ರುಚಿಗೆ ಒಗ್ಗಿಕೊಂಡುಬಿಟ್ಟಳು ಅಂತ ಅಪ್ಪ ಅಮ್ಮ ಸಂತೋಷಪಟ್ಟರು.

ಅಂದು ಬೆಳ್ಳಂಬೆಳಗ್ಗೆಯೇ ಕನಕಮ್ಮನ ಮನೆಯಿಂದ ಫೋನು ಬಂದಿತ್ತು. “ಏನಮ್ಮಾ ಎಲ್ಲಾ ಆರೋಗ್ಯಾನಾ? ನಮ್ಮನ್ನೇ ಮರೆತುಬಿಟ್ಟಿರೋ

ಹಾಗಿದೆ?" ಎಂದಿನಿಗಿಂತ ಮಗನ ಕಾಳಜಿಯ ತೂಕ ಹೆಚ್ಚಿತ್ತು. ಕನಕಮ್ಮ "ನಾನೂ ಮಾಡ್ಬೇಕು ಅಂತಾನೇ ಇದ್ದೆ ಆದ್ರೆ ಅಲ್ಲಿ ಯಾವಾಗ್ ಬೆಳ್ಳಗ್ಗೇನೋ ಮಧ್ಯರಾತ್ರೀನೋ ಸರಿಯಾಗಿ ಗೊತ್ತಾಗಲ್ವಲ್ಲಪ್ಪ, ಅಂತೂ ಒಂದು ದಿನ ಮಾಡಿದ್ದೆ ನೀವ್ಯಾರೂ ಎತ್ಕೊಳ್ಳಿಲ್ಲ. ಮಲ್ಗಿದ್ರೋ ಏನೋ ಅಂತ ಕಟ್ ಮಾಡಿಬಿಟ್ಟೆ".

ಪಕ್ಕದ ಮನೆಯ ಜಯ ಫೋನ್ ಕೊಡು ಮಾತಾಡ್ತೀನಿ ಅಂತ ಒಂದೇ ಸಮನೆ ಕಿರಿಕಿರಿ ಮಾಡುತ್ತಿದ್ದನ್ನು ತಡೆಯೋಕಾಗದೆ ಫೋನನ್ನು ಅವರ ಕೈಗೆ ವರ್ಗಾಯಿಸಿದ. "ಅಲ್ಲ ಕನಕ ಅದ್ ಹೇಗೆ ಒಬ್ಳೇ ವಿಮಾನದಲ್ಲಿ ಹೋದೆ ನೀನು? ಭಾರೀ ಗಟ್ಟಿಗಿತ್ತಿ ಬಿಡಮ್ಮ". "ಕಲ್ಯೋತನಕ ಬ್ರಹ್ಮ ವಿದ್ಯೆ, ಕಲಿತ ಮೇಲೆ ಕೋತಿ ವಿದ್ಯೆ ಅಂತ ಹೇಳಲ್ವಾ? ಹಂಗೇ ಎಲ್ಲಾ. ಏರ್‌ಪೋರ್ಟಲ್ಲಿ ಎಲ್ಲಿಲ್ಲಿ ಕೇಳ್ತಾರೋ ಅಲ್ಲಲ್ಲಿ, ನನ್ ವೀಸಾ ಬ್ಯಾಗ್ ಅಲ್ಲಿರೋದನ್ನೆಲ್ಲಾ ತೆಗೆದು ತೋರಿಸೋದು, ಅವ್ರೇ ಏನ್ ಬೇಕೋ ಅದನ್ ನೋಡ್ಕೊಂಡು ಠಸ್ಸೆ ಹೊಡೆದು ವಾಪಸ್ ಕೊಡ್ತಾರೆ. ಇನ್ನೇನಾದ್ರೂ ಗೊಂದಲ ಆದ್ರೆ ಮೊದ್ಲೇ ನಾವು ಮುದ್ಕೀರಲ್ವಾ ಸಹಾಯ ಮಾಡ್ತಾರೆ ಕಣೇ, ಬೇರೆವ್ರಿಗೆ ಬೈದಂಗೆ ಮುಖ ಮಾಡಲ್ಲ" ಒಂದೇ ಪ್ರಯಾಣಕ್ಕೆ ಇಂಟರ್ನ್ಯಾಷನಲ್ ಟ್ರಾವಲರ್‌ನ ಹಾಗೆ ಕನಕಮ್ಮ ಸ್ನೇಹಿತೆಗೆ ಸಲಹೆ ಕೊಟ್ಟುಬಿಟ್ಟಳು. ಇನ್ನೊಂದು ನಾಲ್ಕು ತಿಂಗಳಿಗೆ ವಾಪಸ್ ಬರ್ತೀನಿ ಅನ್ನೋದಕ್ಕೆ ಮಾತು ಮುಗಿಯಿತು.

ಉದಯ್ ಮಿಶ್ರಾ ಮಗಳು ಹುಟ್ಟಿ ಒಂದು ಗಂಟೆಯ ಫೋಟೋದಿಂದ ಹಿಡಿದು ಒಂದು ದಿನದ ಫೋಟೋ, ಹತ್ತು ದಿನದ್ದು, ನೂರು ಗಂಟೆಯದ್ದು ಹೀಗೆ ಫೋಟೋಗಳನ್ನು ತೆಗೆದಿಟ್ಟುಕೊಂಡು ಒಂದು ವರ್ಷದ ಹುಟ್ಟುಹಬ್ಬಕ್ಕೆ ಕೊಲಾಜ್ ಮಾಡಿ ಕೋಣೆಗೆ ಹಾಕುವ ತಯಾರಿ ಮಾಡುತ್ತಿದ್ದನ್ನು ಕಂಡು ಕನಕಮ್ಮ ಬಲು ಖುಷಿಯಾದಳು. ತನ್ನ ಮಗಳು ಹುಟ್ಟಿದಾಗ ನನ್ನ ಗಂಡ ತಲೆ ಚಚ್ಚಿಕೊಂಡಿದ್ದರು ಹೆಣ್ಣು ಮಗುವಾಯಿತೆಂದು. ಈಗಿನ ಕಾಲದಲ್ಲೂ ಹೆಣ್ಣುಮಕ್ಕಳನ್ನು ತಿರಸ್ಕಾರ ಭಾವದಿಂದ ನೋಡೋ ಎಷ್ಟೋ ಉದಾಹರಣೆಗಳನ್ನು ನೋಡಿದ್ದ ಕನಕಮ್ಮನಿಗೆ ಉದಯ್ ಮಗಳನ್ನು ಸ್ವಾಗತಿಸಿದ ಸಂಭ್ರಮ ನೋಡಿ

ಕಣ್ತುಂಬಿಕೊಂಡಳು. ಮಗು ಆದಷ್ಟು ಬೇಗ ತೂಕ ಹೆಚ್ಚಿಸಿಕೊಂಡು ಆರೋಗ್ಯವಂತೆಯಾದರೆ ಸಾಕು ನಂಜನಗೂಡಿನ ನಂಜುಂಡೇಶ್ವರನಿಗೆ ಸಾವಿರದ ಒಂದು ರುಪಾಯಿ ಕಾಣಿಕೆ ಹಾಕುತ್ತೇನೆಂದು ಹರಕೆ ಹೊತ್ತಳು.

ಚಳಿಗಾಲ ಶುರುವಾಗಿತ್ತು. ಅಪರೂಪಕ್ಕೆ ಆಲಿಕಲ್ಲನ್ನು ನೋಡಿ ಸಂಭ್ರಮಪಟ್ಟಿದ್ದ ಕನಕಮ್ಮ ಕಿಟಕಿಯಿಂದಾಚೆ ತುಂತುರು ಮಳೆಯ ಹಾಗೆ, ನಿರಂತರವಾಗಿ ಬೀಳುತ್ತಿದ್ದ ಹಿಮವನ್ನು ನೋಡಿ ಹಿಗ್ಗಿಹೋದರು. ಮನೆ ತಾರಸಿ, ಕಿಟಕಿಗಳ ಮೇಲೆ ಕೂತಿದ್ದ ಹಿಮವನ್ನು ನೋಡಿದಾಗ ಯಾಕೋ ಬೆಣ್ಣೆ ಅಲಂಕಾರ ಮಾಡಿದ ಆಂಜನೇಯನ ಮೂರ್ತಿ ನೆನಪಾಯಿತು. ಚಳಿಗೆ ಮಗುವಿಗೆ ತುಂಬಾ ಶೀತವಾಗಿ ಮೂಗು ಸುರೀತಿತ್ತು. ಎಳೇ ಕಂದಮ್ಮ ಉಸಿರಾಡಲಾಗದೆ ಒದ್ದಾಡುತ್ತಿದ್ದಾಗ ತನುಜಾ ಜೀವ ಬಾಯಿಗೆ ಬಂದಂತಾಯಿತು. ಡಾಕ್ಟರ್ ಹತ್ತಿರ ದೌಡಾಯಿಸಿದಳು, ಅವರು ಸಿರಪ್ ಕೊಟ್ಟರು. ಆದ್ರೆ ಅದು ಶೀತದ ಮೇಲೆ ಉಷ್ಣವಾಗಿ ಇನ್ನೂ ತೊಂದರೆ ಮಾಡಿತು. "ನನ್ ಮಾತ್ ಕೇಳಮ್ಮ, ಕಸ್ತೂರಿ ಮಾತ್ರೆ, ಕಾಳ್ ಮೆಣ್ಸು ತೇಯ್ದು ಹಾಕಿದ್ರೆ ಎಲ್ಲಾ ಸರಿಹೋಗುತ್ತೆ" ಕನಕಮ್ಮ ಧೈರ್ಯ ಹೇಳಿದಳು. ಕೆಲವೇ ತಾಸುಗಳಲ್ಲಿ ಕನಕಮ್ಮನ ಮನೆ ಮದ್ದು ಫಲಿಸಿತು!

ಕೇಟ್ ಮನೆಯಿಂದ ಅವತ್ತು ಜೋರು ಸದ್ದು ಕೇಳಿಬರುತ್ತಿತ್ತು. ಏನಾಯಿತೆಂದು ಕೇಳೋದಾ ಬೇಡವಾ ಅಂತ ಉದಯ್ ಮತ್ತು ತನುಜಾ ಮುಖ ಮುಖ ನೋಡಿಕೊಳ್ಳುತ್ತಿದ್ದರು. "ಅವರ ಮಗ ಯಾಕೋ ಜೋರಾಗಿ ಅಳ್ತಿದೆ. ನೀವ್ ಯಾಕೆ ಹೀಗಿದ್ದೀರಾ? ಅಕ್ಕ ಪಕ್ಕದೋದು ಅಂದ್ರೆ ನೆಂಟರಿಗಿಂತ ಹೆಚ್ಚಿನೋರ್ ಹಾಗಿರ್ಬೇಕು ನಡೀರಿ.." ಕನಕಮ್ಮ ಯಾರ ಮಾತಿಗೂ ಕಾಯದೆ ಪಕ್ಕದ ಮನೆಗೆ ಹೊರಟೇ ಬಿಟ್ಟರು. ಕೇಟ್ ಐದು ವರ್ಷದ ಮಗು ನಾಯಿಯ ಜೊತೆ ಆಟವಾಡುತ್ತಾ ಗಂಟಲೊಳಗೆ ಕಾಯಿನ್ ನುಂಗಿಬಿಟ್ಟಿದ್ದ. ಉಸಿರಾಡೋಕಾಗದೆ ಒದ್ದಾಡುತ್ತಿದ್ದ. "ಡಾಕ್ಟರ್‌ಗೆ ಕಾಲ್ ಮಾಡಿದ್ರಾ?" ಅಂತ ತನುಜಾ ಕೇಳಿದಾಗ ಅವರು ಕೇಟ್ ಗಾಬರಿಯಿಂದ ಆನ್ ದ ವೇ ಅಂದಳು. ಆದರೆ ಮಗು ಸಾವು ಬದುಕಿನ ನಡುವೆ ಒದ್ದಾಡುತ್ತಿರುವಂತೆ ಕಂಡಿತು. ಕನಕಮ್ಮ ತಕ್ಷಣವೇ ಮನೆಗೆ ಹೋಗಿ ಹರಳೆಣ್ಣೆ ತಂದು, ಹುಡುಗನ ಬೆನ್ನಿಗೆ ಗುದ್ದಿ, ಮಕಡೆ

ಮಲಗಿಸಿ, ಗಂಟಲಿಗೆ ಹರಳೆಣ್ಣೆ ಬಿಟ್ಟು ಹೊಟ್ಟೆಯಲ್ಲಿದ್ದನ್ನೆಲ್ಲವನ್ನೂ ಕಕ್ಕಿಸಿಬಿಟ್ಟಳು. ಕಾಯಿನ್ ಕೂಡ ಹೊರಗೆ ಬಂದು ಬಿಡ್ತು. ತನ್ನ ಮಗನನ್ನು ಹಿಂಸೆ ಮಾಡುತ್ತಿದ್ದಾಳೆ ಅಂತ ಕಿರುಚಾಡುತ್ತಿದ್ದ ಕೇಟ್ ಕನಕಮ್ಮನ ಕೈಚಳಕ ಅರ್ಥವಾಗಿ ಧನ್ಯವಾದ ಹೇಳಿದಳು.

ದಿನಗಳು ಉರುಳಿದವು, ಮಗುವಿಗೆ ಎರಡೂವರೆ ತಿಂಗಳು ತುಂಬಿತ್ತು. “ಅತ್ತಿತ್ತ ನೋಡದಿರು, ಅತ್ತು ಹೊರಳಾಡದಿರು, ನಿದ್ದೆ ಬರುವಳು ಹೊದ್ದು ಮಲಗು, ಮಗುವೆ.. ಜೋ ಜೋ..” ಕನಕಮ್ಮ ತೊಡೆ ಮೇಲೆ ಮಲಗಿದ್ದ ಕೂಸನ್ನು ತಟ್ಟುತ್ತಾ ಲಾಲಿ ಹಾಡುತ್ತಿದ್ದಳು. ತನುಜಾ ಹಾಡಿಗೆ ತಾನೂ ದನಿಗೂಡಿಸಿದಳು. “ಓ ನಿಂಗೂ ಈ ಹಾಡು ಬರುತ್ತಾ?”. “ಹ್ಮ್ ನಮ್ಮಮ್ಮ ಹಾಡ್ತಿದ್ಲು, ಇವತ್ ಅವ್ಳ್ ಇದ್ದಿದ್ರೆ ಎಷ್ಟ್ ಸಂತೋಷಪಡುತ್ತಿದ್ದಳು. ನೀವ್ ನನ್ನಮ್ಮನ ಸ್ಥಾನವನ್ನು ತುಂಬಿ ಬಿಟ್ರಿ. ದುಡ್ಡು ಕೊಟ್ರೆ ಎಲ್ಲರೂ ಕೆಲಸ ಮಾಡ್ತಾರೆ. ಆದರೆ, ನೀವು ನಮ್ಮೋರೇ ಆಗಿಬಿಟ್ರಿ. ತನುಜಾ ಕಣ್ಣಿಂದ ನೀರು ಅಪ್ರಯತ್ನವಾಗಿ ಹರಿಯಿತು. ಕನಕಮ್ಮ ಅವಳನ್ನು ಸಮಾಧಾನಪಡಿಸಿ, ಇಲ್ಲಿಗೆ ಬಂದ್ಮೇಲಿಂದ ನನ್ ಬಗ್ಗೆ ನನಗೆ ಎಷ್ಟ್ ಗೌರವ ಬಂದಿದೆ ಗೊತ್ತಾ? ಅದಕ್ಕೆ ನೀನು ಕಾರಣಾಮ್ಮ, ಈ ವಯಸ್ಸಿನಲ್ಲೂ ನನಗೆ ಕಲಿಯೋಕೆ ಎಷ್ಟೆಲ್ಲಾ ವಿಷಯ

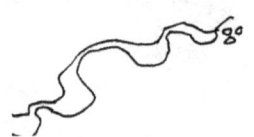

ಸಿಕ್ಕಿತು. ಯಾರಿಗೂ ಬೇಡವಾದವಳನ್ನು ಇಂದು ಮನೆಯಲ್ಲಿ ಅಷ್ಟು ಗೌರವ ಕೊಟ್ಟು ಮಾತನಾಡಿಸ್ತಾರೆ ಅಂತ ಹೇಳಿಕೊಂಡಾಗ ತನುಜಾ "ನಾನು ಯಾವಾಗಲೂ ಉದಯ್ ತಂದೆ ತಾಯಿ ನಮ್ಮಿಂದ ದೂರವಿದ್ರೆ ಒಳ್ಳೇದು ಅಂತ ಅಂದುಕೊಳ್ಳುತ್ತಿದ್ದೆ. ಆದರೆ ಈಗ ನನ್ನ ತಪ್ಪಿನ ಅರಿವಾಗಿದೆ. ಮನೆಯಲ್ಲಿ ಹಿರಿಯರಿದ್ದರೆ ಎಷ್ಟು ಒಳ್ಳೇದು ಅಂತ. ಅಮ್ಮ ಹೇಳ್ತಿದ್ಲು ಹೊಸ ಚಿಗುರು ಹಳೆ ಬೇರು ಕೂಡಿರಲು ಮರ ಸೊಗಸು ಅಂತ..' ಎಂದು ಹೇಳುತ್ತಾ ತನುಜಾ ಭಾವುಕಳಾದಳು.

ಡಾಕ್ಟರ್ ರಿಪೋರ್ಟ್‌ನೆಲ್ಲಾ ತೆಗೆದುಕೊಂಡು ಉದಯ್ ಮನೆಗೆ ಬಂದ. ಅವನ ಮುಖದಲ್ಲಿ ಸಾವಿರ ಕ್ಯಾಂಡಲ್ ಬಲ್ಬ್‌ನ ತೇಜಸ್ಸಿತ್ತು. ಮಗು ಆರೋಗ್ಯವಾಗಿದೆ ಇನ್ನೇನು ಚಿಂತೆಯಿಲ್ಲ ಅಂತ ಡಾಕ್ಟರ್ ಹೇಳಿಬಿಟ್ಟಿದ್ದರು. ಮೊದಲು ಒಳಗೆ ಬಂದವನೇ ಕನಕಮ್ಮನ ಕಾಲಿಗೆ ಬಿದ್ದು ಆಶೀರ್ವಾದ ತೆಗೆದುಕೊಂಡ. ಕನಕಮ್ಮ ಬಂದ್ ಕೆಲಸ ಮಾಡಿ ಮುಗಿಸಾಗಿತ್ತು. ತಾನು ದುಡಿದ ಹಣ ಮಗನ ಮನೆಯ ಭಾರ ಇಳಿಸಿದರೆ ಇಲ್ಲಿನ ಅನುಭವ ಕನಕಮ್ಮನ ಆತ್ಮವಿಶ್ವಾಸವನ್ನು ಹೆಚ್ಚಿಸಿತ್ತು. ತನುಜಾ ಮತ್ತು ಉದಯ್ ಕನಕಮ್ಮನನ್ನು ಭಾರತಕ್ಕೆ ಕಳಿಸುವ ಸಮಯ ಬಂದಿತ್ತು.

ಸಾಯಂಕಾಲ ನಾಲ್ಕು ಗಂಟೆಯ ಫ್ಲೈಟ್‌ಗೆ ಬೆಳಗ್ಗೆಯಿಂದಲೇ ತಯಾರಿ ಶುರುವಾಗಿತ್ತು. ಬೆಳಗ್ಗೆ ಬೇಗ ಎದ್ದು ತಾನು ಮನೆಯಿಂದ ತಂದಿದ್ದ ನಂಜುಂಡೇಶ್ವರನ ಫೋಟೋಗೆ ತುಪ್ಪದ ದೀಪ ಹಚ್ಚಿದಳು. ಹಣೆಗೆ ದೊಡ್ಡ ಕುಂಕುಮ, ಹಸಿರು ಬಣ್ಣದ ಕಾಟನ್ ಸೀರೆಯುಟ್ಟು ಲಕ್ಷಣವಾಗಿ ಕಂಗೊಳಿಸುತ್ತಿದ್ದ ಕನಕಮ್ಮನನ್ನು ತನುಜಾ ಮತ್ತು ಉದಯ್ ಕಣ್ತುಂಬ ನೋಡಿದರು. 'ನಿಮ್ಮನ್ನು ಕಳಿಸಿಕೊಡೋದಕ್ಕೇ ಬೇಸರವಾಗ್ತಿದೆ, ಆಗಾಗ ಬಂದುಹೋಗಿ ಅಂದ್ರೆ, ಅದು ಸುಳ್ಳು ಸುಳ್ಳೇ ಅನ್ನಿಸುತ್ತೆ, ಬೆಂಗಳೂರೇನು ಇಲ್ಲಿದೆಯಾ'? ತನುಜಾ ಹೇಳಿದಾಗ, ತಕ್ಷಣವೇ ಕನಕಮ್ಮ, 'ಆಗಾಗ ವಿಡಿಯೋ ಕಾಲ್ ಮಾಡ್ತಿರೋಣ ಬಿಡಿ' ಎಂದರು. ಆ ಉತ್ತರ ನಿರೀಕ್ಷಿಸಿರಲಿಲ್ಲವಾದ್ದರಿಂದ ಇಬ್ಬರಿಗೂ ನಗುಬಂದಿತು. ಮಗುವಿನ ಹಣೆಗೆ ಮುತ್ತು ಕೊಟ್ಟು 'ದೀರ್ಘಾಯಸ್ಸು ಕೊಡ್ಲಿ ಆ ದೇವರು' ಅಂತ ಹರಸಿದರು. ಮನೆಯಿಂದ ಹೊರಡುವಾಗ ಕೇಟ್, ತಮ್ಮ ಮನೆಯಲ್ಲಿ

ಬೆಳೆದಿದ್ದ ಕಿತ್ತಲೆ ಹಣ್ಣುಗಳನ್ನು ಕೊಟ್ಟು, 'ನೀವು ಇಲ್ಲಿಗೆ ಬಂದ ಕಾರಣ ತಿಳಿದು ತುಂಬಾ ಖುಷಿಯಾಯ್ತು. ನಿಮ್ಮ, ನಿಮ್ಮ ಗಂಡನ ರಿಲೇಶನ್‌ಶಿಪ್‌ಗೆ ಹ್ಯಾಟ್ಸ್ ಆಫ್' ಅಂದು ಬೀಳ್ಕೊಟ್ಟಳು.

ವಿಮಾನ ರನ್ ವೇನಲ್ಲಿ ಓಡಿ, ಆಕಾಶಕ್ಕೆ ಹಾರಿದಾಗ ಕನಕಮ್ಮನ ಹೃದಯ ಹಗುರವೆನಿಸಿತು. ಜೀವನದುದ್ದಕ್ಕೂ ಬೇರೆಯವರ ಮಾತಿನಂತೆ ಬದುಕಿದ್ದರಿಂದ ಮೊದಲ ಬಾರಿಗೆ ಸ್ವಂತ ನಿರ್ಧಾರ ತೆಗೆದುಕೊಂಡು ಬಂದಿದ್ದು ಸಾರ್ಥಕವೆನಿಸಿತು. ಪ್ಲೇನಿನಲ್ಲಿದ್ದ ನೂರಾರು ಜನರ ಮಧ್ಯೆ ಕನಕಮ್ಮ ಮರಳಿ ಗೂಡು ಸೇರುವ ಹಕ್ಕಿಯ ಹಾಗೆ ಪ್ಲೇನ್ ಲ್ಯಾಂಡ್ ಆಗೋದನ್ನೇ ಕಾಯುತ್ತಾ ಕುಳಿತಳು.

ಯಾರು?

ಹಿರೇಕರೆ ಎಂಬ ಸಣ್ಣ ಹಳ್ಳಿಯ ದೊಡ್ಡ ಮನೆಯ ಮುಂದೆ ಪೊಲೀಸ್ ಜೀಪ್ ಬಂದು ನಿಂತಿತು. ಊರಿಗೆ ಪೊಲೀಸ್ ಬಂದಿದ್ದಾರೆ ಅಂತ ಜನರೆಲ್ಲಾ ಸೇರಿದರು. ಸೌಕಾರ್ರು ಮನೇಲಿ ಕಳ್ಳತನ ಆಗಿದ್ಯಂತೆ. ಕಳ್ಳ ಏನೇನ್ ಹೊತ್ಕೊಂಡ್ ಹೋಗಿದ್ದಾನೋ ಗೊತ್ತಿಲ್ಲ ಅಂತ ಜನ ಮಾತಾಡ್ಕೊಂಡ್ರು. 'ಸರ್, ಮನೇಲ್ ನೀವ್ ಯಾರೂ ಇರ್ಲಿಲ್ವಾ?' ಒಡೆದ ಕಿಟಕಿ ಗಾಜುಗಳನ್ನು ನೋಡುತ್ತಾ ಇನ್ಸ್‌ಪೆಕ್ಟರ್ ಗಿರಿಧರ ಕೇಳಿದ.

ಊರಿನ ಏಕೈಕ ಕೋ–ಆಪರೇಟಿವ್ ಬ್ಯಾಂಕ್‌ನ ಮ್ಯಾನೇಜರ್ ಆಗಿ ಕೆಲಸ ಮಾಡುತ್ತಿರೋ ನಾಗೇಂದ್ರ ಬಾಬು, ಉರಿ ಉರಿ ಮುಖ ಮಾಡಿಕೊಂಡು ಹೇಳಿದ. 'ನಾವ್ ಇದ್ದಿದ್ರೆ ಬಾಪ್ಪಾ, ಕೂತ್ಕೋ ಏನೇನ್

ಕಳ್ತನ ಮಾಡ್ಬೇಕು ಅಂತಿದ್ದೀಯಾ? ನಾವೇ ತಂದ್ಕೊಡ್ತೀವಿ, ಅಂದು ಕಿಟಕಿ ಗಾಜುಗಳ್ನ ಒಡೆಸಿ ಕಳಿಸ್ತಿದ್ವಾ?' ಅವನ ಕೋಪದ ಮಾತುಗಳು ಕೆಲವರಿಗೆ ತಮಾಷೆ ಎನಿಸಿ, ಹೆಗಲ ಮೇಲೆ ಹಾಕಿಕೊಂಡಿದ್ದ ಟವಲ್ ಅನ್ನು ಮೀಸೆಗೆ ಅಡ್ಡ ಇಟ್ಟುಕೊಂಡು ನಕ್ಕರು.

ಪೊಲೀಸರು ಮನೆಯೊಳಗೆ ಹೋದ ನಂತರ ನಾಟಕ ಮುಗಿದ ಮೇಲೆ ಪ್ರೇಕ್ಷಕರು ಹೊರಡುವಂತೆ ಎಲ್ಲಾ ಹೊರಟರು. ನಾಗೇಂದ್ರ ಬಾಬು ಮನೇಲಿ ಕಳ್ಳತನವಾದ ಜಾಗಗಳನ್ನು ತೋರಿಸಿದ. ತೆರೆದ ಬಾಗಿಲಿನ ಬೀರುವಿನ ಲಾಕರ್ ಒಡೆದು ಒಳಗೆ ಖಾಲಿಯಾಗಿತ್ತು. 'ಸರ್ ಎರಡು ಬೆಳ್ಳಿ ತಟ್ಟೆ, ಚಿನ್ನದ ಬಳೆ, ಒಂದ್ ನೆಕ್ಲೇಸು ಕಳ್ಳತನ ಆಗಿದೆ ಸರ್'. 'ನನ್ ಬೆಂಡೋಲೇನೂ ಕಾಣಿಸ್ತಿಲ್ಲ' ನಾಗೇಂದ್ರನ ಮಾತಿಗೆ ಹೆಂಡತಿ ಧ್ವನಿಗೂಡಿಸಿದಳು. 'ನಮ್ಮೂರ್ನಲ್ಲಿ ಕಳ್ಳತನ ಕಮ್ಮಿ ಸರ್. ಕದ್ರೂ ಸೈಕಲ್ ಟಯರ್ರು, ಆಡು ಕುರಿ ಅಂತ ಈಜಿ ಆಗಿ ಸಿಗೋದನ್ನ ಕದ್ದಿದ್ದಾರೆ. ಈ ತರ ಮನೆಯೊಳಗೆ ಕನ್ನ ಹಾಕಿದೋರು ಯಾರು ಅಂತ ಗೊತ್ತಾಗ್ತಿಲ್ಲ. ಬಟ್ ನಾವ್ ತನಿಖೆ ಮಾಡ್ತೀವಿ' ಎಂದು ಇನ್ಸ್‌ಪೆಕ್ಟರ್ ಭರವಸೆ ಕೊಟ್ಟರು.

'ಬೆಂಗಳೂರಲ್ಲಾದ್ರೆ ಬೀದೀಲಿ ಒಂದಾದ್ರೂ ಸಿಸಿಟಿವಿ ಇರುತ್ತೆ, ನಮ್ಮ ಹಳ್ಳಿಯಲ್ಲಿ ಅದೆಲ್ಲ ಇಲ್ವಲ್ಲ.. ಈಗ ಕಳ್ಳನನ್ನ ಹೇಗೆ ಹುಡುಕೋದು?' ಎಸ್ ಐ ಪ್ರಶ್ನೆಗೆ ತಕ್ಷಣ ಉತ್ತರ ಕೊಡಲಾಗದೆ ಮಿಕ್ಕವರು ಸುಮ್ಮನೆ ಯೋಚಿಸುತ್ತಾ ನಿಂತರು. ಆ ಒಡವೆಗಳ ಫೋಟೋಗಳನ್ನು ಕಲೆಕ್ಟ್ ಮಾಡಿ. ಆ ಕಳ್ಳ ಅದನ್ನು ಮಾರಲೇಬೇಕು. ಇಡೀ ಜಿಲ್ಲೇಲಿ ಎಲ್ಲಾ ಕಡೆ ಇದರ ಬಗ್ಗೆ ಮಾಹಿತಿ ಹಬ್ಬಿಸೋಣ. ಅನುಮಾನಾಸ್ಪದವಾಗಿ ಯಾರಾದ್ರೂ ಚಿನ್ನ ಬೆಳ್ಳಿ ಮಾರೋದಕ್ಕೆ ಬಂದ್ರೆ ನಮಗೆ ತಿಳಿಸೋಕೆ ಹೇಳಿ. ಎಸ್ ಐ ಮಾತಿಗೆ ಪೇದೆಗಳು ತಲೆಯಾಡಿಸಿದರು.

ನಾಗೇಂದ್ರನ ಮನೆಯಿಂದ ಕಳ್ಳತನವಾದ ಆಭರಣ ವಸ್ತುಗಳ ಫೋಟೋಗಳು ಬಂದವು. ಎಸ್ ಐ ಗಿರಿಧರ್ ಠಾಣೆಯಲ್ಲಿ ಹಿಂದೆ ಪೆಟ್ಟಿ ಕೇಸ್ ಇದ್ದ ವ್ಯಕ್ತಿಗಳ ಫೈಲ್ ತೆಗೆದು ಎಲ್ಲರನ್ನೂ ಹುಡುಕಿ

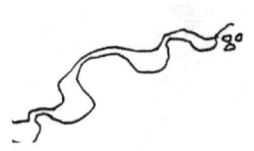

ಬರುವಂತೆ ಸೂಚನೆ ಕೊಟ್ಟರು. ಅದರಂತೆ ಒಟ್ಟು ಏಳು ಜನರನ್ನು ಎಳೆದು ತರಲಾಯಿತು. ಅದರಲ್ಲಿ ಮೂರು ಜನ ಕಳ್ಳತನವಾದ ದಿನ ಊರಲ್ಲಿರಲಿಲ್ಲ ಅನ್ನೋದನ್ನ ತಮ್ಮ ಬಸ್ ಟಿಕೆಟ್ಟು, ಹೋಟೆಲ್ ಬಿಲ್ಲು ಇತರ ಸಾಕ್ಷಿಗಳನ್ನು ಕೊಟ್ಟು ಸಾಬೀತುಪಡಿಸಿದರು. ಒಬ್ಬನಂತೂ ಅಯ್ಯಪ್ಪ ಮಾಲೆ ಹಾಕಿ, 'ನಾನ್ ಇಂಥ ಕೆಲಸ ಎಲ್ಲ ಬಿಟ್ಟಾಯ್ತು ಸ್ವಾಮಿ. ದೇವ್ರಾಣೆ ನಾನಲ್ಲ' ಅಂತ ಗೋಗರೆದ. ಹಿಂದೆ ಕೋಳಿ ಕದ್ದ ಹೆಂಗಸು ಈಗ ತುಂಬು ಗರ್ಭಿಣಿಯಾಗಿದ್ದಳು. ಆಕೆ ಗಾಜು ಒಡೆದು ಕಳ್ಳತನ ಮಾಡಿರೋದಕ್ಕೆ ಸಾಧ್ಯವಿಲ್ಲ ಎಂದು ಕಳಿಸಿಬಿಟ್ಟರು. ಉಳಿದ ಇಬ್ಬರನ್ನು ತನಿಖೆಗೆ ಸ್ಟೇಶನ್‌ನಲ್ಲೇ ಇರಿಸಿಕೊಂಡರು.

'ಏಳನೇ ತಾರೀಖು, ಶನಿವಾರ ಬ್ಯಾಂಕ್ ಮ್ಯಾನೇಜರ್ ಮನೇಲಿ ಯಾರು ಇಲ್ದೇ ಇದ್ದದನ್ನ ನೋಡಿ ನೀನು ಕಳ್ಳತನ ಮಾಡಿದ್ದೀಯಲ್ಲ. ಎಲ್ಲಿಟ್ಟಿದ್ದೀಯ? ವಾಪಸ್ ಕೊಡು.' ಪೊಲೀಸ್ ಧಾಟಿಯಲ್ಲಿ ನರಪೇತಲನ ಹಾಗೆ ಇದ್ದವನನ್ನ ಪ್ರಶ್ನೆ ಮಾಡಲು ಶುರುವಾಯಿತು. 'ಸರ್ ನಾನ್ ಆ ಮನೆಕಡೆ ಹೋಗೇ ಇಲ್ಲ ಸರ್' ಪೊಲೀಸ್ ಅವನ ಮಾತುಗಳನ್ನು ನಂಬದೆ ಲಾಠಿ ಏಟು ಕೊಡೋಕೆ ಶುರುಮಾಡಿದರು. 'ಸರ್ ಸರ್ ಬಿಟ್ಬಿಡಿ ಸರ್, ಅವತ್ತು ನಾನ್ ಮನೆ ಬಿಟ್ಟು ಆಚೇನೇ ಹೋಗ್ಲಿಲ್ಲ'. ಕೀರಲು ಧ್ವನಿಯಲ್ಲಿ ಕಿರುಚಿದ. 'ನೀನ್ ಆಚೆ ಹೋಗಿಲ್ಲ ಅಂದ್ರೆ ನಾನ್ ನಂಬಬೇಕಾ? ಹೋದ್ ಸಲ ಗೌಡ್ರು ಮನೇಲಿ ಸೈಕಲ್ ಕಳ್ತನ ಮಾಡೋಕ್ ಸಿಕ್ಕಾಕೊಂಡಾಗ್ಲೂ ಇದೇ ರಾಗ ಹಾಡಿದ್ದೆ'.

ಪೊಲೀಸ್‌ನನ್ನು ನಂಬಿಸೋಕೆ ನರಪೇತಲ ಆರೋಪಿ ತನ್ನ ಮರ್ಯಾದೆಯನ್ನೇ ಪಣಕ್ಕಿಡಬೇಕಾಯಿತು. ಅವನ ಹೆಂಡತಿ ಸ್ಟೇಶನ್‌ಗೆ ಬಂದವಳು 'ಇವ್ನ್ ಅವತ್ ಎಲ್ಲು ಹೋಗಿಲ್ಲ ಬಿಡಿ ಸರ್. ಸಾರಾಯಿ ಕುಡಿತಾನೆ ಅಂತ ನಾನ್ ಮಂಚಕ್ಕೆ ಕಟ್ಟಿಹಾಕಿ ಇಡೀ ರಾತ್ರಿ ಕೂರಿಸಿದ್ದೆ. ಪಕ್ಕದ ಮನೆಯ ಶೇಷಮ್ಮಾನೂ ಆತ ಇಡೀ ರಾತ್ರಿ ಹೆಂಡತಿಯನ್ನು ಕೆಟ್ಟಕೆಟ್ಟ ಮಾತ್ನಿಂದ ಬೈತಿದ್ದ ಸರ್ ಕೇಳಿಸ್ತಿತ್ತು' ಅಂತ ಹೇಳಿದಾಗ ಅವನನ್ನು ಬಿಟ್ಟುಕಳಿಸಲಾಯಿತು. ಉಳಿದದ್ದು ಒಬ್ಬನೇ ಆರೋಪಿ,

ಮುದ್ದೇಶ. 'ಮುದ್ದೇಶನ್ನ ಸ್ಟೇಶನ್ನಿಗೆ ಕರೆಸಿ ವಿಚಾರಿಸೋದು ಬೇಡ. ಅವನ ಮೇಲೆ ನಮ್ಮ ಕಣ್ಣಿದೆ ಅಂತ ಗೊತ್ತಾದ್ರೆ ಏನಾದ್ರೂ ಮಾಡಿ ತಪ್ಪಿಸಿಕೊಳ್ಳೋ ಉಪಾಯ ಮಾಡ್ತಾನೆ' ಎಸ್ ಐ ಹೇಳಿದ.

ಮುದ್ದೇಶ ಹೆಸರಿಗೆ ಒಂದು ಬೀಡ ಅಂಗಡಿ ಇಟ್ಟುಕೊಂಡಿದ್ದ. ಆದರೆ, ಆದರ ಬಾಗಿಲಿಗೆ ಬೀಗ ಬಿದ್ದದ್ದೇ ಹೆಚ್ಚು. ಮನೆ ಕಡೆ ಅನುಕೂಲ ಇರೋ ಹುಡುಗಿಯನ್ನು ವರದಕ್ಷಿಣೆ ತಗೊಂಡು ಮದುವೆ ಮಾಡಿಕೊಂಡು, ಲೈಫಲ್ಲಿ ಸೆಟಲ್ ಆಗ್ತೀನಿ ಅನ್ನುತ್ತಿದ್ದವನು, ತನ್ನ ಬೀಗ ಹಾಕಿರೋ ಬೀಡ ಅಂಗಡಿಯೊಳಗೆ ಅಕ್ಕನ ಮಗಳ ಜೊತೆ ಇದ್ದಾಗ ಸಿಕ್ಕಿಹಾಕಿಕೊಂಡು ಅವಳನ್ನೇ ಮದುವೆಯಾಗಬೇಕಾಯಿತು.

ಕೆಲಸಕ್ಕೆ ಬಾರದ ಭಾವ, ಕೆಲ್ಸ ಮಾಡಲಾಗದ ಅಕ್ಕ, ಮನೆ ಕೆಲಸವನ್ನೂ ತನಗೇ ಹೇಳುವ ಹೆಂಡತಿಯನ್ನು ಸಾಕುವ ಹೊಣೆ ಈಗ ಮುದ್ದೇಶನ ಮೇಲೆ ಬಿದ್ದಿತ್ತು. ಪಿಕ್‌ಪಾಕೆಟ್ ಮಾಡಿ ಸಿಕ್ಕಿಹಾಕಿಕೊಂಡಿದ್ದಾಗ ತನ್ನ ಗೋಳಿನ ಕತೆಯನ್ನು ಎಸ್‌ಐಗೆ ಹೇಳಿದ್ದ. 'ನಾನು ಕದ್ರೂ ಅದು ಒಳ್ಳೇದಕ್ಕೆ ಸರ್, ಇನ್ನೊಬ್ಬರ ಹೊಟ್ಟೆ ತುಂಬಿಸೋಕೆ ಹೊಟ್ಟೆ ತುಂಬಿದೋರಿಂದ ಒಂದೆರಡು ಕಾಸು ತಗೊಂಡೆ ಅಷ್ಟೇ. ಅದ್ರಲ್ಲೇನ್ ತಪ್ಪಿದೆ ಸರ್' ಅಂತ ಪೊಲೀಸರನ್ನೇ ಗೊಂದಲಕ್ಕೆ ಬೀಳಿಸಿದ್ದ. ಹಾಗಾಗಿ ಈ ಸಲ ಅವನನ್ನು ಸರಿಯಾದ ಸಾಕ್ಷಿ ಇಲ್ಲದೆ ಬಂಧಿಸೋದು ಬೇಡವೆಂಬ ನಿರ್ಧಾರಕ್ಕೆ ಬಂದಿದ್ದರು.

ಗ್ರಾಮದೇವತೆ ಮಾರಮ್ಮನ ಗುಡಿಯ ಪಕ್ಕದಲ್ಲೊಂದು ಆಲದಮರ. ಅದರ ಕೆಳಗೆ ಮಂಡಿ ತನಕ ಪಂಚೆಯುಟ್ಟಿದ್ದ ವೃದ್ಧರೊಂದಿಬ್ಬರು ಬೀಡಿ ಸೇದುತ್ತಾ ಕುಳಿತಿದ್ದರು. ಇನ್ನೊಂದಿಬ್ಬರು ಕಲ್ಲಾಟ ಆಡುತ್ತಿದ್ದರು. ಊರಿನಲ್ಲಿ ಕಳ್ಳತನವಾದರೂ, ಕೊಲೆಯಾದರೂ ಅವರ ದಿನಚರಿ ಬದಲಾಗುತ್ತಿರಲಿಲ್ಲ. ಗುಡಿಯ ಪಕ್ಕದಲ್ಲಿದ್ದದ್ದು ಊರಿಗೊಂದೇ ಬ್ಯಾಂಕು. ಆ ಬ್ಯಾಂಕಿನ ಮ್ಯಾನೇಜರ್ ನಾಗೇಂದ್ರ ಬಾಬು. ಏಳು ವರ್ಷದಿಂದ ಅಲ್ಲಿ ಕೆಲಸ ಮಾಡಿದ ಅನುಭವವಿದ್ದವನು. ಬೋರ್ಡ್ ಹಾಕಿರುವು ದೊಂದನ್ನು ಬಿಟ್ಟರೆ, ಹೊರಗಿನಿಂದ ಬ್ಯಾಂಕು ನೋಡಲು ಹೆಂಚಿನ ಮನೆಯಂತೆ ಕಾಣುತ್ತಿತ್ತು.

ಜಗುಲಿ ಒಳಗೆ ಹೋದರೆ ಒಂದು ದೊಡ್ಡ ಹಾಲ್. ಅಲ್ಲಿ ನಾಲ್ಕೇ ಜನ ಕೆಲಸ ಮಾಡುತ್ತಿದ್ದರು. ಒಬ್ಬ ಕ್ಲರ್ಕು, ಒಬ್ಬ ಕ್ಯಾಶಿಯರ್, ಇನ್ನೊಬ್ಬ ಹೆಂಗಸು ಕ್ಲೀನರ್ ಕೆಲಸ ಬಿಟ್ಟರೆ ಬ್ಯಾಂಕ್ ಮ್ಯಾನೇಜರ್. ಮೂಲೆಯಲ್ಲಿದ್ದ ಮರದ ಕುರ್ಚಿಯ ಮೇಲೆ ಕೂತು ಬ್ಯಾಂಕ್ ಮ್ಯಾನೇಜರ್ ಎದುರಿಗಿದ್ದ ಹಳೇ ಮಾಡಲ್ ಕಂಪ್ಯೂಟರ್ ನೋಡುತ್ತಾ, ಬಂದವನ ಹತ್ತಿರ ಏನೋ ಮಾತನಾಡುತ್ತಿದ್ದ. ಸ್ವಲ್ಪ ಹೊತ್ತಿನಲ್ಲಿ ಕಸ್ಟಮರ್ ಏನೂ ಅರ್ಥವಾಗದವನಂತೆ ತಲೆಕೆರೆದುಕೊಂಡು ಹೋದ ನಂತರ ಇನ್ಸ್‌ಪೆಕ್ಟರ್, ಮ್ಯಾನೇಜರ್ ಚೇಂಬರ್ ಮುಂದೆ ಹಾಕಿದ್ದ ಕಾಟನ್ ಸೀರೆಯ ಕರ್ಟನ್ನನ್ನು ಸರಿಸಿಕೊಂಡು ಒಳಬಂದರು.

'ಓ ಬನ್ನಿ ಸರ್. ಏನಾದ್ರೂ ಗೊತ್ತಾಯ್ತಾ ಸರ್? ಎಷ್ಟೆಲ್ಲಾ ಹೋಗಿದೆ! ನನ್ ಹೆಂಡತಿಗೆ ತವರುಮನೆಯಿಂದ ತಂದಿದ್ದ ಅವಳ ಬೆಂಡೋಲೇದೇ ಚಿಂತೆ' ಅತೀ ಬೇಸರದಲ್ಲಿ ನಾಗೇಂದ್ರ ಬಾಬು ಮಾತನಾಡಿದನು. 'ಅದರ ಬಗ್ಗೇನೇ ಮಾತನಾಡೋಕೆ ಬಂದೆ. ನಿಮಗೆ ಇವ್ನು ಗೊತ್ತಾ?' ಇನ್ಸ್‌ಪೆಕ್ಟರ್ ಮುದ್ದೇಶನ ಫೋಟೋ ತೋರಿಸಿದರು. 'ಅಯ್ಯೋ ಇವ್ನಾ? ಮುದ್ದೇಶ! ಹೋದ್ ವಾರ ತಾನೇ ಬ್ಯಾಂಕಿಗೆ ಬಂದಿದ್ದ. ಸಾಲ ಕೇಳ್ದ, ಶ್ಯೂರಿಟಿ ಇಲ್ದೆ ಕೊಡೋಕ್ ಆಗಲ್ಲ ಅಂದೆ. ಅವ್ನ್ ಅಕೌಂಟ್‌ನಲ್ಲಿ ಬ್ಯಾಲೆನ್ಸ್ ಇಲ್ದೇ ಇದ್ರಿಂದ ಅದೂ ಕ್ಲೋಸ್ ಆಗಿತ್ತು. ದುಡ್ಡು ಕೊಡಲ್ಲ ಅಂದಿದ್ದಕ್ಕೆ, ನಿಮ್ ದುಡ್ಡನ್ನೇ ಕೊಟ್ಟಿರಿ, ಬಡ್ಡಿ ಕೊಡ್ತೀನಿ ಅಂದ.

ಬೈದು ಕಳಿಸ್ದೆ. ದೊಡ್ಡ ತಲೆಹರಟೆ ಸರ್..' ಮುದ್ದೇಶನ ಬಗ್ಗೆ ದೊಡ್ಡ ಭಾಷಣವನ್ನೇ ಬಿಗಿದ ಬ್ಯಾಂಕ್ ಮ್ಯಾನೇಜರ್. ಅವನ ಮಾಹಿತಿಯಿಂದ ಪೋಲಿಸರ ಬುದ್ಧಿಗೆ ಏನೋ ಹೊಳೆದು, 'ಸರಿ. ಇನ್ನೇನಾದ್ರು ಇದ್ರೆ ಅಪ್ಡೇಟ್ ಮಾಡ್ತೀನಿ' ಅಂದು ಹೊರಟರು.

'ಸಾಲ ಕೊಡ್ಲಿಲ್ಲ ಅನ್ನೋ ಕೋಪಕ್ಕೆ ಮುದ್ದೇಶ, ಬ್ಯಾಂಕ್ ಮ್ಯಾನೇಜರ್ ಮನೇಗೇ ಕನ್ನ ಹಾಕಿದ್ದಾನೆ ಸರ್' ಕಾನ್‌ಸ್ಟೇಬಲ್ ಕಾನ್ಫಿಡೆಂಟ್ ಆಗಿ ನುಡಿದ. ಇನ್ಸ್‌ಪೆಕ್ಟರ್ ಗಿರಿಧರ್‌ಗೂ ಹಾಗೇ ಅನ್ನಿಸಿತ್ತು. ಆದರೆ ಅದನ್ನು ಸಾಬೀತು ಪಡಿಸೋದು ಹೇಗೆ ಅನ್ನೋದನ್ನು ಯೋಚಿಸುತ್ತಿದ್ದರು. ಕಳ್ಳತನವಾದ ರಾತ್ರಿ ನಾಗೇಂದ್ರ ಬಾಬು ಅವರ ಮನೆಯ ಅಕ್ಕಪಕ್ಕ ಮುದ್ದೇಶನನ್ನು ಯಾರಾದರೂ ಕಂಡಿದ್ದಾರಾ ಅಂತ ಹುಡುಕಬೇಕು ಅಂದರು.

ಮ್ಯಾನೇಜರ್ ಮನೆಯ ಹತ್ತಿರವಿದ್ದ ಇನ್ನೆರಡು ಮನೆಯವರು, ಬೀದಿಯಲ್ಲಿ ನೀರು ಹಿಡಿಯುತ್ತಿದ್ದ ಹೆಂಗಸರು, ಕುಂಟೆಬಿಲ್ಲೆ ಆಡುತ್ತಿದ್ದ ಹೆಣ್ಣು ಮಕ್ಕಳು, ಟಯರ್ ಹೊಡೆದುಕೊಂಡು ಹೋಗುತ್ತಿದ್ದ ಹುಡುಗರು ಎಲ್ಲರನ್ನೂ ಮುದ್ದೇಶನನ್ನು ಆ ರಾತ್ರಿ ಕಂಡಿರಾ ಅಂತ ಪ್ರಶ್ನೆ ಮಾಡಲಾಯಿತು. ಆದರೆ ಏನೂ ಪ್ರಯೋಜನವಾಗಲಿಲ್ಲ.

'ಏನ್ ಸರ್ ನನ್ ಫೋಟೋ ಇಟ್ಕೊಂಡು ಊರ್ ತುಂಬಾ ಓಡಾಡ್ತಿದ್ದೀರಂತೆ? ಏನ್ ವಿಷ್ಯಾ ಅಂತ ನನ್ನನ್ನೇ ಕೇಳ್ಬೋದಿತ್ತಲ್ಲ? ನಾನೇನ್ ಹೊಸಬಾನೇ? ನನ್ ಹತ್ರ ಏನ್ ಸಂಕೋಚ ನಿಮಗೆ?' ಮುದ್ದೇಶ ಕಾಲರ್ ಎತ್ತಿದ ಶರ್ಟ್ ಹಾಕಿಕೊಂಡು ಹಲ್ಲು ಕಿರಿಯುತ್ತಾ ಇನ್ಸ್‌ಪೆಕ್ಟರ್‌ನೇ ಕೇಳಿಬಿಟ್ಟ. 'ಏಯ್! ಕಳ್ಳತನ ಮಾಡಿ, ನನ ಹತ್ರಾನೇ ಏನ್ ದೌಲತ್ತಲ್ಲಿ ಮಾತಾಡ್ತೀಯಾ'. ಅಹಂಗೆ ಪೆಟ್ಟು ಬಿದ್ದುದರಿಂದ ಇನ್ಸ್‌ಪೆಕ್ಟರ್ ಮುದ್ದೇಶನ ಕಾಲರ್‌ನೇ ಕಿತ್ತುಹಾಕಿಬಿಟ್ಟರು. 'ನಾನ್ ದುಡ್ ಕೊಟ್ಟು ತಗೊಂಡಿದ್ ಹೊಸಾ ಶರ್ಟ್‌ನ ಹರಿದ್ ಹಾಕ್ಬಿಟ್ರಲ್ಲ ಸರ್' ಅಂತ ಮುದ್ದೇಶ ಗೋಳಾಡಿದ. 'ಹೇಳೋ, ನೀನ್ ತಾನೆ ಮ್ಯಾನೇಜರ್ ಮನೇಲಿ ಕಳ್ಳತನ ಮಾಡಿದ್ದು. ಸತ್ಯ ಬೊಗಳ್ಲಿಲ್ಲ ಅಂದ್ರೆ ಹೇಗ್ ಹೊರಗ್

ತರ್ಸ್ಬೇಕು ಅಂತ ಗೊತ್ತಿದೆ'. ರಸ್ತೆಯಲ್ಲೇ ಮುದ್ದೇಶನಿಗೆ ಲಾಠಿ ಚಾರ್ಜ್ ಆಗೋದ್ರಲ್ಲಿತ್ತು. ಅಷ್ಟರಲ್ಲಿ 'ಸರ್, ನನ್ ಹೆಂಡ್ತಿ ಆಣೇಗೂ ನಾನ್ ಕಳ್ಳತನ ಮಾಡಿಲ್ಲ. ಆದ್ರೆ ಆ ಮ್ಯಾನೇಜರ್‌ಗೆ ಹಾಗೇ ಆಗ್ಬೇಕು! ಬಡವರ ಹೊಟ್ಟೇ ಮೇಲೆ ಹೊಡಿತಾನೆ. ದೊಡ್ ಮೋಸ್ಗಾರ ಸರ್ ಅವ್ನು' ಮುದ್ದೇಶನ ಮಾತಿಗೆ ಇನ್ಸ್‌ಪೆಕ್ಟರ್ ಕೋಪ ನೆತ್ತಿಗೇರಿತು. 'ನಡಿಯೋ ಸ್ಟೇಶನ್‌ಗೆ' ಅಂತ ಹಿಡಿಯೋದ್ರೊಳಗೆ ಮುದ್ದೇಶ ತಪ್ಪಿಸಿಕೊಂಡು ಓಡಿದ. ಊರಿನ ಗಲ್ಲಿ ಗಲ್ಲಿಗಳಲ್ಲಿ ನಡೆದ ಕಳ್ಳ ಪೊಲೀಸರ ಜೂಟಾಟದಲ್ಲಿ ಕಳ್ಳನೇ ಗೆದ್ದು ಬಿಟ್ಟ.

ಮುದ್ದೇಶನ ಶೋಧನಾ ಕಾರ್ಯಾಚರಣೆ ಮುಂದುವರಿಯಿತು. ಅವನೇ ಕಳ್ಳ ಅಂತ ಹೇಳೋಕೆ ಯಾವ ಸಾಕ್ಷಿನೂ ಇಲ್ಲ. ಅದನ್ನೂ ಹುಡುಕಬೇಕು ಅಂದುಕೊಂಡು ಪೊಲೀಸರು, ಅವನ ಮನೆಗೆ ಹೋಗಿ ವಿಚಾರಣೆ ಶುರು ಮಾಡಿದರು. 'ಮುದ್ದೇಶ ನೆನ್ನೆಯಿಂದ ಮನೆಗೆ ಬಂದಿಲ್ಲ ಸರ್. ಎಲ್ಲಿಗೋಗೌನೋ ಗೊತ್ತಿಲ್ಲ'. ಮುದ್ದೇಶನ ಹೆಂಡತಿ ಹೇಳಿದಳು. ಅವಳ ಮಾತನ್ನು ನಂಬದೆ ಮನೆಯೆಲ್ಲಾ ಜಾಲಾಡಿದರು. ಮುದ್ದೇಶನೂ ಸಿಗಲಿಲ್ಲ, ಕದ್ದ ಮಾಲೂ ಪತ್ತೆಯಾಗಲಿಲ್ಲ. 'ಏನ್ ಹಂಗೇ ಹೊಂಟ್ ಬುಟ್ರೀ, ಮನೆಯೆಲ್ಲಾ ಎಳೆದು ಕಸದ್ ತೊಟ್ಟಿ ಮಾಡಿದ್ದೀರಲ್ಲಾ.. ಎಲ್ಲ ಮೊದಲಂಗೆ ಮಾಡ್ಕೊಟ್ರೇ ಸರಿ'. ಮುದ್ದೇಶನ ಹೆಂಡತಿ ಸೊಂಟಕ್ಕೆ ಸೆರಗು ಸಿಕ್ಕಿಸಿಕೊಂಡು ರೋಫ್ ಹೊಡೆದು ಕಾನ್‌ಸ್ಟೇಬಲ್‌ಗಳ ಹತ್ತಿರ ಕೆಲ್ಸ ಮಾಡಿಸಿಯೇ ತೀರಿದಳು. ಬಂದ ದಾರಿಗೆ ಸುಂಕವಿಲ್ಲ ಅಂತ ವಾಪಸ್ ಹೊರಡುವಾಗ ಕಾನ್‌ಸ್ಟೇಬಲ್, ಇನ್ಸ್‌ಪೆಕ್ಟರ್‌ಗೆ 'ಆದರೂ ಮುದ್ದೇಶನ ಸ್ಥಿತಿ, ಈಗ ಅರ್ಥ ಆಗ್ತಿದೆ ಅಲ್ವಾ ಸರ್' ಕನಿಕರದಿಂದ ಹೇಳಿದ.

'ಕಳ್ಳ ಒಡೆದ ಗಾಜನ್ನೇ ನಾನ್ ಸರಿ ಮಾಡಿಸಿ ಮುಗೀತು. ಏನೂ ಪತ್ತೆಯಿಲ್ಲ ಅಂತ ಹೇಳ್ತೀರಲ್ರೀ. ನಿಮ್ ಕೈಲಿ ಕಳ್ಳನ್ನ ಹುಡುಕೋಕೆ ಆಗಲ್ಲ ಅಂದ್ರೆ ಹೇಳಿಬಿಡಿ. ನಾನ್ ದೊಡ್ಡೋರ್ ಹತ್ರ ಮಾತಾಡ್ಕೋತೀನಿ' ನಾಗೇಂದ್ರ ಬಾಬು ಹೇಳಿದ ಮಾತುಗಳು ಇನ್ಸ್‌ಪೆಕ್ಟರ್ ಕಿವಿಯಲ್ಲಿ ಪ್ರತಿಧ್ವನಿಸಿ ಹಿಂಸೆ ಮಾಡುತ್ತಿತ್ತು. ಈ ಸಣ್ಣ ಹಳ್ಳೀಲಿ ಕಳ್ಳನ್ನ ಹಿಡೀಲಿಲ್ಲ

ಅಂದ್ರೆ ತನ್ನ ಗೌರವ ಕಮ್ಮಿಯಾಗುತ್ತೆ ಅಂದುಕೊಳ್ಳುತ್ತಾ ಇನ್ಸ್‌ಪೆಕ್ಟರ್ 'ಅವರ ಮನೆಯ ವಾರ್ಡೋಬ್ ಮೇಲಿದ್ದ ಫಿಂಗರ್ ಪ್ರಿಂಟ್ಸ್ ರಿಪೋರ್ಟ್ ಬಂತೇನ್ರಿ' ಎಂದು ಅಸಹನೆಯಿಂದ ಕೇಳಿದರು. 'ಇನ್ನೂ ಇಲ್ಲ ಸರ್ ಬೆಂಗಳೂರಲ್ಲಿ ನಡೆದ ಕೊಲೆ ಕೇಸ್‌ಗಳಿಗೇ ಅಷ್ಟ್ ಟೈಮ್ ತೊಗೋತಾರೆ, ಇನ್ನು ಈ ಹಳ್ಳೀಲೀ?' ಕಾನ್ಸ್‌ಟೇಬಲ್‌ನ ಸಬೂಬುಗಳು ಕಿರಿಕಿರಿಯುಂಟು ಮಾಡಿತು. 'ಕೇಳಿದ್ ಪ್ರಶ್ನೆಗೆಷ್ಟೇ ಉತ್ತರ ಕೊಟ್ಟರೆ ಸಾಕು' ಅಂತ ರೇಗಿದರು. ಇನ್ಸ್‌ಪೆಕ್ಟರ್ ಗಿರಿಧರ್‌ಗೆ ಕೇಸ್ ಬಗೆಹರಿಯುವ ತನಕ ಅನಗತ್ಯ ಮಾತುಗಳ್ಯಾವುವೂ ಬೇಕಾಗಿರಲಿಲ್ಲ.

ಅಂದು ವಿಚಾರಣೆಗಾಗಿ ನಾಗೇಂದ್ರ ಬಾಬು ಅವರ ಮನೆಕೆಲಸದಾಕೆ ಯನ್ನ ಸ್ಟೇಶನ್‌ಗೆ ಕರೆಸಿದರು. 'ನಾನು ಮೂರ್ ದಿನದಿಂದ ಕೆಲಸಕ್ಕೇ ಹೋಗಿರ್ಲಿಲ್ಲ ಸರ್ ಬೇಕಾದ್ರೆ ಅಮ್ಮೋರ್ನೆ ಕೇಳಿ. ನಮ್ ಅಣ್ಣನ್ ಊರಿನಲ್ಲಿ ಜಾತ್ರೆ ಇತ್ತು. ಕೆಂಡ ಹಾಯಕ್ಕೆ ಹೋಗಿದ್ದೆ' ಎಂದು ಕಾಲಲ್ಲಾದ ಬೊಬ್ಬೆಗಳನ್ನು ತೋರಿಸಿದಳು. ಅವಳಿಂದ ಏನೂ ಉಪಯೋಗವಿಲ್ಲ ಎನಿಸಿ ಹೊರಡಬಹುದು ಅಂದರು. ಬಾಗಿಲ ತನಕ ಹೋದವಳು, 'ಸರ್, ಆದ್ರೂ ನಂಗೆ ಈ ಕೆಲ್ಸ ಯಾರ್ ಮಾಡಿರೋದು ಅಂತ ಗೊತ್ತು' ಎಂದು ಹತ್ತಿರ ಬಂದಳು. ಇನ್ಸ್‌ಪೆಕ್ಟರ್ ಮುಖ ಅರಳಿತು. 'ಯಾರಮ್ಮ? ಯಾಕ್ ಮೊದ್ಲೇ ಹೇಳ್ಲಿಲ್ಲ?.' 'ಸರ್ ನಮ್ ಊರಲ್ಲಿ ಅಷ್ಟ್ ದೊಡ್ ಮನೆ ಇರೋದು ನಮ್ ಸೌಕಾರ್ರುದು ಒಬ್ರುದೇ. ಹೋದ್ ವರ್ಷ ಅವ್ರು ಮನೆ ಪಾಯ ಹಾಕ್ಸುವಾಗ್ಲೇ ಯಾರೋ ಮಾಟ ಮಂತ್ರ ಮಾಡಿ ಹಾಕ್ಸಿದ್ರು. ಈಗ್ಲು ಅವ್ರೇ ಮಾಟ ಮಾಡ್ಸಿದ್ದಾರೆ ಸರ್, ಮುಂಬಾಗ್ಲಿಗೆ ದೃಷ್ಟಿ ಕಟ್ಟಿ ಅಂತ ನಾನ್ ಹೇಳಿದ್ದೆ. ನನ್ ಮಾತೇ ಕೇಳ್ಲಿಲ್ಲ ಸರ್?' 'ಎಲ್ಲಿಂದ ಬರ್ತೀರ್ರಿ ನೀವೆಲ್ಲಾ.. ನಡೀರಿ' ಇನ್ಸ್‌ಪೆಕ್ಟರ್ ತಾಳ್ಮೆ ಕಳೆದುಕೊಂಡು ಕೂಗಿದ್ದಕ್ಕೆ ಕೆಲ್ಸದವಳು ಬೆಚ್ಚಿಬಿದ್ದು ಅಲ್ಲಿಂದ ಕಾಲ್ಕಿತ್ತಳು.

ಕಬ್ಬಿನ ಗದ್ದೆಯ ಪಕ್ಕದಲ್ಲಿ ಜೀಪನ್ನು ನಿಲ್ಲಿಸಿ ಪೋಲೀಸರು ಟೀ ಕುಡಿಯಲು ಅಂಗಡಿಗೆ ಬಂದಿದ್ದರು. ಮುದ್ದೇಶನ ಬಗ್ಗೆ ವಿಚಾರಿಸುತ್ತಾ ಇನ್ಸ್‌ಪೆಕ್ಟರ್ ಫೋನಿಗಾಗಿ ಜೇಬಿಗೆ ಕೈಹಾಕಿದರು ಸಿಗಲಿಲ್ಲ. 'ಜೀಪಲ್ಲಿ ಫೋನ್ ಬಿಟ್ಟಿದ್ದೀನಿ ತಗೊಂಡ್ ಬನ್ರೀ' ಕಾನ್ಸ್‌ಟೇಬಲ್‌ಗೆ ಹೇಳಿದರು.

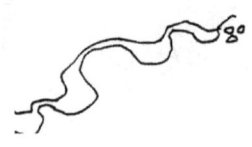

ಕಾನ್‌ಸ್ಟೇಬಲ್ ಜೀಪ್ ಹತ್ರ ಹುಡುಕಾಡಿ 'ಅಲ್ಲಿಲ್ಲ' ಅಂತ ಹೇಳಿದ. ಇನ್ಸ್‌ಪೆಕ್ಟರ್‌ಗೆ ಹುಬ್ಬುಗಂಟು ಹಾಕಿಕೊಂಡು ತಾನೇ ಹುಡುಕಲು ಹೋದಾಗ ಫೋನ್ ಕಾಣಲಿಲ್ಲ. ಸುತ್ತ ಮುತ್ತ ಹುಡುಕಾಡಿ ಮತ್ತೆ ಜೀಪಿನ ಹತ್ತಿರ ಬರುವುದರೊಳಗೆ ಫೋನ್ ಡ್ಯಾಶ್ ಬೋರ್ಡಿನ ಮೇಲೆ ಪ್ರತ್ಯಕ್ಷವಾಗಿತ್ತು.

ಕಬ್ಬಿನ ಗದ್ದೆಯಿಂದ ಬರುತ್ತಿದ್ದ ಶಬ್ದ ಯಾರೋ ಈಗಷ್ಟೇ ಫೋನನ್ನು ಇಟ್ಟು ಓಡಿದ್ದಾರೆ ಅನ್ನೋದನ್ನು ಸೂಚಿಸಿತು. ಪೊಲೀಸರು ಗದ್ದೆಯೊಳಗೆ ನುಗ್ಗಿ, 'ಏಯ್ ಯಾರದು' ಅಂತ ಕೂಗುತ್ತಾ ಹೋದರು. 'ಸಾರ್ ನಾನೇ, ಇಲ್ಲಿದ್ದೀನಿ ನೋಡಿ' ಮುದ್ದೇಶ ಮತ್ತೆ ಹಲ್ಲುಕಿರಿದ. 'ನಿಂಗ್ ಇವತ್ ಬೀಳ್ತಾವೆ ಕಣೋ' ಇನ್ಸ್‌ಪೆಕ್ಟರ್ ಅವನನ್ನು ಹಿಡಿದು ಬೀಳಿಸಿ, ಬೂಟುಕಾಲು ಸೇವೆ ಮಾಡತೊಡಗಿದರು. 'ಅಯ್ಯೋ! ಅಮ್ಮಾ! ಪೊಲೀಸರಿಗೆ ಸಹಾಯ ಮಾಡೋಕ್ ಹೋಗಿ ನಾನು ಸಾಯ್ತಿದ್ದೀನಿ' ಅಂತ ಮುದ್ದೇಶ ಕೂಗಾಡಿದ. 'ಏನೋ ಹೊಸಾ ನಾಟಕ ನಿಂದು?.' ಮುದ್ದೇಶ ಸುಧಾರಿಸಿಕೊಂಡು, 'ಸರ್ ಮ್ಯಾನೇಜರ್ ಮನೇಲಿ ಕಳ್ಳತನ ಆಗೇ ಇಲ್ಲ. ಎಲ್ಲಾ ಸುಳ್ಳು! ಪಕ್ಕಾ ಸುಳ್ಳು! ನನ್ನ ನಂಬಿ' ಎಂದು ಹೇಳಿದ.

ಇನ್ಸ್‌ಪೆಕ್ಟರ್ ಹೆಚ್ಚಿನ ಮಾಹಿತಿ ಪಡೆಯಲು ಮುದ್ದೇಶ ಬೇಡಿಕೆಯಿಟ್ಟ ಚಿಕನ್ ಕಬಾಬ್ ಅನ್ನು ಕೊಡಿಸಬೇಕಾಗಿ ಬಂತು. ಅದನ್ನು ತಿಂದು ಮುಗಿಸಿ. 'ನೋಡಿ ಸರ್, ಕಳ್ಳತನದ ಮಾಲಿನ ಫೋಟೋ ತೆಗೆದ ಡೇಟ್‌ನ ನೋಡಿ.' ಫೋನ್‌ನಲ್ಲಿ ಪಿಚರ್ ಡಿಟೇಲ್ಸ್‌ನ ನೋಡಿದಾಗ ಅದು ಕಳ್ಳತನವಾದ ಮಾರನೇ ದಿನದ ದಿನಾಂಕ ಮತ್ತು ಸಮಯವಾಗಿತ್ತು. 'ನೀವು ಏನೇನು ಕಳ್ಳತನ ಆಗಿದೆ ತೋರಿಸಿ ಅಂತ ಕೇಳಿದ ಮೇಲೆ ತೆಗೆದಿರೋ ಫೋಟೋ ಸರ್ ಇದು' ಮುದ್ದೇಶ ಎದೆ ಉಬ್ಬಿಸಿ ಹೇಳಿದ. 'ನೀನ್ಯಾಕೋ ನನ್ನ ಫೋನ್ ತಗೊಳ್ಳೋಕೆ ಬಂದಿದ್ದೆ ಮತ್ತೆ' ಅಂತ ಗದರಿಸಿದಾಗ, 'ನನ್ ಹೆಂಡತಿ ಮ್ಯಾನೇಜರ್ ಹೆಂಡತಿ ಕಿವಿಯಲ್ಲಿ ಯಾವಾಗ್ಲೊ ಬೆಂಡೋಲೆ ನೋಡ್ಬಿಟ್ಟಿದ್ದಾಳೆ ಸರ್, ಅದೇ ತರಹದ್ದು ಬೇಕು, ಇಲ್ಲಾಂದ್ರೆ ಮನೆಗೆ ಬರಬೇಡ ಅಂದಿದ್ದಾಳೆ. ಆ ಡಿಸೈನ್‌ಗೋಸ್ಕರ ನಿಮ್ ಫೋನ್ ತಗೊಂಡೆ' ಮುದ್ದೇಶ ಗೊಳೋ ಅನ್ನುತ್ತಾ ತನ್ನ ಕಷ್ಟ ತೋಡಿಕೊಂಡ!

ಕಳ್ಳತನವೇ ಆಗದೆ ಸುಮ್ಮನೆ ಯಾಕೆ ಕಂಪ್ಲೇಂಟ್ ಕೊಟ್ಟಿದ್ದಾರೆ? ನಮ್ಮನ್ನು ಮೂರ್ಖರನ್ನಾಗಿ ಮಾಡ್ಬೇಕು ಅಂತಿದ್ದಾರಾ? ಇನ್ಸ್‌ಪೆಕ್ಟರ್ ಸ್ಟೇಶನ್ನಲ್ಲಿ ಯೋಚಿಸುತ್ತಾ ಕುಳಿತಾಗ, ಹತ್ತು ವರ್ಷದ ವೇಣು ಟೀ ತಂದುಕೊಟ್ಟ. 'ಮೊನ್ನೆ ನಿಮ್ ಅಂಗಡೀಲಿ ಟೀ ಕುಡಿದು ದುಡ್ಡು ಕೊಡದೇ ಹೋಗ್ಬಿಟ್ಟೆ ತೊಗೋ' ಅಂತ ಇನ್ಸ್‌ಪೆಕ್ಟರ್ ಕೊಟ್ಟರು. 'ಪರವಾಗಿಲ್ಲ ಬಿಡಿ ಸರ್, ಹಾಗಾಗಿದ್ರಿಂದ ನಿಮ್ಗೆ ನಾಗೇಂದ್ರ ಬಾಬು ಮನೇಲಿ ಕಳ್ಳತನ ಆಗಿಲ್ಲ ಅಂತಾದ್ರೂ ಗೊತ್ತಾಯಿತು.' ವೇಣು ಹೇಳಿದ. 'ನಿನಗೆ ಹೇಗೆ ಈ ವಿಷಯ ಗೊತ್ತಾಯಿತು' ಅಂತ ಕೇಳಿದಾಗ ಅವನು ತಬ್ಬಿಬ್ಬಾಗಿ, 'ನಾನು ದೂರದಿಂದ ನಿಂತು ನೋಡ್ತಿದ್ದೆ ಸರ್' ಎಂದ.

ಅಂದು ಇದ್ದಕ್ಕಿದ್ದಂತೆ ಪೊಲೀಸರು ನಾಗೇಂದ್ರ ಬಾಬು ಮನೆಯನ್ನು ಹುಡುಕಲು ಶುರು ಮಾಡಿದರು. ಬ್ಯಾಂಕಿನಿಂದ ಓಡಿಬಂದ ಮ್ಯಾನೇಜರ್, 'ಸರ್ಚ್ ವಾರೆಂಟ್ ಇಲ್ಲದೇ ಇದೇನ್ ಮಾಡ್ತಿದ್ದೀರ' ಅಂತ ತನಗೆ ಗೊತ್ತಿದ್ದ ಕಾನೂನನ್ನೆಲ್ಲಾ ಸೇರಿಸಿ ಮಾತನಾಡಿದ. ಅದ್ಯಾವುದಕ್ಕೂ ಕಿವಿಗೊಡದೆ, ಮನೆಯೆಲ್ಲಾ ಹುಡುಕಾಡಿದಾಗ ಬೆಂಡೋಲೆಯನ್ನು

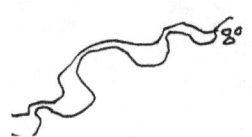

ನಾಗೇಂದ್ರನ ಹೆಂಡತಿ ದೇವರ ಮನೆಯ ಕುಂಕುಮದ ಭರಣಿಯಲ್ಲಿ ಮುಚ್ಚಿಟ್ಟಿದ್ದು ಸಿಕ್ಕಿತು. ಮನೆಯವರೆಲ್ಲಾ ಗರಬಡಿದಂತೆ ನಿಂತಿದ್ದರು. 'ಕಳುವಾಗಿದ್ದ ಆಭರಣಗಳನ್ನೆಲ್ಲಾ ನಮಗೆ ಸಿಗಬಾರದು ಅಂತ ಬೇರೆಲ್ಲೋ ಸಾಗಿಸಿದ್ದೀರ. ಆದ್ರೆ ನಿಮ್ಮ ಹೆಂಡತಿಯ ತವರು ಮನೆಯ ಬೆಂಡೋಲೆ ನಿಮ್ಮ ಬಂಡವಾಳವನ್ನು ಬಯಲು ಮಾಡ್ತು' ಇನ್ಸ್‌ಪೆಕ್ಟರ್ ಸಿನಿಮಾ ಸ್ಟೈಲ್‌ನಲ್ಲಿ ಡೈಲಾಗ್ ಹೊಡೆದ. ನಾಗೇಂದ್ರ ತಲೆತಗ್ಗಿಸಿದ. ಸುಮ್ ಸುಮ್ಮನೆ ಯಾಕ್ರೀ ಕಂಪ್ಲೇಂಟ್ ಕೊಟ್ರೀ? ಡಿಪಾರ್ಟ್ಮೆಂಟ್‌ನ ಜೋಕ್ ಅಂದುಕೊಂಡಿದ್ದೀರಾ? ನಿಮ್ಮ ಮೇಲೆ ಕಾನೂನನ್ನು ಜರುಗಿಸಬೇಕಾಗುತ್ತದೆ' ಅಂತ ಹೇಳಿದಾಗ ನಾಗೇಂದ್ರ 'ಹೌದು ಒಪ್ಪಿಕೊಳ್ತೀನಿ, ನಮ್ಮ ಮನೇಲಿ ಕಳ್ಳತನವಾಗಿಲ್ಲ. ಆದರೆ, ನಮ್ಮ ಮನೆ ಕಿಟಕಿಗೆ ಕಲ್ಲು ತೂರಿ ಗಾಜು ಒಡೆದಿದ್ದು ಮಾತ್ರ ನಿಜ. ಅಷ್ಟಕ್ಕೇ ಕಂಪ್ಲೇಂಟ್ ಕೊಟ್ರೆ ಅಪರಾಧಿಗೆ ದೊಡ್ಡ ಶಿಕ್ಷೆ ಆಗಲ್ಲ ಅಂತ ನಾವು ಕಳ್ಳತನ ಅಂತ ಸೇರಿಸಿದ್ವಿ.' ಇನ್ಸ್‌ಪೆಕ್ಟರ್‌ಗೆ ನಂಬಿಕೆ ಬರಲಿಲ್ಲ. 'ನನ್ನ ತಪ್ಪಿಗೆ ನಾನು ದಂಡ ಕಟ್ಟುತ್ತೀನಿ. ಆದರೆ ನಮ್ಮ ಮನೆಗೆ ಕಲ್ಲು ತೂರಿದ್ದು ಸುಳ್ಳಲ್ಲ ಸರ್. ಬೇಕಾದ್ರೆ ಆ ಕಲ್ಲಿನ ಮೇಲೆ ಬಿದ್ದಿದ್ದ ಫಿಂಗರ್ ಪ್ರಿಂಟ್ ರಿಪೋರ್ಟ್ ಬರುತ್ತಲ್ಲ ಆಗ್ಲೇ ನೋಡಿ' ನಾಗೇಂದ್ರ ಹೇಳಿದ.

ಒಂದು ವಾರದಲ್ಲಿ ಫಿಂಗರ್ ಪ್ರಿಂಟ್ ರಿಪೋರ್ಟ್ ಬಂದಿತ್ತು. ಅದು ಮುದ್ದೇಶನದ್ದೂ ಆಗಿರಲಿಲ್ಲ, ಅನುಮಾನವಿದ್ದ ಹಳೆಯ ಕಳ್ಳರದ್ದೂ ಆಗಿರಲಿಲ್ಲ. ಮತ್ಯಾರದ್ದೂ ಅಂತ ಚಿಂತೆ ಶುರುವಾಯಿತು. ಟೀ ಕುಡಿಯೋಕೆ ಅಂತ ಹೋದಾಗ ವೇಣು ಅಂಗಡಿಯ ಹಿಂದೆ ತನ್ನ ಗೆಳೆಯರ ಗುಂಪನ್ನು ಸೇರಿಸಿಕೊಂಡು ಏನೋ ಮಾಡುತ್ತಿದ್ದ. 'ಸರ್ ಬಂದೆ' ಬೆವರೊರೆಸಿಕೊಳ್ಳುತ್ತಾ ಟೀ ತಂದುಕೊಟ್ಟ. ಇನ್ಸ್‌ಪೆಕ್ಟರ್ ಕಣ್ಣಿಗೆ ಅವನ ಹಾವಭಾವ ಅನುಮಾನಾಸ್ಪದವಾಗಿ ಕಂಡಿತು. ಅಂಗಡಿಯ ಹಿಂದೆ ನುಗ್ಗಿ ನೋಡಿದಾಗ ನಾಗೇಂದ್ರ ಬಾಬುವಿನ ಭಾವಚಿತ್ರದ ಪೋಸ್ಟರ್‌ಗಳಿಗೆ ಮಸಿ ಮೆತ್ತುತ್ತಿದ್ದರು. ಅದರ ಕೆಳಗೆ 'ಮೋಸಗಾರ' ಅಂತ ಬರೆದಿತ್ತು. ಇನ್ಸ್‌ಪೆಕ್ಟರ್ 'ಏನಿದು?' ಅಂತ ದಬಾಯಿಸಿದಾಗ,

ವೇಣು ಹೆದರಿ, 'ಇವತ್ತು ರಾತ್ರಿ ಊರು ತುಂಬಾ ಇದನ್ನು ಅಂಟಿಸಬೇಕು ಅಂತ ಪ್ಲಾನ್ ಮಾಡಿದ್ದೆ ಸರ್ ಅಂದ.

'ಹಾಗಾದ್ರೆ ನೀನೇ ಅವರ ಮನೆ ಮೇಲೆ ಕಲ್ಲು ಹೊಡೆದೋನು, ಈ ವಯಸ್ಸಿಗೇ ಕಿಡಿಗೇಡಿ ಕೆಲ್ಸ ಮಾಡಿದ್ದೀಯ, ನಡಿ ಸ್ಟೇಶನ್‌ಗೆ' ಎಂದು ಗದರಿ ಪೋಸ್ಟರ್‌ಗಳನ್ನು ವಶಪಡಿಸಿಕೊಂಡರು. ಪೇದೆಗಳು ಎಳೆದೊಯ್ಯುತ್ತಿರುವಾಗ ವೇಣು ಕಿರುಚಿದ. 'ಬಿಡಿ ಸರ್, ಅವ್ನು ನಮ್ಗೆ ಅನ್ಯಾಯ ಮಾಡಿದ್ದಾರೆ ಗೊತ್ತಾ? ಓದ್ಬೇಕು ಅಂತಿದ್ದೋನು, ಟೀ ಅಂಗಡೀಲಿ ಕೆಲ್ಸ ಮಾಡೋಕೂ ಅವ್ರೆ ಕಾರಣ. ಅದಕ್ಕೆ ಸಿಟ್ಟು ಬಂತು'. ಇನ್ಸ್‌ಪೆಕ್ಟರ್ ಅನ್ಯಾಯದ ಬಗ್ಗೆ ಕೇಳಿದಾಗ, ವೇಣು ಆದ ವಿಚಾರ ಹೇಳಲು ಶುರುಮಾಡಿದ.

'ನಾವು ಬಡವರು ಸರ್. ನಮ್ಮಪ್ಪ ಆ ಬ್ಯಾಂಕ್‌ನಲ್ಲಿ ಹೊಲದ ಮೇಲೆ ಸಾಲ ತಗೊಂಡಿದ್ದ ಸರ್. ಆದರೆ ಎರಡು ವರ್ಷದಿಂದ ಮಳೆಯಿಲ್ಲದೆ ಬೆಳೆ ಸರಿಯಾಗಿಲ್ಲ. ಬಡ್ಡಿ ಕಟ್ಟಲು ತುಂಬಾ ಕಷ್ಟವಾಗುತ್ತಿತ್ತು. ಬಡ್ಡಿ ಕಟ್ಟೋಕಾಗ್ತಿಲ್ಲ, ಆಗಾಗ ಮನೆಗೆ ಬಂದು ಅವಮಾನ ಮಾಡ್ತಿದ್ರು, ಸಮಯ ಕೊಡಿ ಅಂತ ಬ್ಯಾಂಕ್ ಮ್ಯಾನೇಜರ್‌ನ ಎಷ್ಟು ಕೇಳಿಕೊಂಡರೂ, ಅವರು ನಮ್ಮ ಹೊಲವನ್ನು ಜಪ್ತಿ ಮಾಡಿಬಿಟ್ರು. ಭೂಮಿನೂ ಇಲ್ಲ. ಬೆಳೇನೂ ಇಲ್ಲ ಅಂತ ಅಪ್ಪ ಕೊರಗಿ ಕೊರಗಿ ಒಂದಿನ ಕ್ರಿಮಿನಾಶಕ ಕುಡಿದುಬಿಟ್ರು. ನಿಮ್ಗೆ ಗೊತ್ತಲ್ಲ ಸರ್, ಊರಲ್ಲೆಲ್ಲಾ ಅಪ್ಪ ಆತ್ಮಹತ್ಯೆ ಮಾಡ್ಕೊಂಡ ಅಂದುಕೊಂಡಿದ್ದಾರೆ. ಆದ್ರೆ ಅದು ಕೊಲೆ. ಅವ್ನು ನಮಗೆ ಮೋಸ ಮಾಡಿದ್ದಾನೆ' ಅಂತ ವೇಣು ಒಂದೇ ಉಸಿರಿನಲ್ಲಿ ಹೇಳುವಾಗ ಅವನ ಕಣ್ಣುಗಳಲ್ಲಿ ಬೆಂಕಿ ತುಂಬಿಕೊಂಡಿತ್ತು.

ಇನ್ಸ್‌ಪೆಕ್ಟರ್ ಹುಡುಗನಿಗೆ, 'ಮ್ಯಾನೇಜರ್ ಅವರ ಕೆಲಸವಷ್ಟೇ ಮಾಡಿದ್ದಾರೆ. ಅದು ಬ್ಯಾಂಕ್‌ನ ರೂಲ್ಸು' ಅಂತ ಅರ್ಥಮಾಡಿಸೋಕೆ ಪ್ರಯತ್ನಪಟ್ಟ. ಆದರೆ, ಹುಡುಗನಿಗೆ ಅಪ್ಪನ ಸಾವಿಗೆ ಕಾರಣನಾದ ಮ್ಯಾನೇಜರ್ ವೈರಿಯಂತೆ ಕಂಡ. ಹುಡುಗನ ನೋವನ್ನು ಕಂಡು ಇನ್ಸ್‌ಪೆಕ್ಟರ್‌ಗೂ ಬೇಸರವಾಯಿತು. ಇಂತಹ ಅಮಾಯಕರ ಸಾವಿಗೆ

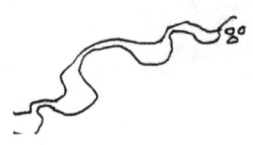

ಯಾರು ಹೊಣೆ? ಯಾರನ್ನು ದೂರುವುದು? ಸಾಲ ಕೊಡುವ ಬ್ಯಾಂಕೇ? ನಿಯಮಗಳನ್ನು ಮಾಡಿರುವ ವ್ಯವಸ್ಥೆಯೇ? ಈಗ ಹುಡುಗನಿಗೆ ಶಿಕ್ಷೆ ವಿಧಿಸಬೇಕೇ? ತನ್ನ ವೃತ್ತಿಜೀವನದಲ್ಲೇ ಇಂತಹ ಧರ್ಮ ಸಂಕಟ ಎದುರಾಗಿರಲಿಲ್ಲ. ಉತ್ತರ ತಿಳಿಯದೆ ಸುಮ್ಮನಾಗಿಬಿಟ್ಟ.

ಕೆಲವು ತಿಂಗಳುಗಳ ನಂತರ ನಾಗೇಂದ್ರ ಬಾಬುವಿಗೆ ಟ್ರಾನ್ಸ್ಫರ್ ಆಯಿತು. ವೇಣು ಎಂದಿನಂತೆ ತಂದೆ ಫೋಟೋ ಮುಂದೆ ದೀಪ ಬೆಳಗಿ, ಟೀ ಅಂಗಡಿಯ ಕೆಲಸಕ್ಕೆ ಹೋದ.

ದೇವರು ಕಾಣೆಯಾಗಿದ್ದಾರೆ

ಮಹಾಲಕ್ಷ್ಮೀ ಜ್ಯುವೆಲ್ಲರ್ಸ್ ಅಂಗಡಿಯ ರಿ-ಓಪನಿಂಗ್‌ನ ಸಂದೇಶವನ್ನು ಹೊತ್ತ ಕೆಂಪು ಪಾಂಪ್ಲೆಟ್‌ಗಳು ರಸ್ತೆಯಲ್ಲೆಲ್ಲಾ ಹಾರಾಡುತ್ತಿದ್ದವು. ಮೂವತ್ತು ವರ್ಷ ಹಳೆಯ ಚಿನ್ನದಂಗಡಿ ನವೀಕರಣದ ನಂತರ ಮದುಮಗಳಂತೆ ಸಿಂಗಾರಗೊಂಡಿತ್ತು. ಮೊದಲ ದಿನವಾದ್ದರಿಂದ ಏನಾದರೂ ಆಫರ್ ಇರಬಹುದೆಂದು ಕೆಲವರು ಬಂದಿದ್ದರೆ, ಇನ್ನು ಕೆಲವರು ಸ್ವೀಟ್ ಬಾಕ್ಸ್‌ಗಾಗಿ ಕಾದಿದ್ದರು. ಅಂಗಡಿಯ ಓನರ್ ಗೋಪಾಲಾಚಾರಿ ರೇಷ್ಮೆ ಜುಬ್ಬ, ಪಂಚೆ ಉಟ್ಟುಕೊಂಡಿದ್ದರು, ಮಗ ಶ್ರೀನಿವಾಸ್ ಆಚಾರಿ

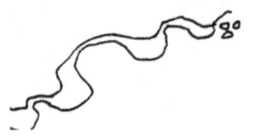

ಸರಳವಾದ ಕಾಟನ್ ಶರ್ಟ್ ಮತ್ತು ಜೀನ್ಸ್ ಪ್ಯಾಂಟ್ ತೊಟ್ಟು ಬಂದವರನ್ನು ಸ್ವಾಗತಿಸುತ್ತಿದ್ದ. ಟೌನ್‌ನಲ್ಲೇ ಅತ್ಯಂತ ದೊಡ್ಡದಾದ ಚಿನ್ನದಂಗಡಿಯ ಉದ್ಘಾಟನೆಗೆ ಜನ ಕಾದಿದ್ದರು. ಊರಿನ ಗಣ್ಯವ್ಯಕ್ತಿಗಳ ಕಾರುಗಳೂ ಬಂದು ನಿಂತವು.

ಕ್ಷೇಮತಾರೆ ಲಾಭತಾರೆಯನ್ನೆಲ್ಲಾ ನೋಡಿ ಇಟ್ಟ ಮುಹೂರ್ತದ ಸಮಯ. ಸರಿಯಾಗಿ ಗೋಪಾಲಾಚಾರಿ ಗಣ್ಯರ ಜೊತೆ ಸೇರಿ ಲಗುಬಗೆಯಿಂದ ಟೇಪ್ ಕತ್ತರಿಸಿದಾಗ ಕರತಾಡನದ ಮಳೆಗರೆಯಿತು. ಉದ್ಘಾಟನೆಯ ನಂತರ ಗಲ್ಲಾಪೆಟ್ಟಿಗೆಯ ಪಕ್ಕ ಪೂಜೆಗೆ ಅದ್ದೂರಿಯಾಗಿ ಅಣಿ ಮಾಡಲಾಗಿತ್ತು. ಜನಗಳ ಸದ್ದುಗದ್ದಲವನ್ನು ಮೆಟ್ಟಿ ಹಾಕುವಂತೆ ಪುರೋಹಿತರ ಮಂತ್ರಪಠಣ ಕೇಳಿಸುತ್ತಿತ್ತು. ಗೋಪಾಲಾಚಾರಿ ತನ್ನ ಪುಟ್ಟ ಅಂಗಡಿ ಇಂದು ಇಷ್ಟು ದೊಡ್ಡದಾಗಿ ಬೆಳೆದಿರುವುದನ್ನು ನೋಡಿ ಕಣ್ತುಂಬಿಕೊಳ್ಳುತ್ತಾ ಕೈಮುಗಿದು ದೇವರ ಕಡೆ ನೋಡುತ್ತಾನೆ.. ಬಾಳೆಗಂಬ, ತೋರಣ, ಕಳಸ, ಗಣಪತಿ ವಿಗ್ರಹಗಳಿವೆ. ಆದರೆ ಅವನ ಇಷ್ಟದೇವತೆ ಮಹಾಲಕ್ಷ್ಮೀಯ ಫೋಟೋ ಕಾಣಲಿಲ್ಲ. 'ಅಮ್ಮನವರ ಫೋಟೋ ಎಲ್ಲಿ?' ಜನಗಳ ಮುಂದೆ ಮಗನನ್ನು ಗದರಿಸಿಯೇ ಬಿಟ್ಟರು ಗೋಪಾಲಾಚಾರಿ. 'ಅದು ಹಳೇದಾಗಿ ಫ್ರೇಮ್ ಕಿತ್ತುಬರುತ್ತಿತ್ತು, ಮಹಾಲಕ್ಷ್ಮಿಯ ಹೊಸಾ ಫೋಟೋ ಮಾಡಸಿದ್ದೀನಲ್ಲಾ.. ನೋಡ್ಲಿಲ್ವಾ? ಎಷ್ಟು ದೊಡ್ಡದಾಗಿದೆ' ಗೋಡೆಗೆ ನೇತುಹಾಕಿದ್ದ ಒಬ್ಬ ಮನುಷ್ಯನ ಗಾತ್ರದ ಫೋಟೋವನ್ನು ತೋರಿಸಿದ.

ತಾವರೇಹಳ್ಳಿ ಮಹಾಲಕ್ಷ್ಮೀಯ ಫೋಟೋವನ್ನು ಗೋಪಾಲಾಚಾರಿ ತನ್ನ ಬಾಲ್ಯದಿಂದ ಜೊತೆಗೆ ಉಳಿಸಿಕೊಂಡಿದ್ದರು. ಆದರೆ ಇಂದು ಮಗ ಅದನ್ನು ಬದಲಾಯಿಸಿಬಿಟ್ಟಿದ್ದ. ಕಪ್ಪುಶಿಲೆಯ, ಗರ್ಭಗುಡಿಯಲ್ಲಿ ದಿನವೂ ಅಭಿಷೇಕ ಪೂಜೆ ಅರ್ಚನೆ ಮಾಡಿಸಿಕೊಳ್ಳೋ ದೇವರ ಪಟಕ್ಕೂ, ಅಂಗಡಿಯಲ್ಲಿ ಕಂಪ್ಯೂಟರ್ ಪ್ರಿಂಟ್ ಆದ ಈ ಪಟಕ್ಕೂ, ಸಮವೇ ಅನ್ನೋದು ಗೋಪಾಲಾಚಾರಿಯ ತರ್ಕ. ಅದೂ ಅಲ್ಲದೆ ಆಕೆ ಗೋಪಾಲಾಚಾರಿಯ ಇಷ್ಟಾರ್ಥಗಳನ್ನು ಸಿದ್ಧಿಸಿಕೊಟ್ಟವಳು. ಆ

ಫೋಟೋವನ್ನು ಪೂಜೆ ಮಾಡಲು ಶುರುಮಾಡಿದಾಗಿನಿಂದ ಅವರ ಭವಿಷ್ಯವೇ ಬದಲಾಗಿತ್ತು.

ಹತ್ತನೇ ಕ್ಲಾಸ್ ಪರೀಕ್ಷೆಯನ್ನು ಮೂರು ಸಲ ಕಟ್ಟಿದರೂ ಪಾಸ್ ಮಾಡಲಾಗದೆ ಅಪ್ಪನ ಕೈಯಿಂದ ಬಾರುಕೋಲಿನಿಂದ ಒದೆ ತಿನ್ನುತ್ತಿದ್ದ ಗೋಪಾಲ ಬೇಸತ್ತು ತಾವರೇಹಳ್ಳಿ ಮಹಾಲಕ್ಷ್ಮೀ ದೇವಸ್ಥಾನಕ್ಕೆ ಹೋಗಿ ಕೂತುಬಿಡುತ್ತಿದ್ದ. ಮುಂದೆ ನನ್ನ ಭವಿಷ್ಯ ಏನು ಅಂತ ಯೋಚಿಸುತ್ತಾ ಅಳುತ್ತಾ ಕೂತಿದ್ದಾಗ, ಯಾರೋ ಬಂದು ಮಹಾಲಕ್ಷ್ಮೀಯ ಫೋಟೋ ಕೊಟ್ಟು ಇದನ್ನು ಪೂಜೆ ಮಾಡಿದರೆ ನಿನಗೆ ಒಳ್ಳೆಯದಾಗುವುದೆಂದು ಹೇಳಿದ್ದರು. ಅದರಂತೆಯೇ ಕೆಲವೇ ದಿನಗಳಲ್ಲಿ ಅಪ್ಪನ ಸ್ನೇಹಿತ, ಅಕ್ಕಸಾಲಿಗನ ಅಂಗಡಿಯಲ್ಲಿ ಸಹಾಯದ ಕೆಲಸಕ್ಕೆ ಸೇರಿದನು. ಅಲ್ಲಿ ಆಭರಣಗಳನ್ನು ಮಾಡುವುದನ್ನು ಕಲಿತು, ಆರೇ ವರ್ಷದಲ್ಲಿ ತನ್ನದೇ ಸ್ವಂತ ಅಂಗಡಿಯನ್ನು ಶುರುಮಾಡಿದ. ಹೆಣ್ಣು ಕೊಟ್ಟ ಮಾವನ ಆಸ್ತಿಯೂ ಅವನದಾಗಿತ್ತು. ಎಲ್ಲವೂ ಲಕ್ಷ್ಮೀಯ ಕೃಪಾಕಟಾಕ್ಷದಿಂದ ನಡೆಯಿತು ಅನ್ನೋ ಅಚಲವಾದ ನಂಬಿಕೆ ಆತನದು. ಯಾರ ಮುಂದೆ ಅಹಂಕಾರ ತೋರಿಸಿದರೂ ಆ ತಾಯಿಯ ಮುಂದೆ ತಲೆಬಾಗುತ್ತಿದ್ದ ಗೋಪಾಲ.

ಎದೆ ಎತ್ತರಕ್ಕೆ ಬೆಳೆದ ಮಗ ಶ್ರೀನಿವಾಸ, ಬೆಂಗಳೂರಿನಲ್ಲಿ ಎಂಬಿಎ ಪಡೆದ ಮೇಲೆ ವ್ಯಾಪಾರದ ಬಗ್ಗೆ ಹೊಸ ಯೋಜನೆಯನ್ನು ಹಾಕಿ, ಅಂಗಡಿಯನ್ನು ರಿನೋವೇಟ್ ಮಾಡಲು ಹೇಳಿದಾಗ ಮಗನ ಮಾತು ಸರಿ ಇರಬಹುದೆಂದು ಅಂಗಡಿಯನ್ನು ಆರು ತಿಂಗಳು ಮುಚ್ಚಿಸಿ ರಿನೋವೇಶನ್‌ಗೆ ಒಪ್ಪಿಗೆ ಕೊಟ್ಟಿದ್ದನು. ಆದರೆ ಮೂವತ್ತು ವರ್ಷದಿಂದ ಗಲ್ಲಾಪೆಟ್ಟಿಗೆಯಲ್ಲಿಟ್ಟು ಪೂಜೆ ಮಾಡುತ್ತಿದ್ದ ದೇವತೆ ಕಾಣೆಯಾಗಿರುವಾಗ ಗೋಪಾಲಚಾರಿಗೆ ಸಹಿಸಿಕೊಳ್ಳೋದಕ್ಕಾಗುತ್ತದೆಯೇ?

'ಅಪ್ಪ, ಇಂಟೀರಿಯರ್ಸ್ ತುಂಬಾ ಕ್ಲಾಸಿ ಆಗಿದೆ ಅಂತ ಎಲ್ಲರೂ ಹೇಳ್ತಿದ್ದಾರೆ' ಶ್ರೀನಿವಾಸ ತನ್ನ ಆಯ್ಕೆಯನ್ನು ಜನ ಮೆಚ್ಚಿಕೊಳ್ಳುತ್ತಿದ್ದಾರೆ ಅನ್ನೋದನ್ನು ಅಂಡರ್ ಲೈನ್ ಮಾಡುವಂತೆ ಹೇಳಿದಾಗ 'ಅದೇನಾದ್ರೂ

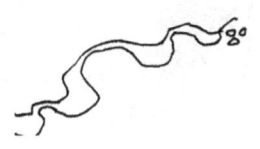

ಇರ್ಲಿ, ಅಮ್ಮನೋರ ಫೋಟೋ ಎಲ್ಲಿ? ನಂಗೆ ಈಗ್ಲೇ ಬೇಕು' ಪಟ್ಟು ಹಿಡಿದು ಕೇಳಿದರು ಗೋಪಾಲಾಚಾರಿ. ಅಪ್ಪ ಹಟ ಬಿಡೋದಿಲ್ಲವೆಂದರಿತ ಸೀನು ಆ ಫೋಟೋ ಹೊಸಾ ಶೋರೂಂಗೆ ಮ್ಯಾಚ್ ಆಗಲ್ಲ. ಈ ಲಕ್ಷ್ಮೀ ಫೋಟೋ ಅಂಗಡಿಯ ಲುಕ್‌ಗೆ ತಕ್ಕದಾಗಿದೆ, ಪಂಚಲೋಹದ್ ಫ್ರೇಮ್ ಹಾಕ್ಸಿದ್ದೀನಿ, ಸುತ್ತ ಎಲ್‌ಈಡಿ ಲೈಟ್ಸ್ ಬರುತ್ತೆ, ಅದು ಪ್ರಭಾವಳಿ ತರ ಕಂಡು ಮಹಾಲಕ್ಷ್ಮೀನೇ ಎದ್ದು ಬಂದಿದ್ದಾಳೇನೋ ಹಾಗಿರುತ್ತೆ..' ಎಂದು ತಾನು ಮಾಡಿಸಿದ ಫೋಟೋವನ್ನು ಹೊಗಳಿ ಹೊನ್ನಕ್ಕಿಟ್ಟ ಸೀನು. ಅದೇನೇ ಹೇಳಿದರೂ ಅಪ್ಪ ಹಳೇ ಫೋಟೋ ಬಗ್ಗೆ ಕೇಳೋದನ್ನ ನಿಲ್ಲಿಸಲಿಲ್ಲ. ಸುತ್ತ ಜನರಿದ್ದಾರೆ ಅನ್ನೋದನ್ನೂ ಪರಿಗಣಿಸದೆ, ಈಗಲೇ ನಾನು ನನ್ನ ಮಹಾಲಕ್ಷ್ಮಿಯನ್ನು ನೋಡ ಬೇಕೆಂದು ದುಂಬಾಲು ಬಿದ್ದ. ಗೋಪಾಲಾಚಾರಿ ಪೀಡಿಸಿದಾಗ ಕೊನೆಗೂ ಸೀನು ಬಾಯಿಬಿಟ್ಟ. 'ಫೋಟೋನ ಗಣಪತಿ ಗುಡಿ ಪಕ್ಕ ಇರೋ ನವಗ್ರಹ ಕಲ್ಲಿನ ಹತ್ತಿರ ಇಟ್ಟುಬಂದೆ'. ಅಷ್ಟು ಹೇಳಿ ಮುಗಿಸಲಿಲ್ಲ ಅಷ್ಟ್ರಲ್ಲಿ ಗೋಪಾಲಾಚಾರಿ ರಂಪ ಶುರುಮಾಡಿಬಿಟ್ಟ, ಆ ಫೋಟೋ ಏನ್ ಮಾಡಿತ್ತು ನಿಂಗೆ? ಆಚೆ ಹೇಗ್ ತೊಗೊಂಡ್ ಹೋದೆ? ಮನೆಗೆ ಬಂದ ಮಹಾಲಕ್ಷ್ಮಿಯನ್ನ ಒದ್ಬಿಟ್ಯಲ್ಲಾ.. ಇನ್ನು ಅವಳು ನಮಗೆ ಒಲೀತಾಳಾ?. ಮಗ ಎಷ್ಟು ಸಮಾಧಾನ ಮಾಡಿದರೂ ಉಪಯೋಗವಾಗಲಿಲ್ಲ. ಗೋಪಾಚಾಲಾರಿ ಫೋಟೋನ ವಾಪಸ್ ತರಲು ಪಂಚೆ ಎತ್ತಿಕಟ್ಟಿ ಕೊಂಡು ಹೊರಟೇಬಿಟ್ಟ.

ಗೋಪಾಲಾಚಾರಿ ರಸ್ತೆಯಲ್ಲಿ ಬಿರಬಿರನೆ ನಡೆದುಹೋಗ್ತಿರೋದನ್ನು ಕಂಡವರು ಮನೇಗಾ? ಏನಾದರೂ ಮರೆತುಬಂದ್ರಾ? ಅಂತ ಕೇಳಿದರು. ದೇವಸ್ಥಾನಕ್ಕೆ ಅಂತ ಹೇಳಿದಾಗ ಒಬ್ಬ ತನ್ನ ಹೀರೋ ಹೊಂಡಾದಲ್ಲಿ ಕೂರಿಸಿಕೊಂಡು, 'ಡ್ರಾಪ್ ಕೊಡ್ತೀನಿ' ಎಂದು ಸಹಾಯಾಸ್ತ ಚಾಚಿದ. 'ತಾಯೀ, ನನ್ ಕೈ ಬಿಡ್ಬೇಡಮ್ಮಾ' ಎನ್ನುತ್ತಾ ಗೋಪಾಲಾಚಾರಿ ಬೈಕ್ ಏರಿದರು. ರಸ್ತೆಯ ಮೂಲೆಯಲ್ಲಿದ್ದ ಪುಟ್ಟ ಗಣಪನ ಗುಡಿಯ ಮುಂದೆ ಬೈಕು ನಿಂತಿತು. ಪುರೋಹಿತರು ಅವರನ್ನು ನೋಡಿ ಮಂಗಳಾರತಿ ತಟ್ಟೆ ಅಣಿಮಾಡಿಕೊಂಡರು. ಆದರೆ ಗೋಪಾಲಾಚಾರಿ ಛಂಗನೆ ಇಳಿದು

ನವಗ್ರಹದ ಕಡೆಗೆ ನಡೆದರು. ಗರ್ಭಗುಡಿಯ ಕಡೆ ತಿರುಗಿಯೂ ನೋಡಲಿಲ್ಲ. ನವಗ್ರಹದ ಹತ್ತಿರ ಬಂದಾಗ ಕೆಲವು ಭಿನ್ನವಾದ ದೇವರ ವಿಗ್ರಹಗಳು, ಹಳೇ ದೇವರ ಫೋಟೋಗಳು ಇದ್ದುವು. ಅವನ್ನೆಲ್ಲಾ ಒಂದೊಂದಾಗಿ ತೆಗೆದು ನೋಡೋಕೆ ಶುರು ಮಾಡಿದಾಗ ಅರ್ಚಕರು, 'ಏನ್ ಹುಡುಕ್ತಿದ್ದೀರಿ ಆಚಾರ್‍ರೆ? ಫೋಟೋ ಗಾಜು ಒಡೆದಿದೆ, ಕೈಗೆ ಚುಚ್ಚಿಬಿಡುತ್ತೆ ಹುಷಾರು' ಅನ್ನುತ್ತಾ ಬಂದರು. 'ನನ್ನ ಮಗ ನಮ್ಮ ಅಂಗಡಿಯಲ್ಲಿದ್ದ ಮಹಾಲಕ್ಷ್ಮೀಯ ಫೋಟೋವನ್ನು ಇಲ್ಲಿ ತಂದಿಟ್ಟಿದ್ನಂತೆ, ಹುಡುಕ್ತಿದ್ದೀನಿ' ಎನ್ನುತ್ತಾ ತನ್ನ ದೇವತೆಯ ಮಹಿಮೆಯನ್ನೂ ವಿವರಿಸಿದಾಗ, ಅರ್ಚಕರು 'ಓ ಕೆಲವೊಂದನ್ನು ನೆನ್ನೆಯಷ್ಟೇ ಯಾರೋ ತಗೊಂಡುಹೋದರು. ಯೋಚ್ನೆ ಮಾಡ್ಬೇಡಿ, ಕೇಳಿನೋಡ್ತೀನಿ' ಎಂದು ಸಮಾಧಾನ ನುಡಿದದ್ದು ನಿಜ. ಆದರೆ ಮಂಗಳಾರತಿ ತಗೊಂಡು ತಟ್ಟೆಗೆ ದಕ್ಷಿಣೆ ಹಾಕದೆ ಹೊರಟ ಗೋಪಾಲಾಚಾರಿಗೆ ಸಹಾಯ ಮಾಡುವ ಮನಸ್ಸು ಅವರಿಗೆ ಎಲ್ಲಿಂದ ಬರಬೇಕು?

ಊರೆಲ್ಲಾ ಹುಡುಕಿದರೂ ಫೋಟೋ ಸಿಗದೇ ಹೋದಾಗ ಗೋಪಾಲಾ ಚಾರಿ ಕಾಲೆಳೆದುಕೊಂಡು ಮನೆಗೆ ವಾಪಸ್ಸಾದರು. ಅಂದಿನ ಘಟನೆ ಯಿಂದ ಅವರ ಮನಸ್ಸು ವ್ಯಾಕುಲವಾಯಿತು. ಮನೆಯಲ್ಲಿ, ಅಂಗಡಿ ಯಲ್ಲಿ ಏನೇ ಸಣ್ಣಪುಟ್ಟ ತೊಂದರೆಯಾದರೂ, ಅದಕ್ಕೆ ಮಹಾಲಕ್ಷ್ಮೀ ಯನ್ನು ದೂಡಿದುದ್ದೇ ಕಾರಣ ಅನ್ನುತಿದ್ದರು, ಎಲ್ಲರ ಮೇಲೂ ಸಿಡಿಮಿಡಿಗೊಳ್ಳುತ್ತಿದ್ದರು. ಮನಃಶಾಂತಿಯಂತೂ ಸಂಪೂರ್ಣವಾಗಿ ಕಳೆದುಹೋಗಿತ್ತು. ಸಿಕ್ಕಸಿಕ್ಕವರ ಮುಂದೆ ಮಗನನ್ನು ಬೈಯ್ಯುತ್ತಿದ್ದರು. ಅದೊಂದು ದಿನವಂತೂ ಬೆಳಗ್ಗೆ ಪೂಜೆ ಮಾಡುವಾಗ ಗೋಪಾಲಾಚಾರಿ ಕಳೆದುಹೋದ ಪಟವನ್ನು ನೆನೆದು ಬಿಕ್ಕಿ ಬಿಕ್ಕಿ ಅತ್ತುಬಿಟ್ಟರು.

ಹುಚ್ಚನಂತೆ ಊರು ತುಂಬ ದೇವರನ್ನು ಹುಡುಕಲು ಶುರುಮಾಡಿದ ಅಪ್ಪನ ಪರಿಸ್ಥಿತಿಯನ್ನು ನೋಡಲಾಗದೇ, ಮಗ ಪತ್ರಿಕೆಯಲ್ಲಿ ದೇವರ ಫೋಟೋವನ್ನು ಹುಡುಕಲು ಜಾಹೀರಾತು ಕೊಟ್ಟ. ಅದನ್ನು ನೋಡಿದವರು ನಕ್ಕು ಸುಮ್ಮನಾದರು, ಇನ್ನೂ ಕೆಲವರು ಜಾಹೀರಾತಿನ

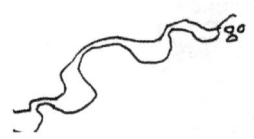

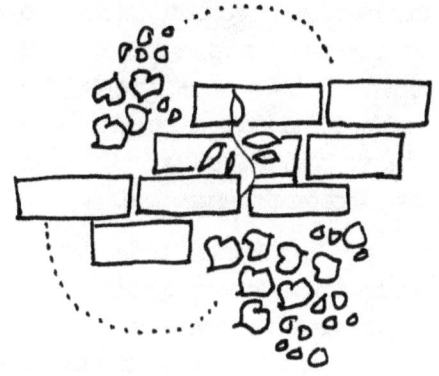

ಫೋಟೋ ತೆಗೆದು ವಾಟ್ಸ್ ಆಪ್ ಗ್ರೂಪ್‌ಗಳಲ್ಲಿ ಶೇರ್ ಮಾಡಿದರು, ಬಿಟ್ಟರೆ ಇನ್ನೇನೂ ಪ್ರಯೋಜನವಾಗಲಿಲ್ಲ. 'ಅಪ್ಪ ನನ್ನ ಕ್ಷಮಿಸಿ. ನಿಮ್ಗೆ ಬೇಜಾರ್ ಮಾಡ್ಬೇಕು ಅಂತ ನಾನು ಫೋಟೋನ ಆಚೆ ಇಟ್ಟು ಬರ್ಲಿಲ್ಲ..' ಆ ಫೋಟೋ ವಿಷಯದಲ್ಲಿ ತಂದೆ ಇಷ್ಟೊಂದು ಭಾವುಕನಾಗುತ್ತಾನೆಂದು ಅರಿವಿಲ್ಲದೇ ತೆಗೆದುಕೊಂಡ ನಿರ್ಧಾರದ ಬಗ್ಗೆ ನಿಜವಾಗಿಯೂ ನೊಂದುಕೊಂಡು ಸೀನು ಅಪ್ಪನ ಕ್ಷಮೆಯಾಚಿಸಿದ. ಗೋಪಾಲಾಚಾರಿ ಮಾತ್ರ ಕಣ್ಣು ಮಿಟುಕಿಸದೇ ಕೂತಿದ್ದರು.

'ಪುಟ್ಟಿ ಜಾಣ ಮರಿ ಅಲ್ವಾ? ಬಾ ನಿನಗೊಂದು ಕತೆ ಹೇಳ್ತೀನಿ'. ಗೋಪಾಲಾಚಾರಿಯ ಸೊಸೆ ಮಗಳನ್ನು ಓಲೈಸಿ ಕರೆದುಕೊಂಡು ಬಂದು ಮಾವನಿಗೆ ಕಾಣೋ ಹಾಗೆ ಕೂರಿಸಿಕೊಂಡು ಕತೆ ಹೇಳಲು ಶುರುಮಾಡಿದಳು. ವ್ಯಾಸರಾಯರು ಒಂದು ದಿನ ಕನಕದಾಸರು ಸೇರಿದಂತೆ ಇತರೆ ಶಿಷ್ಯರಿಗೆ ಒಂದೊಂದು ಬಾಳೆಹಣ್ಣನ್ನು ಕೊಟ್ಟು ಯಾರೂ ನೋಡದ ಹಾಗೆ ತಿನ್ನಬೇಕು ಅಂದಾಗ, ಎಲ್ಲರೂ ಬಚ್ಚಿಟ್ಟುಕೊಂಡು ತಿಂದು ಬಂದರೆ ಬಾಲ ಕನಕ ಮಾತ್ರ ತಿಂದಿರಲಿಲ್ಲ. ಯಾಕೆ ಅಂತ ಗುರುಗಳು ಕೇಳಿದ್ದಕ್ಕೆ, ಯಾರು ನೋಡದಿದ್ದರೂ ದೇವರು ನಮ್ಮನ್ನು ನೋಡುತ್ತಿರುತ್ತಾರೆ ಅಂದನಂತೆ ಕನಕ. ಅಂದರೆ, ದೇವರು ಎಲ್ಲಾ ಕಡೆ ಇದ್ದಾನೆ, ಅವನು

ಸರ್ವಾಂತರ್ಯಾಮಿ.. ಅಂತ ವಿವರಿಸುತ್ತಿರುವಾಗ ಗೋಪಾಲಾಚಾರಿ ಹೆಗಲಮೇಲಿದ್ದ ಶಲ್ಯವನ್ನು ಕೊಡವಿ 'ನೀನು ನನಗೆ ಬುದ್ಧಿ ಹೇಳೋದಕ್ಕೆ ಇಷ್ಟು ಕಷ್ಟಪಟ್ಟು ಮಗಳಿಗೆ ಕತೆ ಹೇಳೋ ನಾಟಕ ಮಾಡ್ಬೇಕಿಲ್ಲ. ನಿನ್ ಕೈಲಾದ್ರೆ ಆ ನನ್ ತಾಯಿ ಫೋಟೋವನ್ನು ಹುಡುಕಿಕೊಡು' ಅಂತ ಗುಡುಗಿ ಹೊರಟುಬಿಟ್ಟನು. ಮನೆಯವರೆಲ್ಲಾ ಪ್ರಯತ್ನ ಪಟ್ಟರೂ ಗೋಪಾಲಾಚಾರಿಯನ್ನು ಸುಧಾರಿಸುವುದು ಕಷ್ಟವಾಯಿತು.

ಇನ್ನೊಂದು ದಿನ, ಸೀನು ಅಂಗಡಿಯಿಂದ ಮನೆಗೆ ಬಂದಾಗ ಹೆಂಡತಿ ಸಪ್ಪಗಿರೋದನ್ನು ಗಮನಿಸಿ ಏನಾಯ್ತು ಎಂದು ವಿಚಾರಿಸಿದ. 'ಮಾವನೋರ ಬಗ್ಗೆ ಯಾಕೆ ಚಾಡಿ ಹೇಳಬೇಕು' ಅಂತ ಆಕೆ ಬಾಯಿ ಬಿಡಲಿಲ್ಲ. ಅಷ್ಟರಲ್ಲಿ ಅಮ್ಮನೇ ಮಾತು ಶುರುಮಾಡಿದಳು. 'ಮನೆ ಒಳಗೆಲ್ಲಾ ಜಿರಳೆಗಳು, ಚೇಳು ಹೆಚ್ಚಾಗಿವೆ. ಏನಾದ್ರು ಮಾಡ್ಬೇಕು ಅಂತ ನಾವಿಬ್ರೂ ಮಾತಾಡಿಕೊಳ್ಳುತ್ತಿದ್ದೆವು. ಅದಕ್ಕೆ ನಿಮ್ಮಪ್ಪ ದುರುಗುಟ್ಟಿಕೊಂಡು, ನಿನ್ ಗಂಡ ದೇವರಿಗೆ ಮಾಡಿರೋ ಅಪಚಾರದಿಂದ ಹೀಗೆ ಆಗ್ತಿರೋದು. ಮೊದ್ಲು ಯಾವತ್ತಾದ್ರೂ ಹೀಗಾಗಿತ್ತಾ ಹೇಳು? ಅಂತ ನಿನ್ ಹೆಂಡತಿ ಮೇಲೇ ಕೂಗಾಡಿಬಿಟ್ಟರು. ನಿಮ್ಮಪ್ಪನ ಭಕ್ತಿಯೂ ಸಾಕು, ಈ ಕೂಗಾಟವೂ ಸಾಕು' ಅಂದರು. ಅಪ್ಪನ ತರ್ಕಗಳು, ಒಂದಕ್ಕೊಂದು ಸಂಬಂಧ ಕಟ್ಟಿಕೊಂಡು ಮನೆಯ ನೆಮ್ಮದಿ ಹಾಳುಮಾಡುವ ವಾದಗಳನ್ನು ನೋಡಿ ನೋಡಿ ಸೀನುಗೂ ರೋಸಿಹೋಯಿತು. ಇದಕ್ಕೊಂದು ಕೊನೆಗಾಣಿಸಬೇಕೆಂದುಕೊಂಡ.

'ಅಪ್ಪಾ ಇಲ್ನೋಡು, ಯಾರ್ ಬಂದಿದ್ದಾರೆ'. ಮಗ ಮನೆಯಾಚೆ ನಿಂತುಕೊಂಡು ಕೂಗಿದ. ಗೋಪಾಲಾಚಾರಿ ಕುತೂಹಲದಿಂದ ಕಣ್ಣು ಸಣ್ಣಗೆ ಮಾಡಿಕೊಂಡು ಯಾರಿರಬಹುದೆಂದು ನೋಡಿದಾಗ ಮಗನ ಕೈಲಿ ಮಹಾಲಕ್ಷ್ಮೀ ಫೋಟೋ ಇದ್ದಿತು. 'ಅಂತೂ ನಿನ್ ತಾಯಿ ಸಿಕ್ಕಿಬಿಟ್ಟಳು. ಅರ್ಚಕರಿಗೆ ಹೇಳಿದ್ದೆ ಹುಡುಕಿಸಿಕೊಟ್ಟರು' ಗೋಪಾಲಾಚಾರಿ ಆಶ್ಚರ್ಯ ಖುಷಿಗಳಿಂದ ಓಡಿಬಂದು ಫೋಟೋವನ್ನು ಕೈಗೆತ್ತಿಕೊಂಡರು. ಮೂವತ್ತು ವರ್ಷಗಳಿಂದ ಕಾಪಾಡಿದ ತಾಯಿ ವಾಪಸ್ ಮನೆಗೆ ಬಂದಳು ಅಂತ ಇನ್ನು ಮುಂದೆ ಅಪ್ಪ ನೆಮ್ಮದಿಯಿಂದಿರುತ್ತಾರೆ ಅಂತ

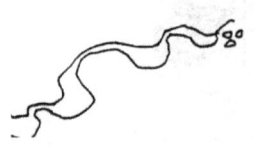

ಸೀನು ಸಮಾಧಾನವಾಗುವಷ್ಟರಲ್ಲಿ ಗೋಪಾಲಾಚಾರಿ, 'ಏನೋ ನನ್ನನ್ನ ಮೂರ್ಖನನ್ನಾಗಿ ಮಾಡ್ಬೇಕು ಅಂತಿದ್ದೀಯಾ? ಇದು ನನ್ನ ಮನೆಯಲ್ಲಿದ್ದದ್ದಲ್ಲ. ಎಲ್ಲಿಂದಲೋ ಬೇರೆ ಯಾವುದನ್ನೋ ತಂದು ಕೊಡೋದಕ್ಕೆ ನೀನೇ ಬೇಕಾ?'. ಶ್ರೀನಿವಾಸ, 'ಇದೇ ಆ ಫೋಟೋ, ಹೊಸದೇನಲ್ಲ' ಅಂತ ಮನವರಿಕೆ ಮಾಡೋಕೆ ಪ್ರಯತ್ನಪಟ್ಟ. 'ಬುದ್ಧಿ ಉಪಯೋಗಿಸಿ ಹಳೇ ಫೋಟೋವನ್ನೇನೋ ತಂದಿದ್ದೀಯ. ಆದ್ರೆ ಇದು ನನ್ನದಲ್ಲ'. 'ಹೇಗ್ ಹೇಳ್ತೀಯ' ಅಂತ ಕೇಳಿದ್ದಕ್ಕೆ, 'ನಮ್ಮ ಫೋಟೋದ ಹಿಂದೆ ನಾನು ತಪ್ಪು ಕಾಣಿಕೆ ಅಂತ ಇಟ್ಟಿದ್ದ ದುಡ್ಡು ಮತ್ತು ಡೇಟ್‌ಗಳನ್ನು ಬರೆದಿದ್ದೆ. ಮೇಲಿಂದ ಮೇಲೆ ದೇವರ ವಿಷಯದಲ್ಲಿ ನೀನು ಅಪಚಾರ ಮಾಡ್ತಾನೇ ಇದ್ದೀಯ. ನಿನಗೆ ಒಳ್ಳೇದಾಗಲ್ಲ ನೋಡು'. ಮತ್ತೆ ಗೋಪಾಲಾಚಾರಿ ಕೂಗಾಡಿದರು. ಮಗನಿಗೆ ರೇಗಿಹೋಯಿತು. ಸಮಾಧಾನ ತಂದುಕೊಂಡು ತನ್ನ ಅಭಿಪ್ರಾಯವನ್ನು ಮಂಡಿಸಿದ.

ನೀನು ಪೂಜೆ ಮಾಡುತ್ತಿದ್ದ ದೇವರ ಶಕ್ತಿ ಬರೀ ಆ ಫೋಟೋದಲ್ಲಿ ಮಾತ್ರವೇ ಇರೋದಾ? ನಿನಗೆ ಮಾತ್ರವೇ ದೇವರಿರೋದಾ? ದೇವರ ಶಕ್ತಿಯನ್ನು ಒಂದು ಫೋಟೋ ಫ್ರೇಮ್ ಒಳಗೆ ಯಾಕೆ ಕಟ್ಟಿಹಾಕಿದ್ದೀಯಪ್ಪಾ? ನೀನು ಆಡೋದನ್ನ ನೋಡಿದ್ರ ನಿನಗೆ ದೇವರ ಮೇಲಿದ್ದುದು ಭಕ್ತಿ ಅಂತ ನನಗನಿಸುತ್ತಿಲ್ಲ. ಅದು ಭಕ್ತಿಯೋ? ಭಯವೋ? ಅವಲಂಬನೆಯೋ? ನೀನೇ ಪ್ರಶ್ನೆ ಕೇಳಿಕೋ. ನಾವು ಶ್ರಮಪಟ್ಟು ದುಡಿದರೆ ದೇವರು ಒಲಿದೇ ಒಲಿಯುತ್ತಾನೆ. ನನ್ನ ಫೋಟೋವನ್ನು ಮನೆಯಿಂದ ಆಚೆ ಇಟ್ಟರು ಅನ್ನೋ ಸಣ್ಣ ಕಾರಣಕ್ಕೆ ನಿನ್ನನ್ನು ದೂರ ತಳ್ಳುವಷ್ಟು ಸಣ್ಣ ಬುದ್ಧಿಯಿದ್ದರೆ ಅವನು ದೇವರೇ ಅಲ್ಲ. ದೇವರಿಗೆ ಬೇಧ ಭಾವಗಳಿಲ್ಲ, ಯಾವ ಅಪೇಕ್ಷೆಯೂ ಇಲ್ಲ. ನಾವು ನಮ್ಮ ಸಮಾಧಾನ ಸಂತೋಷಗಳಿಗಾಗಿ ಪೂಜೆ, ಅಲಂಕಾರ, ನೈವೆದ್ಯಗಳನ್ನು ಮಾಡಿಕೊಳ್ಳುತ್ತೇವಷ್ಟೇ! ಸೀನು ತನಗೆ ತಿಳಿದಷ್ಟನ್ನು ವಿವರವಾಗಿ ಹೇಳಿ, 'ನಾನ್ ಹೇಳಿದ್ದು ಸುಳ್ಳಾದರೆ ನಿನ್ನನ್ನು ನೀನೇ ಪ್ರಶ್ನೆ ಮಾಡಿಕೋ' ಎಂದು ಹೇಳಿ ಹೋದ.

ದಿನಗಳುರುಳಿದರೂ ಗೋಪಾಲಾಚಾರಿಗೆ ಮಗನ ಮಾತುಗಳು ಕಿವಿಯಲ್ಲಿ ಪ್ರತಿಧ್ವನಿಸುತ್ತಲೇ ಇತ್ತು. ಒಂದು ದಿನ ಬೇಸರವಾಗಿ ದೇವಸ್ಥಾನಕ್ಕೆ ಹೋದಾಗ ಅಲ್ಲಿ ಪ್ರವಚನ ನಡೆಯುತ್ತಿತ್ತು. 'ಭಕ್ತಿಗಳಲ್ಲಿ ನವವಿಧಾನಗಳಿವೆ. ಒಬ್ಬೊಬ್ಬರದೂ ಒಂದೊಂದು ಥರಹದ ಭಕ್ತಿ. ನವವಿಧ ಭಕುತಿಗಳು ಯಾವುವು ಅಂದರೇ, ಶ್ರವಣ, ಕೀರ್ತನ, ಸ್ಮರಣ, ಪಾದಸೇವನೆ, ಅರ್ಚನೆ, ವಂದನೆ, ದಾಸ್ಯ, ಸಖ್ಯ ಮತ್ತು ಆತ್ಮನಿವೇದನೆ. ಉದಾಹರಣೆಗೆ ಯಶೋದೆ ಭಗವಂತನನ್ನು ಮಗುವಾಗಿ ಕಂಡಳು, ಮೀರಾ ತನ್ನ ಪತಿಯಾಗಿ ಕಂಡಳು, ಶರಣರು ವಚನಗಳಲ್ಲಿ ಹಾಡಿದರು. ಹೀಗೇ ಭಗವಂತನನ್ನು ಕಾಣಲು ನಾನಾ ವಿಧ' ಎಂದು ದೃಷ್ಟಾಂತ ಸಮೇತ ವಿವರಿಸುತ್ತಿದ್ದರು. ಗೋಪಾಲಾಚಾರಿ ಅಂತರ್ಮುಖಿಯಾಗಿ ಕುಳಿತರು.

ಹೌದು. ನನ್ನದು ಯಾವ ವಿಧದ ಭಕ್ತಿ? ತಪ್ಪು ಮಾಡಿದಾಗ ತಪ್ಪು ಕಾಣಿಕೆ ಹಾಕಿ ಮನಸ್ಸಿಗೆ ಸಮಾಧಾನ ಪಡೆದುಕೊಳ್ಳುತ್ತಿದ್ದೆ, ಯಾರಿಗಾದರೂ ನೋವು ಮಾಡಿದ್ದರೆ ಪೋಟೋ ಮುಂದೆ ಕ್ಷಮೆ ಕೇಳುತ್ತಿದ್ದೆ, ನನಗೆ ಬದುಕಿನಲ್ಲಿ ಹಣ ಕೊಡು, ಯಶಸ್ಸು ಕೊಡು ಅಂತ ಬೇಡುತ್ತಿದ್ದೆ. ದೇವರನ್ನು ನನ್ನ ಪಾಪಪ್ರಜ್ಞೆಗಳನ್ನು ಕಮ್ಮಿಮಾಡಿಕೊಳ್ಳುವ ಸಾಧನವಾಗಿ, ನನ್ನ ಲೌಕಿಕ ವಿಷಯಗಳಿಗಾಗಿ ಮಾತ್ರ ಮೀಸಲಿಟ್ಟಿದ್ದೆ. ಈಗ ಫೋಟೋ ಕಾಣದೇ ಇದ್ದಾಗಲೂ ನಾನು ಪರಿತಪಿಸುತ್ತಿದ್ದದ್ದು ನನಗೆ ಏನಾದರೂ ತೊಂದರೆಯಾಗಬಹುದೆಂಬ ಭಯದಿಂದಲೇ ವಿನಃ ಭಕ್ತಿಯಿಂದಲ್ಲ ಅಂತ ಅರಿವಾಯಿತು. ಹಾಗಾದರೆ ಭಕ್ತಿ ಎಂದರೇನು? ನಾನು ಇಷ್ಟು ದಿನ ಭಕ್ತನಾಗಿರಲಿಲ್ಲವೇ? ನನ್ನೊಳಗೆ ಭಕ್ತಿಯೇ ಇರಲಿಲ್ಲವೇ ಅನ್ನೋ ಗೊಂದಲ ಕಾಡಿತು.

ಶೂನ್ಯದಲ್ಲಿ ದೃಷ್ಟಿ ನೆಟ್ಟು ಯೋಚಿಸುತ್ತಿದ್ದವನಿಗೆ ಮನುಷ್ಯ ಮತ್ತು ದೇವರ ಸಂಬಂಧವನ್ನು ತಾನು ತನ್ನ ಅನುಕೂಲಕ್ಕೆ ತಕ್ಕಂತೆ ಮಾರ್ಪಾಟು ಮಾಡಿಕೊಂಡಿದ್ದೆ ಅನ್ನೋ ಉತ್ತರ ಸಿಕ್ಕಿತು. ತಕ್ಷಣವೇ ದೇವರನ್ನು ಕಾಣೋ ಮಾರ್ಗವನ್ನು ಹುಡುಕುವ ಹಂಬಲ ಹುಟ್ಟಿತು. ಪ್ರವಚನಕಾರರ ಹತ್ತಿರ ಹೋಗಿ 'ಭಕ್ತಿ ಎಂದರೇನು? ನಾನು ದೇವರನ್ನು

ನಿಜವಾಗಿ ಕಾಣೋದು ಹೇಗೆ?' ಎಂದು ದೇವರನ್ನು ಹುಡುಕುತ್ತಿದ್ದ ವಿವೇಕಾನಂದರು, ತಮ್ಮ ಗುರುಗಳಾದ ಪರಮಹಂಸರನ್ನು ಕೇಳಿದ ಹಾಗೆ, ಗೋಪಾಲಾಚಾರಿ ಪ್ರವಚನಕಾರರನ್ನು ಕೇಳಿದರು. ಸತ್ಯವನ್ನರಿಯುವ ಚಡಪಡಿಕೆಯನ್ನು ಅವರ ಕಣ್ಣುಗಳಲ್ಲಿ ಕಂಡ ಪ್ರವಚನಾಕಾರರು 'ಈ ಸಲ ನೀವು ದೇವರನ್ನು ರಸ್ತೆಯಲ್ಲಿ ಹುಡುಕಬೇಡಿ, ಅಂತರಂಗದಲ್ಲಿ ಹುಡುಕಿ ಸಿಗುತ್ತಾರೆ' ಎಂದು ಹೇಳಿ ಮುಗುಳ್ನಕ್ಕರು.